AF748622

யாவரும் கேளிர்

உலகெலாம் பரவி வாழும் தமிழர் வரலாறு

யாவரும் கேளிர்

உலகெலாம் பரவி வாழும் தமிழர் வரலாறு

ராஜ்ஶ்ரீ செல்வராஜ்

ZDP
SPECIFICS

Title: Yaavarum Kelir
Author's Name: Rajshri Selvaraj
© Rajshri Selvaraj - 2025
Published by ZDP Specifics

All rights reserved. No part of this publication may be reproduced, stored in a retrieval system, or transmitted, in any form or by any means, electronic, mechanical, photocopying, recording, psychic, or otherwise, without the prior permission of the publishers.

ZDP Specifics
(An imprint of Zero Degree Publishing)
No.75 & 76, I Floor, Kuppusamy Street,
Balaji Nagar, Padi,
Chennai - 600050

Website: www.zerodegreepublishing.com
E Mail id: zerodegreepublishing@gmail.com
Phone: 89250 61999

ZDP Specifics First Edition : December 2025

ISBN : 978-93-47206-42-9

TITLE NO ZDPS :124

Rs. 220/-

Layout: G.Selvakumar
Cover Design: Vijayan, Creative Studio
Printed at Rathna Offset, Chennai, India

நன்றி

- உலகத் தமிழர் வரலாற்றை மெட்ராஸ் பேப்பர் இணைய இதழில் தொடர்ந்து எழுத வாய்ப்பளித்த ஆசிரியர் பா. ராகவனுக்கு.
- இதனை எழுதிக்கொண்டிருந்த காலத்தில் என்னை 'அன்பாக'த் தட்டிக் கொடுத்து, சந்தேகங்களைத் தீர்த்துவைத்து, நூலைச் செம்மைப்படுத்திக்கொடுத்த எழுத்தாளர் கோகிலாவுக்கு.
- புத்தகத்திற்குத் தேவைப்பட்ட ஆய்வு நூல்களை, மற்ற விவரங்களை ஆர்வமாகப் பகிர்ந்துகொண்ட தமிழ்ச் சங்க உறுப்பினர்களுக்கு.

சமர்ப்பணம்

ஆசான் பா.ராகவனுக்கு

பொருளடக்கம்

1. கடலுக்கு அப்பால்...

ஓராயிரம் மைல் பயணமென்றாலும், அது ஓரடியில்தான் தொடங்கும். அப்படித் தமிழர் கடல் தாண்டி எடுத்து வைத்த அடிகளில் தலையாயது இலங்கை.

இலங்கையின் ஆதி கதைகளிலேயே தமிழர்களைப் பற்றிய குறிப்புகள் இருக்கின்றன. ஒவ்வொரு நூற்றாண்டிலும் அந்தத் தீவு தேசத்தின் வரலாற்றை வடிவமைத்ததில் தமிழர்கள் பெரும் பங்கு வகித்தவர்களாக இருந்திருக்கின்றனர்.

இரண்டாம் நூற்றாண்டில் குதிரை வியாபாரிகளாக வந்த இரண்டு தமிழர்கள், அனுராதபுரத்தை ஆண்டதும், எல்லாளன் என்கிற மனுநீதி சோழனின் ஆட்சி நாற்பத்து நான்கு ஆண்டுகள் இருந்ததும் வரலாற்றுப் பதிவு. மக்களின் மதிப்பைப் பெற்ற அரசனாக மனுநீதி இருந்ததைப் பற்றியும் சொல்கிறது அந்நாட்டு வரலாற்றைச் சொல்லும் படைப்புகளான மகாவம்சம், தீபவம்சம் நூல்கள். நான்காம் - ஐந்தாம் நூற்றாண்டுகளில் இவை புத்த பிட்சுகளால் பாலியில் எழுதி, தொகுக்கப்பட்டிருக்கின்றன.

தமிழகத்தில் சோழர்கள் ஆதிக்கம் செலுத்தியபோது, இலங்கையின் வட மாகாணங்கள் அவர்களது கட்டுப்பாட்டில் இருந்திருக்கின்றன. ராஜேந்திர சோழனின் காலத்தில் மொத்தத் தீவும் சோழர்களின் நேரடி ஆட்சிக்குக் கீழ் இருந்துள்ளது. அதன் பிறகான யாழ்ப்பாண ராஜ வம்சம் என அங்கே செழித்து வளர்ந்துகொண்டிருந்தது தமிழர்களின் ஆட்சி.

ஐரோப்பாவிலிருந்து முதலில் உள்நுழைந்தவர்கள் போர்த்துக்கீசியர்கள். வர்த்தகம் எனக் கூறி மொத்த அதிகாரப் பொறுப்புகளையும் எடுத்துக்கொண்டனர். இவர்களிடம் இருந்து தப்பிப்பதற்காக டச்சுக்காரர்களிடம் சென்ற மக்கள், அவர்களிடம் தங்களது உரிமையை இழந்ததை, மிளகாயைக் கொடுத்து இஞ்சியை வாங்கிய கதையாகச் சொல்வார்கள். தமிழர்களின் வழக்கங்களைப் பாதுகாக்கும் பொருட்டு தேச வழமை சட்டத்தை டச்சு அதிகாரத்தில் இருக்கும்போது கொண்டுவந்தனர்.

பிரிட்டிஷ் கையில் அதிகாரம் சென்றபின்னர், அங்கே தேயிலைத் தோட்டப் பணிகளுக்காகத் தமிழகத்திலிருந்து ஏராளமான தமிழர்கள் ஈடுபடுத்தப்பட்டனர். அவர்கள் மலையகத் தமிழர்களாக அறியப்பட்டனர். தமிழர்களே ஆனாலும், பல நூற்றாண்டுகளாக இலங்கையில் இருக்கும் தமிழர்களிடம் இருந்து இவர்கள் தனித்தே தெரிந்தனர். 1948 இல் சுதந்திரத்திற்குப் பிறகு ஆங்கிலேயர்கள் கிளம்பியதும், அங்கே நிலைமை மோசமானது.

சிங்களர்களுக்கு முன்னுரிமை கொடுக்கும் சட்டம் கொண்டுவரப்பட்டது. குழப்பம், பதற்றம், போர் என அடுத்த சில தசாப்தங்களுக்கு அத்தேசம் வளர்ச்சிக்கு எதிர்த்திசையில் சென்றது. தமிழர்கள் விரட்டியடிக்கப்பட்டனர். பெரும் எண்ணிக்கையில் இனப்படுகொலைகள் நிகழ்த்தப்பட்டன. உலகளவில் மிக நீண்ட இனப்போராக அது அமைந்தது. அப்போது அங்கிருந்து வெளியேறியவர்கள் ஐரோப்பிய, ஆப்பிரிக்கத் தேசங்களுக்குப் புலம்பெயர்ந்தனர். அப்படிதான் இலங்கைத் தமிழர்கள் உலகத் தேசங்களில் தங்கள் குடியேற்றங்களை அமைத்துக்கொண்டனர்.

காலனிய ஆதிக்கத்தின் அடையாளமாக இன்று இங்கிலாந்தில் பல நாட்டு மக்களின் குடியேற்றங்கள் இருக்கின்றன. ஆங்கிலேயக் கால மெட்ராஸ் பிரசிடென்சியிலிருந்து வசதிபடைத்த குடும்பத்தைச் சேர்ந்தவர்கள் சட்டம், மருத்துவம், பொறியியல் படிக்க இங்கிலாந்துக்குச் செல்லத் தொடங்கினர். படிப்பு முடிந்து திரும்பிய சிலர் இங்கே பெரும் பதவிகள் வகித்தனர். அதேசமயத்தில் தமிழர்கள் பிரிட்டிஷ் கடற்படையின் மாலுமிகளாகச் சேர்ந்து துறைமுக நகரங்களான கார்டிஃப், லிவர்பூல், லண்டன் நகரங்களில் தங்கி, அங்கு முதல் தமிழ் தொழிலாளர் குடியேற்றத்தை உண்டாக்கினர்.

சுதந்திரத்திற்குப் பிறகு ஆசிரியர்களாக, செவிலியர்களாகத் தமிழர்கள் அங்கே செல்வது தொடர்ந்தது. அடுத்தடுத்த தசாப்தங்களில் மாணவர்களும், தொழில்நுட்பப் பொறியாளர்களும் அங்கே பல்கலைக்கழகங்களில், நிறுவனங்களைத் தங்களுக்கான இடத்தைத் தக்கவைத்துக்கொண்டனர். இவையெல்லாம் பத்தொன்பதாம் நூற்றாண்டின் கதைகள்.

இப்போது லண்டனும் பிரிமிங்கமும், கர்நாடகச் சங்கீதம், பரதநாட்டியம், சினிமா எனத் தமிழ்க் கலாசார மையங்களாக இருக்கின்றன. விம்பிள்டன் முருகன் கோயில், தமிழ் இலக்கியச் சங்கம் என இன்று ஆயிரக்கணக்கான தமிழர்கள் பிரிட்டனின் பன்முகத் தன்மைக்கு ஆதாரமாக அங்கே வாழ்கின்றனர்.

பிரிட்டன், மற்ற தேசங்களைப் போல காலனியக் காலத்துச் சூழலைச் சமாளிப்பதற்காக அல்லாமல், கல்வி, வசதி வாய்ப்புகளுக்காகவே தமிழர்கள் அமெரிக்காவைத் தேடிச் சென்றனர். ஆயிரத்துத் தொள்ளாயிரத்து ஐம்பதுகளில் ஆரம்பித்தது அமெரிக்க உயர்கல்வி மோகம். எம்.ஐ.டி, ஸ்டான்போர்ட் பல்கலைக்கழகங்களில் படிப்பதற்காகச் செல்லத் தொடங்கியவர்கள், இன்று அமெரிக்காவின் எந்தப் பகுதியில் கல்வி பயிலும் வாய்ப்புக் கிடைத்தாலும் பறந்துவிடுகின்றனர்.

அறுபதுகளில் அவர்கள் பல நாட்டவர்களுக்கும் கதவைத் திறந்துவிட்டதில், கல்வியாளர்கள், மருத்துவர்கள், பொறியாளர்கள் எனப் பல தரப்பினர்களும் வந்து குடியேறத் தொடங்கினர். அந்த முதல் தலைமுறையினர் அங்கே தங்கி ஏற்படுத்தியதுதான் நியூஜெர்சி, கால்போர்னியா, டெக்சாசில் இன்று வலுவாக இருக்கும் தமிழ் குடியேற்றம்.

எண்பதுகள், தொண்ணூறுகளில் சிலிக்கான் வேலி குழுமங்களிலும், புகழ் மிக்க கல்வி நிறுவனங்களிலும் தமிழ் முகங்கள் அதிகம் தென்படத் தொடங்கிவிட்டன. தமிழ் குடும்பங்களை இணைக்கும் வகையில் பெட்னா தமிழ்ச் சங்கமும் உருவானது. வருடாந்தர இசை, இலக்கிய விழாக்களை அவர்கள் தவறாமல் இன்றுவரை நடத்திவருகின்றனர்.

இலங்கை, பிரிட்டன், அமெரிக்காவின் தமிழ்ச் சமூகத்தையும் அவர்கள் அங்கு சென்று சேர்ந்த வரலாற்றையும் நாம் அறிவோம்,

ஆனால் இந்தியப் பெருங்கடலில் கண்ணுக்குப் புலப்படாத தீவு தேசங்களில் அவர்கள் சென்று இறங்கியபோது என்னவானது? ஐரோப்பிய, ஆப்பிரிக்க நாடுகளில் தமிழர்கள் எப்படித் தங்கள் புது வாழ்க்கையை ஏற்படுத்திக்கொண்டனர்?

மெட்ராஸ், நாகைப்பட்டினம், தரங்கம்பாடி துறைமுகங்களிலிருந்து கப்பல்கள் கிளம்பிக்கொண்டிருந்தன. பத்தொன்பதாம் நூற்றாண்டில் அடிமை முறை ஒழிக்கப்பட்டதிலிருந்து, ஒப்பந்தத் தொழிலாளர் முறை எனப் பெயரளவில் மட்டுமே மாற்றத்தைச் செய்து, வேலைக்கு ஆளெடுத்துக்கொண்டிருந்தனர்.

வரிசையாக நின்று, தங்கள் பெயர்களைப் பதிவுசெய்து கப்பல் ஏறக் காத்திருந்த பலருக்கும், தாங்கள் மீண்டும் தாயகம் திரும்புவோமா, குடும்பங்களைக் காண்போமோ என்பது தெரியாது. போகுமிடத்தில் தங்களுக்கு என்ன விதிக்கப்பட்டிருக்கிறது என்பதையும் அவர்கள் அறிந்திருக்கவில்லை. கப்பல்களின் நங்கூரங்கள் கழற்றப்பட்ட கணத்தில், அந்த நிலத்தோடு அம்மக்களுக்கு இருந்த உறவு முடிந்துபோனது.

கடல் கடந்து அவர்கள் போய்ச் சேரவிருந்தது மொரிஷியஸ், தென் ஆப்பிரிக்கா, பிஜி, மலாயா போன்ற நாடுகளுக்கு. அங்கே கரும்பு, தேயிலைத் தோட்டங்களில் வேலை செய்வதற்காகத் தங்கள் தாய் நாட்டை விட்டு அவர்கள் பயணப்பட்டிருந்தனர். இரண்டாயிரம் வருடங்களாக வணிகர்களாக, வாத்தியார்களாக, போர் வீரர்களாக, தொழிலாளர்களாகத் தமிழர்கள், கடல் கடந்து தூரதேசம் சென்றுகொண்டிருக்கின்றனர். புதிய இடத்திற்கு ஏற்ப தங்களை மாற்றிக்கொள்ளும் மனநிலையை ஏற்படுத்திக்கொண்டவர்கள், தங்கள் பூர்வீகத்தையும் கெட்டியாகப் பிடித்துக்கொண்டேதான் வாழ்ந்தனர். சென்ற இடங்களில் நேர்ந்த இன்னல்களை அவர்கள் சமாளித்ததனால்தான் அவர்களது சந்ததியினர் இன்று பல நாடுகளில் தமிழ்க் குடியேற்றங்களை ஏற்படுத்த முடிந்திருக்கிறது.

2. தமிழே தேவ மொழி!

இந்தியர்கள், குறிப்பாகத் தமிழர்கள் அதிகம் விரும்பிச் செல்லும் உல்லாச தேசம், தாய்லாந்து. ஒருகாலத்தில் அங்கு பத்தாயிரம் தமிழர்கள் ஒன்றாக ஒரே பெருங்குழியில் புதைக்கப்பட்டார்கள் என்பது நம்மில் பலருக்கும் தெரிய வாய்ப்பில்லை.

அது இரண்டாம் உலகப்போர்க் காலம். தாய்லாந்திலிருந்து பர்மாவின் தென் பகுதியை இணைக்கும் ரயில் பாதைப் பணி ஒன்றை ஜப்பான் முன்னெடுத்தது. 1942 ஆம் ஆண்டு தொடங்கியது அந்தத் திட்டம். மொத்தம் நானூற்றுப் பதினைந்து கிலோமீட்டர்கள் நீளம் கொண்ட பாதையைப் போடுவதற்கு ராணுவ வீரர்கள், எழுபதாயிரம் ஆஸ்திரேலிய, டச் போர்க் கைதிகள், அதோடு, இரண்டு லட்சத்திற்கும் அதிகமான மக்கள் பர்மா, மலாயா பகுதிகளிலிருந்து வரவழைக்கப்பட்டனர். அதில் எழுபதாயிரம் தமிழர்களும் அடங்குவர். ஆபத்தான அடர் வனப்பகுதிகள், மலைக்குன்றுகள், நீர் நிலைகள் என 600 பாலங்கள் வரை கட்டவேண்டியதிருந்தது.

மலேரியாவை உண்டாக்கக்கூடிய கொசுக்கள் நிறைந்த காடுகளில் நாள் முழுவதும் வேலை. ஏராளமான மக்கள் உடல் நலம் பாதிக்கப்பட்டு இறந்தனர். சரியான உணவு, உறைவிடமின்றி மிக மோசமான நிலையில் இருந்த பணியாளர் கூடாரங்கள் மேலும் பல உயிர்களைப் பலி கேட்டன. கிட்டத்தட்ட ஒரு லட்சம்

உயிர்களைக் காவு வாங்கிய அந்த ரயில் தடத்தை, 'மரணப் பாதை' என்று குறிப்பிடுவர். உயிரிழந்தவர்களில் தாய்லாந்து தமிழர்களும் அடங்குவர்.

தாய்லாந்தின் மேற்குப்பகுதியில் உள்ள காஞ்சனபுரி என்னும் ஊரில் புத்த மடாலயத்திற்கு அருகே அகழ்வாராய்ச்சிப் பணிகள் மேற்கொள்ளப்பட்டபோது, மனித எலும்புக்கூடுகள் தென்பட்டன. மேற்கொண்டு ஆராய்ந்ததில், அங்கே பத்தாயிரம் பேருக்கு மேல் ஒரே குழியில் புதைக்கப்பட்டிருந்தது கண்டுபிடிக்கப்பட்டது. அதன் மாதிரிகளை உயிரணு ஆய்வுக்கு உட்படுத்தியபோதுதான் புதையுண்டிருந்தவர்கள் தமிழர்கள் என்பது உறுதிப்படுத்தப்பட்டது.

தாய்லாந்து தமிழ்ச் சங்கம் இந்தச் சம்பவத்தில் இறந்த தமிழர்களுக்காக நினைவுத் தூணை அமைத்துள்ளனர். தமிழ்நாட்டிற்கு வெளியே தமிழர்களுக்காக இவ்வாறு அமைக்கப்படுவது இதுவே முதல் முறை. பொதுவாக நினைவுத் தூண்கள், போர் வீரர்களுக்கு, ராணுவத்தினருக்கு வைக்கப்படும். ஆனால், சாமானியர்கள் என்பதாலேயே நிராகரிக்கப்பட்ட, மொத்தமாக மண்ணில் புதைக்கப்பட்டவர்களுக்கு மரியாதை செலுத்தும் வகையில் இதைச் செய்திருக்கின்றனர்.

தாய்லாந்து 1939 க்கு முன்பு வரை சியாம் என்று அறியப்பட்டது. அதற்கும் முன்னர் இந்தியா & தாய்லாந்து இரண்டிற்குமே வேறு சில பெயர்கள் உண்டு. பூஜையின் போது சொல்லப்படும் சங்கல்ப ஸ்லோகத்தில் வரும் 'கலியுகே... ப்ரதமே பாதே... ஜம்பூ த்வீபே.. பாரத வர்ஷே... பரதக்கண்டே...' வில் 'ஜம்பூ த்வீபே' இந்தியாவைக் குறிக்கும். நாம் எந்தக் காலத்தில், எந்த இடத்திலிருந்துகொண்டு பூஜை செய்கிறோம் என்கிற பொருள் தரும் ஸ்லோகம். வேத காலக் குறிப்புகள் மட்டுமில்லாமல் அசோகர் காலத்திலும், இந்தியா ஜம்புதீவு / நாவலந்தீவு என்றே அறியப்பட்டிருக்கிறது. கிழக்காசிய தேசங்களைச் சுவர்ணபூமி என்றார்கள்.

தாய்லாந்தின் வரலாறு என்பது அதன் வடக்குப் பகுதியின் ஒரு பிராந்தியத்தில் ஹோமோ எரெக்டஸ் தடயங்கள் கண்டுபிடிக்கப்பட்ட இடத்திலிருந்து தொடங்குகிறது. ஏழாவது நூற்றாண்டின் மத்தியில் தாய் மக்கள் சீனத்தின் தெற்குப் பகுதியிலிருந்து கீழிறங்கி வந்து கைமர் ராஜ்யப் பகுதிகளில் தங்கினர். 1238ஆம் ஆண்டு காலகட்டத்தில் சுகோத்தாய்

என்றொரு ராஜ வம்சம் உருவாகி, அது பிற ராஜ்ஜியங்களிலிருந்து சுதந்திரமாகச் செயல்படப் போவதாக அறிவித்தது. அடுத்த சில நூற்றாண்டுகளில் இன்றைய தாய்லாந்து பகுதி முழுவதுமாக சுக்கோத்தாய் ராஜ்ஜியம் விரிவடைந்தது. அதன் பின்னர் 1438 அயுத்தயா ராஜ்ஜியம் கோலோச்சியது.

தாய்லாந்துடன் தமிழர்களின் தொடர்பு என்பது இந்த இரண்டு ராஜ்ஜிய காலத்தில்தான் தொடங்குகிறது. அதிக அளவில் தமிழ் வணிக வியாபாரிகள் அங்கு வந்து தங்கியதற்கான குறிப்புகளை மேற்கத்தியர்கள் பயண நூல்களில் காணலாம். அப்போதிருந்த ராஜ்ஜியங்களுக்கு அவர்களின் கலாசாரப் பண்பாடு முழுமைபெறுவதற்கு 'இந்தியமயமாக்கல்' தேவைப்பட்டது. அதை அவர்களும் உணர்ந்திருந்தனர். தெற்காசிய தேசங்கள் அனைத்துமே இந்தியர்களை வரவேற்று தன்னகத்தே வைத்துக்கொண்டன. ராஜ்ஜிய சபைகளைத் தமிழ் பிராமணர்கள் அலங்கரித்தனர். தமிழ் வணிகர்கள், நாடு வியாபார ரீதியாக வளர பங்களித்தனர்.

போர்த்துக்கீசியர்கள் 1511ஆம் ஆண்டு வாக்கில் வியாபாரம் செய்யலாமே என, இவர்களது கதவைத் தட்ட ஆரம்பித்துவிட்டனர். இரு தரப்பு உறவும் வலுவடைந்தது. அதைத் தொடர்ந்து அவர்கள் நெதர்லாந்துடனும் வணிக ஒப்பந்தத்தில் இறங்கினார்கள். அதைச் செய்துமுடித்த கையோடு வியாபார உறவுகளுக்காக ராஜ்ஜியத்திலிருந்து பாரிஸ்க்கும், இங்கிலாந்துக்கும் ஆள் அனுப்பினார்கள். நாடு தேடி அழைப்பு வரும்போது, அவர்கள் தயங்கவா செய்வார்கள்? உடனே இரு நாடுகளிலிருந்தும் முதற்கட்டமாக மிஷனரிகள் அங்கு மூட்டை கட்டிக்கொண்டு சென்று சேர்ந்தனர்.

தாய்லாந்து மக்கள் தொடக்கம் முதலே பல நாடுகளின் கலாசாரங்களை உள்வாங்கிக் கொண்டவர்களாகத்தான் இருந்திருக்கிறார்கள். மேற்கத்திய நாடுகளின் வருகையின் தாக்கத்தில் அவர்களின் பாரம்பரிய ராஜ உடைகளை விடுத்து, மேற்கத்திய உடுப்புகளைக்கூட விரும்பியணிந்தனர். ஆனால், ஒரு சாராருக்கு இந்த மிஷனரிகளின் வருகை கவலை தந்தது. சுதாரித்துக்கொண்டவர்கள் அடுத்த நூற்றைம்பது வருடங்களுக்கு மேற்கத்தியர்களிடமிருந்து கொஞ்சம் தள்ளியே இருந்தனர். அவ்வப்போது உள்நாட்டுக் கலவரங்கள் தலையெடுத்தன.

இருப்பினும் கல்வி கலைகள் அங்கே செழித்தன. அந்தக் காலகட்டத்தைத்தான், அதாவது பதினெட்டாம் நூற்றாண்டை அந்த ராஜ்ஜியத்தின் பொற்காலம் என்கின்றனர்.

கிழக்காசியாவையும் கிட்டத்தட்ட முழு ஆசியாவையும் ஆங்கிலேய, பிரெஞ்சு, டச்சு காலனிகள் பங்குபோட்டுத் தின்றுகொண்டிருந்தபோது, தாய்லாந்து மட்டும் சிறு சிராய்ப்புகளுடன் தப்பிப் பிழைத்ததன் பின்னணியில் பல காரணங்கள் உண்டு. அதில் முக்கியமானது மேற்கத்தியர்கள் சொன்ன, 'வளர்ச்சி கட்டமைப்பு' என்கிற மந்திரச் சொல். அந்த நவீனப்படுத்துதலை அவர்களை உள்ளே விடாமலேயே இவர்களால் சாதித்துக்கொள்ள முடிந்தது. இன்னும் ஒரு படி மேலே சென்று, ஆங்கிலேயர்களிடமே கட்டுமானப் பணிக்கான வேலையையும் கொடுத்தார்கள்.

மன்னர் மாங்குட் தாய்லாந்தை, காலத்திற்கேற்ற புதுமைகளுடன் மாற்றியமைக்கும் செயல்களில் அக்கறை காட்டினார். நாட்டில் தேவைப்பட்ட அடிப்படைக் கட்டுமானப் பணிகளை மேற்கொள்வதற்கு பிரிட்டிஷையே அழைத்தார். ரயில் பாதை அமைக்கும் பணி, வடிகால்-வாய்க்கால் பணி ஒப்பந்தங்களை அவர்களுக்கே தந்தார். அவர்கள் இந்தியாவிலிருந்து பணியாளர்களை உடன் அழைத்துச் சென்றனர். அதில் பெரும்பாலும் தமிழர்கள் இருந்தனர்.

பினாங்கு, அதோடு இதர மலேசியப் பகுதிகளிலிருந்து வந்த தமிழர்கள் முதலில் புக்கெட் பகுதியில் குடியேறினர். கால்நடைகள் வியாபாரத்திற்காகவும், ரத்தினக் கற்கள் சுரங்கப் பணிகளுக்காகவும் அவர்கள் வந்தார்கள், அவர்களைத் தொடர்ந்து செட்டியார்களும் இணைந்தனர். இப்போது தமிழ் மக்கள் அதிகம் வசிக்கும் பகுதிகளில் ஒன்று பாங்காக்.

அங்கு குடியேறியிருந்த தமிழர்களில் வைத்தி படையாச்சி, தம்பு சாய்பு மரைக்காயர் போன்றோர் அனைவராலும் அறியப்பட்ட தலைவர்களாக இருந்தனர். வைத்தி படையாச்சி பாங்காக்கின் சிலோம் ரோடு பகுதியில் மாரியம்மன் கோயிலைக் கட்டியதில் பெரும் பங்காற்றினார். சாய்பு மரைக்காயர் குடும்பம் அங்கு செல்வச் செழிப்பு மிக்கதாகும், நான்காவது தலைமுறையாக இன்றும் அவர்கள் அங்கு ஆதிக்கம் செலுத்தி வருகிறார்கள்.

*1914*ஆம் ஆண்டு, முதல் உலகப்போர் வரும்வரை அங்கு இஸ்லாமியத் தமிழ் வியாபாரிகளும், சூரத்திலிருந்து வந்த போரா இஸ்லாமியர்களும்தான் தாய்லாந்தின் முக்கியமான தொழிலதிபர்களாக இருந்தனர்.

13 மே *2019*ஆம் ஆண்டு தாய்லாந்தின் புதிய மன்னராக வஜ்ரலோங்கோர்ன் பதவியேற்றுக் கொண்டார். இவர்கள் புத்த சமயத்தைப் பின்பற்றுபவர்கள் என்றாலும், பட்டாபிஷேகம் தமிழ் பிராமணர்கள் மந்திரங்கள் ஓத, இந்து முறைப்படிதான் நடக்கும். அரசர் பதவியேற்றதும் அவர் ராமா என்றறியப்படுவார். ஆம் ராமாயண 'ராமன்'தான். இப்போது இருக்கும் சாக்ரி ராஜ வம்சத்தின் முதல் மன்னர் ராம *I*. அடுத்தடுத்த எண்ணிக்கையில் இப்போது பத்தாவது ராமர் அரியணை ஏறியுள்ளார்.

கிழக்காசிய மன்னர் வம்சங்களில் தமிழ் பிராமணர்களுக்கான முக்கியத்துவம் என்பது தமிழர்களுக்கும்-கிழக்காசியர்களுக்கும் இருந்த பல நூற்றாண்டுக் காலக் கலாசாரத் தொடர்பிலிருந்து வந்ததுதான்.

கைமர் வம்சத்தின் இரண்டாம் ஜெயவர்மனும் இந்த முறையைப் பின்பற்றினார். அது பின்னாளில் கைமர் வம்சம் புத்த சமயத்திற்கு மாறிய பின்பும், அவர்களிடம் இந்த வழக்கங்கள் தொடர்ந்தன. இதை அப்படியே தாய் ராஜ வம்சத்தினர் பின்பற்றினர். தாய் மன்னர்களுக்கு ராமேஸ்வரத்திலிருந்து வந்திருந்த தமிழ் பிராமணர்கள் அர்ச்சகர்களாக, மந்திரிகளாக, ஆலோசகர்களாக, சபையில் முக்கியமான பொறுப்புகளில் பல தலைமுறைகளாக இன்றும் தொடர்கிறார்கள்.

சோழர்கள் காலத்தில் தமிழ்நாட்டிலிருந்து வந்திருந்தாலும், பல நூற்றாண்டுகள் கடந்துவிட்ட நிலையில், இன்று அவர்கள் முழுக்க முழுக்க தாய்லாந்து வம்சாவளியினர்தான். ஆனால் இன்றும் குடுமியும் அங்கவஸ்திரமுமாகத்தான் காணப்படுகிறார்கள்.

ஆதியில் இவர்களுக்கு ராஜ சபைகளில் இருந்த மதிப்பும், முக்கியத்துவமும் அடுத்தடுத்த மன்னர்கள் மாறும்போது சற்றே குறையத் தொடங்கின. நான்காவது ராமர் காலத்தில் அரசின் வழக்கங்களில் நவீனத்துவத்தைப் புகுத்தும் பொருட்டு, இவர்கள் ஓரங்கட்டப்பட்டனர். *1932* வாக்கில் அங்கு நடந்த புரட்சியில்

மன்னர் வம்சமே தூக்கியெறியப்பட்டது. எப்படியோ குறைந்தபட்ச உரிமைகளோடு ராஜ வம்சம் தொடர்ந்து தலைமை தாங்கியது என்றாலும், பிராமணர்களின் நிலை அப்படியில்லை. பல படிகள் கீழே போனது. அதுநாள்வரை இருந்த அவர்களுக்கான சிறப்பு அந்தஸ்து ஒரே நாளில் இல்லாமல் போனது.

பின்னர் ஒன்பதாம் ராமர் வந்தபோதுதான், விட்டுப்போன பூஜை புனஸ்காரங்களை எல்லாம் மீண்டும் தொடரும் வண்ணம் ராஜ சபையில் பிராமணர்களின் எண்ணிக்கையை அதிகரித்தனர். வெகுகாலம் வரை தமிழ் அங்கு ஒரு புனித தேவ மொழியாகத்தான் பார்க்கப்பட்டது. சிறப்பு நிகழ்வுகளின் போது, ராஜ சபைகளில் பிராமணர்கள் மட்டுமே மந்திரங்கள் சொல்வதற்கு தமிழைப் பயன்படுத்தினர். அதைத் தாண்டி பொதுப் புழக்கத்திற்கு அனுமதிக்கப்பட்டிருக்கவில்லை.

அடிமை முறை அதன்பிறகு வந்த ஒப்பந்தத் தொழிலாளர் காலங்களில், காலனியத் தீவுகளுக்கு மக்கள் அழைத்துச் செல்லப்பட்டனர். இங்கு அப்படி நிகழவில்லை. பிரெஞ்சின் ஒரு பகுதியாக இருந்த பாண்டிச்சேரி, காரைக்கால் பகுதிகளிலிருந்தும் சிங்கப்பூர், மலேசியாவிலிருந்தும் தமிழர்கள் பல்வேறு வணிக வியாபார காரணத்திற்காகச் சொந்த விருப்பத்தில் தாய்லாந்தை அடைந்தனர்.

நூற்றைம்பது ஆண்டுகளுக்கு முன்னர் கட்டப்பட்ட கோயில்கள், மசூதிகள் அங்கு உண்டு. வருடம் தோறும் திருப்பாவை-திருவெம்பாவை விழா வெகு விமர்சையாகக் கொண்டாடப்பட்டு வருகிறது. சித்திரைத் திருவிழா தாய்லாந்து நாட்டின் புது வருடத்தையொட்டி வருவதால் இரட்டிப்புக் கொண்டாட்ட மனநிலை இருக்கும்.

கடந்த சில தசாப்தங்களாக அங்கிருந்து தமிழர்கள் தங்கள் பிள்ளைகளைப் படிப்பதற்கும், தங்களின் பூர்விகத்தைப் பற்றித் தெரிந்துகொள்வதற்கும் இந்தியாவுக்கு அனுப்புவதை வழக்கமாகக் கொண்டுள்ளனர். இப்போது தாய்லாந்தில் அதிகமாக இருக்கும் உலகமயமாக்கலை, வளர்ந்து வரும் தொழில் போட்டிகளைச் சமாளிப்பதற்குக் கணினி அறிவு அவசியம் என்பதால், கல்வி தேவைகளுக்கு அமெரிக்காவை சரணடைகின்றனர். இந்தக் கலாசார மாற்றம் குறித்துப் பெற்றோருக்குக் கவலைகள்

இருந்தாலும், வேகமாக மாறிவரும் தொழில்நுட்பத்துக்கு ஈடுகொடுக்க வேண்டியதையும் அவர்கள் உணர்ந்திருக்கின்றனர்.

என்னதான் அரசியல் விவகாரங்களில் பெரிதாக வெளியாள்களை உள்ளே விடுவதில்லை என்றாலும், புத்த சித்தாந்தங்களைப் பின்பற்றும் அகிம்சாவாதிகளான தாய்லாந்து மக்கள் பழகுவதற்கு இனியவர்களே. தமிழர்கள் அங்கு குடியேறத் தொடங்கிய சமயத்தில் அங்கிருந்த மான் இனப் பெண்களை அதிக அளவில் திருமணம் செய்துகொண்டு அத்தேசத்தின் அங்கமாகவே ஆகிப்போயினர் தமிழர்கள். இன்று பலரும் அந்நாட்டுக் குடியுரிமையை வைத்துள்ளனர். சிலர் அயல்நாட்டு இந்தியர்களாகவும், பணி ஒப்பந்தங்களுடன் அங்கு வேலையில் இருக்கின்றனர்.

சில வட மாநில இந்தியர்களும், தமிழர்களும் பெருமளவில் இன்னும் தங்களின் மத வழிபாடுகளைக் கடைப்பிடித்து வருகின்றனர். தனி அடையாளங்கள் இருப்பினும் மிகுந்த ஒற்றுமையோடு, ஆதரவாக இருக்கிறார்கள். இந்தியாவில் இந்திரா காந்தி சுட்டுக் கொல்லப்பட்டபோதும், பாபர் மசூதி இடிக்கப்பட்டபோதும், அது சார்ந்து தாய்லாந்து இந்தியர்களுக்குள் எந்தவிதக் குழப்பங்களும், கலவரங்களும் எழவே இல்லை. புதியதாக அங்கு வரும் தமிழர்களுக்கு உதவும் வகையில் சங்கங்கள் உள்ளன. பண்டிகைகளின் போதும், முக்கியமான நிகழ்வுகளின் போதும் இவர்கள் ஒன்றுகூடி மகிழ்கிறார்கள்.

3. மியான்மர் மஞ்சுவிரட்டு

இந்தியாவிற்கும் மியான்மருக்கும் ஆயிரத்து அறுநூற்றுக்கும் மேற்பட்ட கிலோமீட்டர்கள் பொதுவான எல்லை உள்ளது. அந்த எல்லைப்பகுதியில் மிசோரம், நாகாலாந்து, அருணாச்சல பிரதேசம், மணிப்பூர் ஆகிய இந்திய மாநிலங்கள் அடங்கும். அதில் மணிப்பூர் மிக முக்கியமான பகுதியாகும்.

மணிப்பூரின் மோரே மாவட்டத்திலிருந்து சில நூறு அடிகளில் இருக்கிறது மியான்மர். மியான்மர் பர்மாவாக இருந்தபோதும், அந்நாட்டின் மிகப்பெரிய நகரமான யாங்கூன் ரங்கூனாக இருந்தபோதும் அங்கே பணி நிமித்தம் லட்சக்கணக்கான இந்தியர்கள் இருந்தனர். அதில் பெரும்பான்மை தமிழர்கள். அவ்விடத்தை விட்டு வந்து ஐந்து தசாப்தங்களுக்கும் மேல் ஆகிவிட்டன. இப்போது வாய்ப்புக் கிடைத்தாலும் அங்கே போய்விடத் துடித்துக்கொண்டிருப்பவர்கள்தான் மோரே தமிழர்கள்.

பர்மா ராணுவ ஆட்சியாளர்களது வசம் சென்றபோது (1960களில்) குடியுரிமைச் சட்டத்தைக் காரணம் காட்டி லட்சக் கணக்கான இந்தியர்கள் நாட்டை விட்டு வெளியேற்றப்பட்டனர். அங்கு அவர்கள் செய்துகொண்டிருந்த வேலையை, தங்கியிருந்த வீட்டை, அதுநாள் வரையில் சேர்த்துவைத்திருந்த உடைமைகளை விட்டு, கையில் கிடைத்ததை எடுத்துக்கொண்டு கிளம்புவதைத் தவிர வேறு சிறந்த உபாயம் அன்று இருக்கவில்லை.

வங்கக்கடலின் அசுரத்தனமான பேரலைகளில் நான்கு - ஐந்து நாள்கள். அது முடிந்ததும் ஒரு வாரம் ரயிலில் பயணம் செய்து தமிழ்நாடு வந்து சேர்ந்தனர். அப்படி வந்தவர்களுக்கு ஆறு மாத காலம் அகதிகள் முகாம்களில் தங்க இடம் கொடுத்து, பின்னர் அவர்கள் வீட்டைக் கட்டிக்கொள்வதற்கு நிலங்களை, நிதியுதவிகளை அளித்தது அரசாங்கம். ஆனால், அவர்களால் தமிழ்நாட்டைத் தங்கள் சொந்த இடமாக ஏற்றுக்கொள்ள முடியவில்லை.

மூதாதையர்கள் இங்கிருந்தவர்கள்தாம். சந்தேகமில்லை. தமிழ்மொழி, கலாசாரம் எல்லாம் அதேதான். ஆனால் இது நம் மண் என்கிற உணர்வு மட்டும் ஏனோ ஏற்படவில்லை. அவர்களால் இங்கு ஒட்டமுடியவில்லை. எப்படியாவது பர்மாவிற்கே சென்றுவிட வேண்டும் என ஆசைப்பட்டனர். பலர் இருப்புக் கொள்ளாமல், கிளம்பியும் சென்றனர். ஆனால் இம்முறை கடல் வழியே அல்லாமல், சாலை மார்க்கமாக பர்மாவிற்குள் புகுந்துவிடத் திட்டம் தீட்டினார்கள். தெரிந்தவர்களிடம் ஓரளவு விசாரித்து, இரு நாடுகளுக்குமான எல்லைப் பாதைகளைப் பற்றித் தெரிந்துவைத்திருந்தனர்.

மூவாயிரம் கிலோமீட்டர்கள் பயணம் செய்து, மணிப்பூரின் மோரே பகுதியை அடைந்தனர். அங்கிருந்து நூறடி தொலைவில்தான் பர்மா. எட்டுவைத்தால் அவர்களின் பிரியமான நாட்டிற்குள் சென்றுவிடலாம். பிறகு ஏதாவது செய்து பிழைத்துக்கொள்ளலாம். அதுதான் அவர்களது எண்ணமாக இருந்தது. அங்குதான் பிரச்சினையும் தொடங்கியது. பர்மாவுக்குள் செல்லவிடாமல் அந்நாட்டுக் காவலர்களால் தடுத்து நிறுத்தப்பட்டனர். திரும்ப வரவே கூடாது என்ற எச்சரிக்கையுடன் அனுப்பப்பட்டனர்.

ஏமாற்றத்துடன் திரும்பிய தமிழர்கள், மீண்டும் தமிழகம் செல்ல மனமின்றி, என்றேனும் ஒரு நாள் பர்மாவுக்குள் செல்லும் வாய்ப்பு வராதா என்கிற ஏக்கத்துடன் அங்கேயே தங்கியிருந்தார்கள். நாள்கள் - மாதங்கள் - வருடங்கள் எனக் காத்திருப்பு காலம் நீண்டு அது மணிப்பூரில் ஒரு தமிழ்க் குடியேற்றமாகவே மாறிப்போனது. தமிழர்களால்தான் அங்கு செல்லமுடியவில்லை. ஆனால், பர்மா மக்கள் பொருள்களை வாங்குவதற்காக இந்திய எல்லைப்பகுதிக்கு வந்தனர். அவர்களது தேவையை நன்கறிந்த, வியாபாரங்களில் அபார அனுபவம் கொண்ட தமிழர்கள் அங்கேயே கடை போட

ஆரம்பித்தனர். வியாபாரம் சூடு பிடித்தது. தமிழர்கள் மகிழ்ச்சி கொண்டனர். பர்மா மக்களுடன் தொடர்பு கிடைத்து, பிழைப்புக்கு ஒரு வழியும் இப்போது உள்ளது. உடனே தமிழ்நாட்டில் இருக்கும் உறவினர்களுக்குச் செய்தி அனுப்பினார்கள். மற்றவர்களும் மோரே வந்து சேர்ந்தனர்.

ஒரு கட்டத்தில் அந்த ஊர் மக்கள் தொகையில் பாதியளவிற்குமேல் தமிழர்கள் என்றானார்கள். கிட்டத்தட்ட பதினைந்தாயிரம் பேர். பிறகு, இரு நாடுகளுக்கிடையே முறையாக எல்லை வர்த்தக உறவுகள் மேம்பட்டதும், மியான்மரின் எல்லைப் பகுதிக்குள்ளேயே சீனப் பொருள்களைக் கொண்ட சந்தை வந்ததும், மோரே தமிழர்களின் சந்தை களையிழக்கத் தொடங்கியது. வருமானமில்லாமல் பலர் ஊர் திரும்பினர். இன்றைய தேதியில் சுமார் மூவாயிரம் தமிழர்கள் வரை மோரேவில் உள்ளனர். தமிழ் கற்றுத் தரும் பள்ளி ஒன்றும் இருக்கிறது. அங்காள பரமேஸ்வரி ஆலயமும் உள்ளது. வர்த்தகச் சங்கம், இட்லி - தோசை கடை என ஒரு குட்டி தமிழ்நாடு மணிப்பூரில் செயல்பட்டு வருகிறது.

குக்கி, மெய்தி இன மக்கள் வாழும் மலைக்கிராமம் மணிப்பூர். மோரேவில் தமிழர்களின் கை அங்கு ஓங்கியபோது, ஒருவகையில் அது அங்கிருந்த உள்ளூர் மக்களுக்குச் சிறிது அச்சுறுத்தலை ஏற்படுத்தியது. அது சீக்கிரமே கலவரமாகவும் வெடித்தது. 1995 ஆம் ஆண்டு குக்கி, தமிழ் மக்களுக்கிடையே நடந்த சண்டையில் உயிர்ப் பலிகளும் இருந்தன. ஆனால் அதன் பிறகு அவர்களுக்குள் உறவு மேம்பட்டது. இருதரப்பினரும் பரஸ்பரம் திருவிழாக்களில் கலந்துகொள்கின்றனர். அண்மையில் மணிப்பூரில் பெரியளவில் நடந்த குக்கி - மெய்தி கலவரத்தில்கூட தமிழர்கள் சிக்கிக்கொண்டனர். மோரே, குக்கிகள் அதிகம் வசிக்கும் பகுதி. தமிழர்கள் குக்கி இனச் சார்பை எடுக்க வேண்டும் என எதிர்பார்ப்பு கொண்டவர்கள் குக்கிகள்.

அங்கு இதைத் தவிர கஞ்சா, ஹெராயின் போன்ற போதை வஸ்துக்களும் கடத்தப்பட்டு வந்தன. இப்போதும்தான். மியான்மரிலிருந்து மணிப்பூர் வழியே மொத்த இந்தியாவுக்கும் அது கடத்தப்பட்டது. தமிழர்களும் இந்த போதை வஸ்து பரிவர்த்தனைகளில் பங்கு வகித்தார்கள். இவ்வழியே போதைப் பொருள்கள் மட்டுமில்லாமல் வெடி மருந்துகள், ஆயுதங்களும்

பெருமளவு எடுத்துவரப்பட்டன. எல்லாமே சட்டவிரோதச் செயல்களுக்காகத்தான்.

சோழர்கள் காலத்திலிருந்தே இந்தியாவிலிருந்து பர்மாவுக்கு வணிக ரீதியிலான பயணங்கள் இருந்துவருகிறதென்றாலும், பர்மாவிலிருந்து இந்தியாவிற்கு இரண்டு முறை பெரிய அளவில் மக்கள் திருப்பியனுப்பப்பட்டனர். இரண்டுக்குமே அரசியல் சூழ்நிலைகள் காரணியாக அமைந்தன.

பர்மாவில் கொன்பாங் ராஜ வம்சத்தின் ஆட்சியை அகற்றிவிட்டு ஆங்கிலேயர்கள் அந்தப் பகுதியின் அதிகாரத்தைக் கொஞ்சம் கொஞ்சமாகக் கைப்பற்றினர். ஆங்கிலேய - பர்மேசிய போர் மூன்று பாகங்களாக நடைபெற்றது. அதில் இரண்டாவது போர் முடிந்திருந்த சமயம், ஆங்கிலேயர்கள் வசம் பேகு மாகாணம் சென்றது. அதுதான் டெல்டா பகுதியான கீழ் பர்மா (லோயர் பர்மா) என மறுபெயர் பெற்றது. 1885 ஆம் ஆண்டு பிரிட்டிஷ் பர்மாவின் மீது மூன்றாவது முறையாகப் போர் தொடுத்து முழுப் பிராந்தியத்தையும் அடிபணிய வைத்தது.

கீழ் பர்மாவின் அரிசி சாகுபடி பணிகளுக்காகவும், பிற இடங்களில் அடிப்படைக் கட்டமைப்புப் பணிகளுக்காகவும் இந்தியர்கள் தொடர்ந்து வரவழைக்கப்பட்டனர். இதனால் பர்மாவில் அப்போதே பொதுவான ஓர் இந்திய எதிர்ப்பு மனப்பான்மை இருந்தது. தங்களுடைய வாய்ப்புகள் பறிபோகின்றனவே என்ற எண்ணமும் வலுவாக இருந்தது. தமிழர்களை அவர்கள் காலா லும்யோ என்றழைத்தார்கள். கறுப்பு நிறத்தைக் குறிப்பதாய் அந்தப் பெயர் இருந்தது.

விவசாயச் சந்தையும் அதன் ஏற்றுமதியும் 1930 களில் சிறிது ஆட்டம் கண்டது. விலைவாசி சீராக இல்லாததால் விவசாயிகளும் பாதிக்கப்பட்டனர். அவர்களால் கடன்களைச் சரிவரச் செலுத்த முடியாமல் நிலம் கையகப்படுத்தப்பட்டது. அப்போது அங்கு கடன் கொடுத்தல்களில் பெரும்பான்மையாக செட்டியார்கள் ஈடுபட்டிருந்தனர். நாட்டுக்கோட்டைச் செட்டியார்கள் / நகரத்தார்கள் என்று தமிழகத்தில் அறியப்படுபவர்கள்தாம். இன்று காரைக்குடியில் பல செட்டிநாட்டு வீடுகள் பர்மா தேக்குகளால் அமைக்கப்பட்டிருப்பதன் பின்னணி இதுதான். 1930களில் 6% நிலத்தை வைத்திருந்த செட்டியார்கள், அடுத்த எட்டு

வருடங்களில் 25% வரை கைப்பற்றியிருந்தனர். காவலர்களாக, கணக்காளர்களாக, கட்டுமானப் பணியாளர்களாக எல்லாமுமாக இந்தியர்கள் இருந்தனர். இந்தக் காரணத்துக்காகவே இந்திய எதிர்ப்பு நிலைப்பாடு மேலும் வலுவடைந்தது. அப்போது நடந்த கலவரத்தில் சில இந்தியர்களையும் அவர்கள் கொன்றனர். பர்மியர்களுக்கு முக்கியத்துவம் வேண்டுமென முறையிட்டனர்.

இதற்கு மேல் இந்தியாவையும் - பர்மாவையும் ஒன்றாக வைத்து நிர்வகிக்க முடியாது என்ற நிலைக்குத் தள்ளப்பட்ட பின்புதான் கிழக்கிந்திய கம்பெனி அந்த அறிவிப்பைச் செய்தது. இனி, இந்தியா - பர்மா தனித் தனியாக ஆங்கிலேய ஆட்சியின் கீழ் நிர்வாகம் செய்யப்படும். தமிழர்கள் மீதான தாக்குதல், நிர்வாக பிரிப்பு எனக் குழப்பமான சூழ்நிலை நிலவியபோதுதான் ஜப்பான், பர்மாவின் மீது குண்டுமழை பொழிந்து தாக்கத் தொடங்கியது.

இப்போதிருப்பதைப் போல ஜப்பானியர்கள் சமாதான விரும்பிகள் இல்லை, அப்போது அவர்கள் மூர்க்கமானவர்கள். பிரிட்டிஷ் எதிர்த் தாக்குதல் நடத்தியது. அப்போதுதான் வரலாறு 'மறக்கப்பட்ட நெடும்பயணம்' என்று குறிப்பிடப்படும் பல லட்சம் இந்தியர்கள் தங்களைக் காப்பாற்றிக்கொள்வதற்காக நெடுந்தொலைவு நடந்தே இந்தியா வந்த சம்பவம் நிகழ்ந்தது. அப்படி அவர்கள் பல ஆயிரம் கிலோமீட்டர்கள் நடந்தபோது பல நூறு பேர் இறந்தும் போயினர்.

1948இல் ஆங்கிலேயர்கள் பர்மாவை விட்டு அகன்றதும், அங்கு தமிழர்களின் நிலை இன்னும் பாதுகாப்பற்றதாகியது. தமிழர்கள் என்றில்லை, சிறுபான்மையினர், அங்கிருந்த பிற நாட்டவர்கள் என அனைவரையும் பாரபட்சம் பார்க்காமல் வெளியேற்ற முடிவுகட்டியிருந்தனர். அப்படித் துரத்தியடிக்கும்போது அவர்களிடம் இருக்கும் அனைத்தையும் பறித்துக்கொண்டுதான் விடவேண்டும் என்பது முதன்மையான கட்டளையாக இருந்தது.

ராணுவப் புரட்சி, மக்களால் தேர்ந்தெடுக்கப்பட்ட தலைவர் என்று ஆட்சியும், அரியணையும் அங்கு அவ்வப்போது மாறுதல்களுக்கு உட்படவேண்டியதாக இருந்தது. 1962ஆம் வருடம் தளபதி நீ வின், (Ne win) கைகளில் அதிகாரம் கிடைத்ததும், நிலைமையை எப்படியாவது கைக்குள் கொண்டுவரவேண்டும் என

விளைவுகளைப் பற்றி யோசிக்காமல் கண்ணை மூடிக்கொண்டு பெரிய பெரிய முடிவுகளை எடுத்துக்கொண்டிருந்தார்.

பர்மாவின் குடியுரிமை வேண்டுமென்பவர்கள் அங்கு அவர்களது மூதாதையர்கள் இருந்ததற்கான ஆதாரங்களைச் சமர்ப்பிக்க வேண்டும். அதாவது 1823க்கு முன்பிருந்தே அங்கே இருந்திருக்க வேண்டும். அதோடு கடைசி எட்டு வருடங்களுக்காவது வீடு இருந்திருக்க வேண்டும்.

பர்மா மொழி அதிகாரபூர்வமாக்கப்பட்டது. பர்மா குடிமக்கள் மட்டுமே அரசுப் பணிகளில் அமர்த்தப்பட்டனர். மற்றவர்களை வெளியே அனுப்பினார்கள். குடியுரிமைக்காக வந்த ஒன்றரை லட்சம் விண்ணப்பங்களில் இருபத்தெட்டாயிரத்துச் சொச்சம் மட்டுமே செல்லுபடியானது. அடுத்த ஆண்டு தளபதி நீ, தேசியமயமாக்கலைக் கொண்டுவந்தார். வர்த்தகம், வங்கி, தொழிற்சாலைகள் என அனைத்தும் தேசியமயமாக்கப்பட்டன. இது இந்தியர்களின் வாழ்வாதாரத்தைப் பெரிதும் பாதித்தது.

1966 முதல் 1980கள் வரை இரண்டரை லட்சம் இந்தியர்கள் அங்கிருந்து வெளியேறினர். அதில் பெரும்பான்மையாக இருந்தவர்கள் தமிழர்கள். அங்கிருந்து கிளம்பியவர்கள் மூன்று இடங்களுக்குச் சென்றார்கள். முதலாவது தத்தமது சொந்த ஊர்களுக்கு. தமிழகம், பஞ்சாப், பீகார் என அவர்களது முந்தைய தலைமுறையினர் வந்திருந்த கிராமங்களுக்குத் திரும்பினர். அடுத்தது சிங்கப்பூர், மலேஷியா, தாய்லாந்து போன்ற ஆசிய நாடுகளுக்கு. மூன்றாவதாக அவர்கள் தேர்ந்தெடுத்தது காமன் வெல்த் நாடுகளை. இந்தச் சமயத்தில் குழுவாகப் புதிய நாட்டுக்குச் சென்றபோது ஏற்படுத்திக்கொண்ட குடியேற்றங்கள்தாம் இன்று வரை வளர்ந்து வருகின்றன.

1950ஆம் வருடம் பர்மா சென்ற இந்திய வெளியுறவுத் துறை அதிகாரி எரிக் கொன்சால்வேஸ். அப்போது அவர் முப்பத்தைந்து வயது அதிகாரி. யாங்கூனில் இருக்கும் இந்தியத் தூதரகத்துக்கு நிலைமையைச் சமாளிப்பதற்காக இவரை அனுப்பிவைத்திருந்தனர். இவரும் பாஸ்கல் ஆலன் நாசரேத் என்பவரும் குழுவினரோடு மொத்தப் பொறுப்பையும் ஏற்றிருந்தனர்.

சீனாவுடன் 1962 போரில் தோற்றிருந்தது, இந்தியாவுக்குப் பலத்த அடியாக இருந்தது. அப்போது நேரு பல சிக்கல்களை ஒரே

சமயத்தில் நிர்வகித்துக்கொண்டிருந்தார். இறக்கும் சமயத்தில்கூட மியான்மர் தளபதிக்கு அவர் எழுதிய கடிதத்தில், 'தயவு செய்து மியான்மரில் உங்கள் குடிமக்களாக இருக்க விரும்புபவர்களை அங்கேயே தங்க அனுமதியுங்கள். அதேபோல இந்தியா நோக்கி வரும் மக்களை, அவர்களது உடைமைகளைக் கொண்டு வரவிடுங்கள். அது அவர்கள் இந்தியா வந்ததும், புதிய வாழ்வினைத் தொடங்க உதவியாக இருக்கும். இது சார்ந்த பணிகளைக் கவனிப்பதற்கு, விரைவில் எங்களது அதிகாரியை அங்கு அனுப்பி வைக்கின்றேன்,' எனக் குறிப்பிட்டிருந்தார்.

அப்போது இந்தியா ராஜாங்க ரீதியாகத் தனியே விடப்பட்ட ஒரு நாடு. சீனா போர் தந்த சோர்வு ஒருபுறம், அதிகரித்துக்கொண்டே இருந்த பர்மாவின் பிரச்சினை என டெல்லியில் இருந்த எந்தவொரு மூத்த உயரதிகாரியும் அப்போது மியான்மர் செல்லத் தயாராக இல்லை. அவர்கள் அனைவரும் ஏதோ காரணம் சொல்லித் தட்டிக் கழித்து இளம் அதிகாரிகளை அங்கு அனுப்பி வைத்துவிட்டனர். அப்படி அங்கு சென்றவர்தான் எரிக்.

பர்மாவின் இந்தியா தூதரகத்தில் நின்றிருந்த இந்தியர்களின் எண்ணிக்கை ஆயிரத்தைக் கடந்திருந்தது. தங்களின் பணம் - நகைகளைப் பத்திரப்படுத்தித் தரக்கோரி அவர்கள் கூடியிருந்தனர். எரிக்கும் பாஸ்கலும் இணைந்து வரிசையில் நின்றுகொண்டிருந்த மக்களின் பணம், நகைகளின் கணக்குக் குறிப்புகளை எடுத்துக் கொண்டிருந்தனர். மூன்று நாள்களில் கிட்டத்தட்ட நான்கு கோடி ரூபாய் (அன்றைய மதிப்பு) மதிப்பிலான பணம் நகைகளை இந்தியத் தூதரகம் கையகப்படுத்தி, அவர்கள் இந்தியா சென்றதும் வாங்கிக்கொள்ள வழிவகை செய்தனர். இதை எதிர்பாராத அந்நாட்டின் அதிகாரிகளால் இதை எதுவும் செய்து தடுக்க முடியவில்லை. 1960களில் அப்போது பர்மாவில் பத்து முதல் பதினைந்து லட்சம் இந்தியர்கள் இருந்தார்கள், குறைந்தது மூன்று லட்சம் மக்களாவது அன்று நாட்டை விட்டு வெளியே வந்தார்கள். அவர்களுக்கு இந்தியா சார்பில் கப்பல் ஏற்பாடும் இருப்பிட வசதியும் செய்து தரப்பட்டது.

நேரு இறந்து சரியாக ஓராண்டில் பர்மாவில் காலரா நோய் பரவியது. அப்போது அவர்களுக்கு இந்தியாதான் முதலில் உதவியது. காலராவானாலும், கொரோனாவானாலும் அவர்களுக்கு ஒன்றென்றால் முதலில் முன்னிற்பது இந்தியாதான்.

தமிழகம் வந்த குழுவை ஆதரிப்பதில் பெரும்பங்கு அப்போதைய தமிழ்நாட்டு அரசுக்கு இருந்தது. பர்மாவின் சூழ்நிலை மாறுவதை ஓரளவு முன்பே புரிந்துகொண்ட செட்டியார் சமூகத்தினர், பணம் படைத்தவர்கள் சமாளித்துக்கொண்டனர். பணிகளில் இருந்தவர்கள், கூலிகளாக இருந்தவர்கள் கையிலிருந்த அனைத்தையுமே அங்கேயே விட்டுவிட்டுத்தான் வரவேண்டி இருந்தது. தமிழ்நாடு அரசு, இந்த மக்களைச் சில மாதங்களுக்கு முகாம்களில் தங்கவைத்துப் பின்னர், இடம், வீடு அதற்குக் கடன் உதவி என உதவிகள் செய்துகொடுத்தது. மார்ச் 2001 கணக்குப்படி, 144, 445 மக்கள் மியான்மரில் இருந்து வந்து இட வசதி, வீடு வசதி கிடைக்கப்பெற்றுள்ளனர். ஆந்திராவிலும் மேற்கு வங்கத்திலும் அங்கு வந்த மக்களுக்கு அரசு சார்பில் உதவிகள் செய்தார்கள் எனினும் அவை சிறிய அளவிலேயே இருந்தன.

மின்சாதனப் பொருள்கள் முதல் இறக்குமதி செய்யப்பட்ட வாசனைத் திரவியம், சாக்லெட், பொம்மைகள்வரை அனைத்தையும் பேரம் பேசி இன்று நாம் பர்மா பஜாரில் வாங்க முடியும். பர்மாவை விட்டு வரும்போது, அங்கிருந்து கொண்டு வந்த அப்பொருள்களை உள்ளூரில் விற்கத் தொடங்கி அது நல்ல வரவேற்பைப் பெற்றது. 1969 ஆம் வருடம் தமிழ்நாடு அரசு பர்மா பஜாரை சட்டபூர்வமாக அங்கீகரித்தது.

இப்போதும் பர்மா தமிழர்கள் தங்கள் குடும்பத்தினரோடு, தமிழ்நாட்டில் சென்னை, திருச்சி போன்ற இடங்களில் உள்ள பர்மா குடியிருப்பில் வசித்துவருகிறார்கள். சுதந்திரப் போராட்டத்தின்போது சுபாஷ் சந்திர போஸின், இந்திய தேசியப் படையில் பலரும் பங்குகொண்டிருந்தார்கள். அப்போது அவர்களுக்கு இந்தியாவை ஆங்கிலேயர்களின் பிடியிலிருந்து விடுவிக்க வேண்டுமென்பது மட்டும்தான் நோக்கம். அதைத் தவிர வேறு எதையும் அவர்கள் பொருட்படுத்தவில்லை. அவர்கள் ரகசியமாக இளம் ஆண் - பெண்களைப் படையில் சேர்த்தும் வந்தார்கள். சுதந்திரத்திற்குப் பிறகு இந்தியாவும் ரங்கூனும் ஒன்றாக இருக்கும் என்றே நம்பியிருந்தனர்.

தமிழ்நாட்டில் அரசு சார்பில் உதவிகள் கிடைத்தாலும், தமிழ்நாட்டு மக்கள் பர்மா தமிழர்களை அந்நியர்களாகத்தான் பார்த்தார்கள். வித்தியாசமாகத்தான் நடத்தினார்கள். இந்தப் பக்கம், தாய்

நாடாக பர்மாவை நினைத்துக்கொண்டிருந்தவர்கள் எப்படியும் அங்கு திரும்பிச் சென்றுவிட வேண்டும் என விரும்பினர். அப்படிச் சென்றவர்களில் சிலர் பர்மா காவலர்களால் கைது செய்யப்பட்டு சிறை வைக்கப்பட்டனர். அங்கு குடும்பத்துடன் ஒன்றரை ஆண்டு சிறையில் இருந்தவர்களை, இந்திய அரசாங்கம் மத்தியஸ்தம் செய்து விடுவித்து அழைத்து வந்தது. ஆனால், இந்தியா வந்ததும் அவர்கள் மீண்டும் ஆறு வருடங்கள்வரை சிறை வைக்கப்பட்டனர். மோரேவின் இஸ்லாமியர்களுக்கு மட்டும் மியான்மர் திரும்பச் செல்வதில் விருப்பமில்லை. இருபது லட்சம் ரோஹிங்கியா முஸ்லிம்கள் விரட்டியடிக்கப்பட்ட நாட்டில் எப்படி இஸ்லாமியர்கள் பாதுகாப்பாக வாழ முடியும் என்பது அவர்களது தரப்பு வாதம்.

தமிழ்நாட்டில் இருக்கும் கிட்டத்தட்ட அனைத்துப் பெரிய கழகங்களுக்கும் குழுக்களுக்கும் பர்மாவில் அன்று கிளைகள் இருந்தன. தமிழ்நாட்டில் திராவிட முன்னேற்றக் கழகம் தொடங்கப்பட்ட சில மாதங்களிலேயே பர்மா திராவிட முன்னேற்றக் கழகம் என்று அங்கே ஆரம்பித்தார்கள். அண்ணா திராவிட முன்னேற்றக் கழகம், பர்மா இந்து தமிழ் மன்றம், பர்மா திராவிடக் கலாசாரக் கழகம், தமிழ் இளைஞர் பொது நலக்குழு, பர்மா ஈழ மாணவர் பொது மன்றம், அறிஞர் அண்ணா அறிவகம் போன்ற எண்ணற்ற தமிழ்க் குழுக்கள் அங்கே தீவிரமாக இயங்கிக்கொண்டிருந்தன.

1954ஆம் வருடம் நடந்த புத்த சமய மாநாட்டில் அம்பேத்கர் தலைமை தாங்கினார். பெரியாரும் நிகழ்வில் பங்கேற்றார். இப்போதும் மியான்மர் என்கிற பர்மாவில் ஜல்லிக்கட்டு நடக்கிறது. யாங்கோன் மாநிலத்தின் பிலிக்கான் கிராமத்தில் மஞ்சுவிரட்டு விழா, கீரின் மாநிலத்தின் பரிசமா நகர் விழா என அந்நாட்டு மக்களும் கலந்துகொள்வார்கள். ஜல்லிக்கட்டுக்குத் தமிழ்நாட்டில் தடையிருந்தபோதும், அங்கு போட்டிகள் நடைபெற்றன. தமிழ்நாட்டில் இருக்கும் தடையை விலக்கக் கோரி போராட்டங்கள் நடைபெற்றபோது, அதற்கு அம்மக்கள் ஆதரவும் கொடுத்தனர்.

4. இரு மொழிகள், ஒரு குடியுரிமை

இன்றைய வியட்நாமின் ஹோ சி மின் நகரம் வானுயரக் கட்டடங்களால் ஆனது. 1880களில் ஹோ சி மின் நகரத்தின் பெயர் சைகோன். அப்போது அங்கு பெருமளவில் இருந்த தமிழர்களின் வாழ்க்கைக்குச் சாட்சியாக இன்றும் இருக்கும் மாரியம்மன் கோவில் பதினெட்டாம் நூற்றாண்டில் கட்டப்பட்டதாகும்.

நாற்பதடி உயர ராஜ கோபுரம். கமேர் பூசாரி தினமும் ஆலயத்தைச் சுத்தப்படுத்தி பூஜைகளுக்கு ஆயத்தமாகும் வேளையில் அங்குள்ள சீன, வியட்நாம், கமேர் மக்கள் ஒன்றுகூடி வழிபாடுகளை மேற்கொள்வர். ஊதுபத்தி, வாசனை மலர்கள், படையலாக நூடில்சையும் கொண்டுவருவார்கள். அது வெறும் இந்தியர்களுக்கான கோயில் மட்டுமல்ல, அந்நாட்டில் உள்ள அனைத்து மக்களுக்கும் பொதுவான ஒரு வழிபாட்டுத் தலம்.

இரு நாடுகளுக்கும் கலாசார, வர்த்தக உறவுகள் பல நூற்றாண்டுகளாக இருந்து வந்ததற்கான ஆதாரங்கள் இருக்கின்றன. பல்லவர்களின் வம்சாவளி மன்னர் வியட்நாமில் ஆட்சி செய்து வந்ததும், கைம்மாறாக அந்த வம்சத்து இளவரசர்களை, அரசர்களாக இங்கே அழைத்து வந்ததாகக் கூறப்படும் கதைகளும் உண்டு. அதைத் தாண்டி இரு நாடுகளுக்கான தொடர் உறவு என்பது பிரெஞ்சு காலனியக் காலத்தில் 1800களில் ஏற்பட்டதுதான். பிரெஞ்சுக்காரர்கள் இப்பகுதியைக் கட்டுப்பாட்டில் எடுக்கும்போது அங்கு தமிழ்க் குடியேற்றங்கள் எதுவும் இருக்கவில்லை.

அவர்கள் தமிழ்நாட்டின் பாண்டிச்சேரி, காரைக்கால் பகுதிகளிலிருந்து தமிழர்களை அழைத்துச் சென்றனர். அதுவும் பிரெஞ்சுக் குடிமக்களாக. அப்போது பாண்டிச்சேரி டிக்ரீ 1881ன்படி, பிரெஞ்சுக் கட்டுப்பாட்டில் இருந்த மக்களுக்கு ஒரு வாய்ப்பு வழங்கப்பட்டது. பிரெஞ்சு மொழியை நன்கு பேசி எழுதக் கூடிய, பிரெஞ்சுக் குடியுரிமையைப் பெற விரும்புபவர்கள், நிரந்தரக் குடிகளாக ஏற்றுக்கொள்ளப்படுவார்கள். ரினவுன்ஸர்ஸ் என்று அவர்கள் குறிப்பிடப்பட்டனர். அதாவது, இந்தியர் - தமிழர் என்ற அடையாளத்தைத் துறந்து முற்று முழுவதுமாக பிரெஞ்சு குடியாகத் தன்னை அறிவித்துக்கொள்வது. அதன் ஒரு பகுதியாக அவர்களுக்கு துணைப்பெயரும் வழங்கப்பட்டது.

இது காரைக்கால் பாண்டிச்சேரி பகுதியிலிருந்த தமிழர்களுக்கு நல்ல யோசனையாகப்பட்டது. மொழித் திறமையை மட்டும் வளர்த்துக்கொண்டு இவர்களுடன் கிழக்காசிய தேசங்களுக்குச் சென்றால் வாழ்க்கைத் தரம் உயரும் என எண்ணினார்கள். பிரெஞ்சுத் துருப்புகள் பாண்டிச்சேரியிலிருந்து கிளம்பும்போது இந்தத் தமிழர்களும் உடன் சென்றனர். அதில், பிரெஞ்சு குடியாகத் தங்களை அறிவித்துக்கொண்ட தமிழர்களும், குடியுரிமை பெறாத ஆனால் வேலைவாய்ப்புகள் வேண்டி உடன் சென்றவர்களும் இருந்தனர். அங்கு அவர்களுக்கு உயரிய அரசாங்கப் பணிகளும் வழங்கப்பட்டன.

இந்தப் புதிய பிரெஞ்சுக் குடிகளைப் பிரெஞ்சு அரசாங்கம் அவர்கள் கைப்பற்றியிருந்த இந்தோசீனா பகுதிகளை நிர்வகிக்க உபயோகப்படுத்திக்கொண்டது. பத்தொன்பதாம் நூற்றாண்டில் பிரெஞ்சு கட்டுப்பாட்டின் கீழ் இருந்த இன்றைய லாவோஸ், கம்போடியா, வியட்நாம் பகுதிகள்தான் இந்தோசீனா என்றறியப்பட்டன.

இப்படி நிரந்தரக் குடிகளாக மாறியவர்கள், பிரெஞ்சுக் குடிகளுக்கு இணையான மரியாதையை அந்தஸ்தைப் பெற்றனர். பொதுவாக காலனிய நிர்வாகத்தில் ஐரோப்பியர்களுக்கு வழங்கப்படும் பொறுப்புகளும், பதவிகளும் இந்தத் தமிழர்களுக்கு வழங்கப்பட்டன. இத்தனைக்கும் மேல், ஏதாவது குற்றம் குறை செய்து தண்டனையோ சிறைவாசமோ கிடைக்கப்பெற்றால்கூட, இவர்களுக்கு சிறப்புச் சலுகை உண்டு. தனி அறைகள், கடுமையான பணிகளிலிருந்து

விலக்கு எனப் பல ஆதாயங்கள் கிடைத்தன. சில வரிவிலக்குகளும், குழந்தைகளுக்கு உயரிய பிரெஞ்சுப் பள்ளிகளில் கல்வி கற்கும் வாய்ப்பு என ஏராளமான சலுகைகள்.

கொடுக்கப்பட்ட சலுகைகளுக்கு நிகராக இவர்களின் பொறுப்புகளும் வேலைகளும் இருந்தன. பிரெஞ்சுடன் இணைந்து போர்களுக்குச் சென்றனர். நிரந்தரக் குடிகளாக மாறியவர்களின் தேவைகளை எடுத்துச்சொல்வதற்கு ஓர் உறுப்பினரைப் பிரெஞ்சு நாடாளுமன்றத்துக்குத் தேர்ந்தெடுத்து அனுப்பினர். தேர்தல், வாக்குரிமை போன்றவற்றைப் போராடிப் பெற்றனர்.

ஆனால் சைகோனில் இருந்த மக்கள் நினைத்தது வேறு. பிரெஞ்சு தமிழர்களின் வருகை அனைத்து வழிகளிலும் பின்னடைவைத்தான் தரப்போகிறது என்று வெளிப்படையாகவே பேசினார்கள். நிர்வாகப் பதவிகளிலும் இந்தத் தமிழர்கள்தான் நீக்கமற நிறைந்திருந்தனர். கிளார்க்கு, காவல் அதிகாரி, நீதிபதி, வரி அதிகாரி என அனைத்திலும். பிரெஞ்சுக் காலனியாக இருந்தும், இந்த மக்களை நிர்வகிப்பவர்கள் வெள்ளைத் தோல் கொண்ட பிரெஞ்சுக்காரர்களாக இல்லாமல், தமிழ் முகங்களாகவே இருந்தது ஒரு கட்டத்தில் இவர்களுக்குச் சிறிது அலுப்பைத் தந்தது. அப்போது அங்கே செல்வாக்கு மிக்கவர்களின் படிநிலை என்பது பிரெஞ்சு - ஐரோப்பியர்களுக்கு அடுத்து இந்தப் பிரெஞ்சுத் தமிழர்களுக்குக் கிடைத்தது. அதற்கு அடுத்து அரசுப் பதவிகளில் இருப்பவர்களுக்கும் அதையும் தாண்டித்தான் சைகோனில் இருக்கும் செல்வந்தர்கள் வந்தார்கள். கடைசி நிலையில் சாமானிய மக்கள் என்றானது. கருநிறம் கொண்ட தமிழர்களுக்கு நினைக்கமுடியாத மரியாதையும், சிறப்பு அந்தஸ்தும் வழங்கப்படுவதை அவர்களால் ஏற்றுக்கொள்ள முடியவில்லை.

இதுபோக, பிரெஞ்சுக் குடிகளாக இல்லாத, ஆனால் பிரெஞ்சுக் கட்டுப்பாட்டில் இருக்கும் இந்தியப் பகுதியிலிருந்து வந்த நாட்டுக் கோட்டை செட்டியார்கள் கடன் தரும் தொழிலை நடத்திவந்தனர். அதோடு இஸ்லாமிய தமிழ் வணிகர்களும், வியட்நாமின் உள்ளூர் மக்களுக்குக் கடும் போட்டியாக இருந்தனர். இவையனைத்துமே அங்கே அவ்வப்போது சலசலப்புகளை ஏற்படுத்திக்கொண்டுதான் இருந்தன.

சைகோன் மக்கள் இந்தியர்களை இரண்டு பெயர்களைக் கொண்டு

அழைத்தார்கள். சா பம்பாய் என்பது தமிழர்கள் அல்லாத இந்தியர்களுக்கான பெயர். சா செட்டி என்பது ராம்நாடு, மலபார் பகுதிகளிலிருந்து வந்த தமிழர்களை, செட்டியார்களைக் குறிப்பதற்கான பெயர். டன் தட் திப் பகுதியில் இவர்கள் அதிக அளவில் வாழ்ந்து வந்தனர். 1939 வாக்கில் பிரெஞ்சு அரசாங்கம் புதிய குடிகளான தமிழர்களை மேற்கத்திய உடுப்பு அணியப் பரிந்துரைத்தது. இருப்பினும் நெடுநாள் வரை அங்கு தமிழ்க் கலாசார உடை அணியும் வழக்கம் இருந்தது.

கொச்சின் சீனா. இது தற்போதைய தெற்கு வியட்நாமைக் குறிக்கும் அன்றைய பெயர். அங்கு இரண்டு வகை இந்தியர்கள் இருந்தனர். பிரெஞ்சுக் குடியுரிமை பெற்ற தமிழர்கள். அடுத்தது, குடியுரிமை பெறாத பிரிட்டிஷ் இந்திய, பிரெஞ்சுக் காலனிய இந்தியப் பகுதிகளிலிருந்து வந்தவர்கள். அங்கே நிர்வாகப் பொறுப்புகள் முதலில் ஐரோப்பியர்களுக்காக ஒதுக்கப்பட்டிருந்தன. நாளடைவில் பிரெஞ்சு மொழி புலமை கொண்ட தமிழர்கள் வந்தார்கள். கூடவே, ஐரோப்பிய நிறுவனங்களில் குடியுரிமை பெறாத ஆனால் புலம் பெயர்ந்து வந்த தமிழர்கள் வேலைக்குச் சேர்ந்தார்கள். சுங்கத் துறை, வரி பெறும் அதிகாரிகளாக, நீதிபதிகளாக, எண்ணெய் நிறுவனம் முதல் துணிக் கடை வரை அனைத்து வேலைகளையும் செய்தனர். 1930களில் கணக்கு வழக்குகள் பார்ப்பதில் வல்லவர்களான பாண்டிச்சேரி ரெட்டியார்களை பெருமளவில் ஐரோப்பிய நிறுவனங்கள் பணிக்கு அமர்த்தின.

அதோடு மற்ற துறைகளான மரம் விநியோகம், சிறைக் கைதிகளுக்கு, கல்லூரி மாணவர்களுக்கு உணவு விநியோகம் செய்யும் ஒப்பந்தப் பணி செய்தனர். போக்குவரத்துத் துறையில் நடத்துநர்களாக, காவலாளிகள், சிறை கண்காணிப்பாளர்களாகப் பொறுப்பு வகித்தனர். இப்படித் தொடர்ந்து இந்தியா, சீனாவிலிருந்து வருபவர்களால் இங்கிருப்பவர்களின் வேலைவாய்ப்புகளுக்கு ஆபத்து என்பதை அதிகாரிகள் அப்போதைய ஹனோய் ஆளுநரிடம் சொல்லிப் புரியவைத்தனர். இது நடந்தது 1908ஆம் ஆண்டு. எத்தனையோ செய்தும் அடுத்த இருபது ஆண்டுகளுக்கு இந்தியர்களின் வருகையை அவர்களால் நிறுத்தமுடியவில்லை.

பிரெஞ்சுக் காலனியங்களுக்குத் தமிழர்களைக் கூட்டிக்கொண்டு வரும் விருப்பம் இருந்தது, வியட்நாமை நிர்வகிப்பதில்

அவர்களது பணிகளில் நம்பிக்கையும் இருந்தது. அவர்கள் வியட்நாமியர்களைவிடத் தங்கள் புதிய குடிகளான தமிழர்களை அதிகம் நம்பினர், முக்கியத்துவம் அளித்தனர். அவர்கள் பிரெஞ்சுப் படையின் பதினொராவது காலாட்படையிலும் அங்கம் வகித்தனர். அவர்களுக்குப் பிரெஞ்சு எழுதப் படிக்கத் தெரிந்திருந்தால், ராணுவத் தளத்தை முறையாகக் கவனிக்க முடிந்தது.

வியட்நாமின் பல பகுதிகளில் தென் இந்திய வியாபாரிகள் கடை வைத்திருந்தனர். அங்கிருக்கும் தமிழர்களுக்கான துணிகள், அத்தியாவசியப் பொருள்களைப் பெருமளவு அங்கே இறக்கியிருந்தனர். கடலை எண்ணெய் முதல் புளியோதரை கலவை வரை தமிழர்களுக்குத் தேவைப்பட்ட அனைத்தும் கிடைத்தன. தமிழ் இஸ்லாமியர்கள் அரிசி விளையும் பகுதிகளான மேகாங் டெல்டா இடங்களில் வசித்தனர். அதுபோக வைர வியாபாரம், கால்நடை வளர்ப்பு, அவற்றைப் போக்குவரத்துக்குப் பயன்படுத்துவதும் இருந்தது. ஆனால் இஸ்லாமியத் தமிழர்களுக்குப் பிரெஞ்சின் நிரந்தரக் குடியுரிமையைப் பெறுவதில் சிறிது தயக்கம் இருந்தது. குடியுரிமை அவர்களது மத நம்பிக்கைகளைப் பின்பற்றுவதற்குத் தடையாக அமையலாம் என்கிற அச்சத்தால் அதைத் தவிர்த்தார்கள்.

இத்தனையையும் தாண்டி அங்கே கவனம் பெற்ற இன்னொரு வகைத் தொழிலாளர்கள், துணி தைக்கும் தமிழர்கள். நகரம், கிராமம் என்ற பாகுபாடில்லாமல் அனைத்து இடங்களிலும் அவர்களுக்கான பணித் தேவை இருந்தது. பிரெஞ்சு அரசு வியட்நாமில் அடிப்படைக் கட்டுமானத் திட்டங்களில் ஈடுபட்டிருந்தபோது போக்குவரத்திற்காக மாட்டு வண்டிகள் பயன்படுத்தப்பட்டன. 1884ஆம் ஆண்டிலேயே தமிழர்கள் அங்கு வீட்டுக்கு வீடு சென்று பால் விநியோகம் செய்து வந்தனர். பின்னாளில் ஐரோப்பிய நிறுவனங்கள் பாலை பைகளில் அடைத்து விற்கத் தொடங்கும் வரை, தமிழர்கள்தான் அங்கு பிரதானப் பால்காரர்கள்.

1880களின் தொடக்கத்தில் அங்கிருந்த தமிழர்கள் இணைந்து தங்களின் மாரியம்மன் சிலையை ஒரு சிறிய அறையில் வைத்து வழிபட்டனர். அதுவே பின்னாளில் மிகப் பெரிய கோயிலாக உருப்பெற்றது. கோயில் கட்டுமானத்திற்கான பணம் சேரத்

தொடங்கியதும், மெட்ராஸிலிருந்து கலைஞர்கள் வரவழைக்கப்பட்டு, அவர்கள் பாணியில் கோயில் அமைப்பதற்கான பணிகள் நடந்தன. சைகோன் நகர வீதிகளில் விமரிசையாகக் கொண்டாடப்பட்ட சிம்ம வாகனத்தின் மீதான அம்மன் ஊர்வலங்களைப் பற்றி அப்போதைய வியட்நாம் மக்களின் குறிப்புகளில் இருக்கின்றன. இந்தக் கோயில் அமைந்திருந்த நிலப்பரப்புதான் கொச்சின் சீனாவில் இருந்த தமிழர்களுக்கும், இந்தியத் தமிழர்களுக்கும் வணிகப் பரிவர்த்தனைகளுக்கான பொது இடமாக அமைந்தது.

இரண்டாம் உலகப்போரின் போது, ஜப்பான், சீனாவைத் தாக்குவதற்கான ஒரு தளமாக வியட்நாமைப் பயன்படுத்திக்கொண்டது. அந்தச் சமயத்தில் ஆயிரக்கணக்கில் அங்கிருந்த தமிழ் மக்களின் கதி என்ன ஆனது என்பது தெளிவாக இல்லை. அவர்கள் முறைப்படி பிரெஞ்சுக் குடியுரிமை பெற்றவர்களாதலால், அவர்களுடன் சென்றிருப்பார்கள் என்கின்றன வரலாற்றுப் பதிவுகள். அப்படித் தற்காலிகமாக ஊரை விட்டுச் சென்ற பிரஞ்சுக்காரர்கள், தாக்குதல்கள் முடிந்ததும், மீண்டும் வந்தனர். ஆனால் இம்முறை அவர்கள் வெகு காலம் அங்கே தங்கவில்லை. சிறியதும் பெரியதுமாக அவர்கள் பல போர்களைச் சந்திக்கவேண்டியது இருந்தது. பிரெஞ்சு காலனியம், அவர்கள் சென்றதும் குறுகிய கால ஜப்பான் முற்றுகை எனப் பல குழப்பங்களுக்கிடையில் அப்போது வியட்நாம் இரண்டாகப் பிளவுபட்டது. வடக்கு வியட்நாம் கம்யூனிச நிலமாகவும், தெற்குப்பகுதி அதற்கு எதிரான சித்தாந்தத்துடனும்.

இரண்டாம் உலகப்போர் முடிந்து, பனிப்போர் காலம். சோவியத்தும் அமெரிக்காவும் பல இடங்களில் தேசங்களின் அரசியல் சூழ்நிலையைத் தனக்குச் சாதகமாகப் பயன்படுத்திக்கொண்டு யார் பெரியவன் என்று அடித்துக் காட்டிக்கொண்டிருந்தனர். ஆசியாவின் எந்தவொரு தேசமும் கம்யூனிச வலையில் விழக்கூடாது என்று கவனமாக இருந்த அமெரிக்கா, சமயம் பார்த்து வியட்நாமில் வலது கால் எடுத்து வைத்தது. அதன் தெற்குப் பகுதி விவகாரங்களில் தலையிடத் தொடங்கியதும் அப்போதுதான். வடக்கு கம்யூனிச வியட்நாம் தேமே என நின்றிருந்த அமெரிக்க ராணுவக் கப்பல்களைத் தாக்கியதாகச் சொல்லி, பதில் தாக்குதலை ஆரம்பித்தது. 1975ஆம் வருடம் ஏப்ரல்

இருபத்து ஒன்பதாம் தேதி அமெரிக்கப் படைகள் கிளம்பிச் சென்றதிலிருந்து அது முழுநீளப் போராகியது.

பிரெஞ்சு நிரந்தரமாகப் பிராந்தியத்தைக் காலி செய்துவிட்டுச் சென்றபின்பும், செட்டியார்களும், இஸ்லாமியத் தமிழர்களும் அங்கேயே இருந்தனர். அதாவது தெற்கு வியட்நாமில் தாங்கள் அதுவரை செய்து வந்த தொழில்களை அப்படியே தொடர்ந்தனர். மாரியம்மன் கோயிலும் அதன் வழிபாடுகளும் போர் சமயத்திலும் எந்தச் சிக்கலுமின்றித் தொடர்ந்தன. புதிய அரசு அமைந்ததும், கோயிலின் நிர்வாகத்தை மக்களிடம் கொடுத்தது. பூசாரிகளிடம் பணம் நேரடியாகச் செலுத்தாமல், உண்டியல் வைத்துச் சேமிக்கப்பட்டு, கோயில் பணிகளுக்கு எடுத்துக்கொண்டார்கள். அங்கிருந்த கடைசி தமிழ் பூசாரி இரண்டு கமேர் சிறுவர்களை வளர்த்து, இந்து பூசை, வழிபாடு முறைகளைச் சொல்லிக்கொடுத்தார். அவர்களுடைய குழந்தைகள்தான் இன்று வரை அந்தக் கோயிலில் இருக்கின்றனர்.

1975ஆம் ஆண்டு கம்யூனிச வியட்நாம் அமெரிக்காவைத் தோற்கடித்து சைகோனின் ஆட்சியைக் கைப்பற்றியதும், அங்கிருந்த பெரும்பாலான தமிழர்களுக்கும் இந்தியர்களுக்கும் இடத்தை விட்டு அகல்வதைத் தவிர வேறு மார்க்கம் இருக்கவில்லை. ஆனால் தொண்ணூறுகளில் இந்த கம்யூனிச நாடு கொண்டு வந்த சந்தைக்கு முக்கியத்துவம் கொடுக்கும் பொருளாதாரச் சீர்திருத்தங்களால், பல வணிகர்கள் இந்தியாவிலிருந்து வேலைநிமித்தம் மீண்டும் வியட்நாம் வந்தனர்.

1927ஆம் ஆண்டு பிரசல்ஸில் நடைபெற்ற ஆசிய பெடெரேஷன் சந்திப்பில், காலனி ஆதிக்கத்திற்கு எதிராக ஆசிய நாடுகள் ஒன்றிணைய வேண்டிய அவசியத்தைப் பற்றிப் பேசினார்கள். அதில் பங்கேற்ற நேரு, இந்தியாவின் எதிர்காலம் என்பது ஆசிய நாடுகளின் குறிப்பாகக் கிழக்காசிய நாடுகளின் எதிர்காலத்துடன் கலந்திருப்பது என்பதை உணர்ந்துகொண்டார்.

அதன்பின்பு கிட்டத்தட்ட அனைத்து ஆசிய நாட்டுத் தலைவர்களுக்குள்ளுமே அந்த எண்ணம் வலுப்பெற்றது. தீவிரக் கம்யூனிசச் சிந்தனையாளரான ஹோ சி மின், 1940ஆம் வருடம் வியட் மின் என்னும் வியட்நாம் சுதந்திரம் பெறவேண்டுவதற்கான முன்னெடுப்புடன் நாடு திரும்பினார். 1945ஆம் ஆண்டு ஹோசி

மின் ஆசிய நாடுகளின் கூட்டமைப்பிற்கான விருப்பத்தை வெளிப்படையாகத் தெரிவித்தார். 1890ஆம் ஆண்டு பிரெஞ்சு காலனி காலத்தில் மத்திய வியட்நாமில் பிறந்த ஹோ சி மின், பல கால கட்டத்தில், வெவ்வேறு பெயர்களில் பிரான்ஸ், ரஷ்யா போன்ற நாடுகளில் கம்யூனிச அமைப்புகளில் இருந்தவர். வியட்நாம், கம்போடியா, லாவோஸ், தாய்லாந்து, மலேஷியா, பர்மா, இந்தியா, இந்தோனேசியா, பிலிப்பைன்ஸ் என்று ஒரு பட்டியல் வைத்திருந்தார். ஏனோ அவரது மனத்தில் சீனா, ஜப்பான், கொரியா போன்ற நாடுகள் ஆசியக் கூட்டமைப்பு என்கிற லட்சியப் பட்டியலில் வரவில்லை.

1924 முதல் 1931 வரை தொடர்ந்து இந்தியச் சுதந்திரப் போராட்டம் பற்றிய பல கட்டுரைகளைச் சர்வதேசப் பத்திரிகைகளுக்கு எழுதி அனுப்பினார். அவர் மட்டுமின்றி, வியட்நாம் மக்களுக்கும் காந்தி - நேரு - சுபாஷ் சந்திர போஸ், இந்திய மக்கள் என்றால் கொஞ்சம் பிரியம் இருந்தது. நன்மதிப்பும் வைத்திருந்தனர். 1940களில் நேருவும் - ஹோ சி மினும் ஒருவருக்கொருவர் கடிதங்களைப் பரிமாறிக்கொண்டனர். 1975ஆம் ஆண்டுக்குப் பிறகு வியட்நாம் ஒரு தேசமாக இணைந்ததும், பல பெயர்களும், பல இருப்பிடங்களையும் கொண்டவரான ஹோ சி மின் பெயரில், தெற்கு வியட்நாமின் சைகோன் நகரம் அறியப்பட்டது.

1920ஆம் வருடம் வியட்நாமை நோக்கிய இந்தியர்களின் பயணம் உச்சமாக இருந்த காலம். அப்போது பிரெஞ்சுக் குடியுரிமை பெற்ற தமிழர்கள் இரண்டாயிரம் பேர் உட்பட அங்கு ஏழாயிரம் பேர் வரை இருந்திருப்பார்கள். அது அப்போது அங்கிருந்த மொத்த மக்கள் தொகையான நாற்பது லட்சத்தை ஒப்பிடும்போது மிகச் சிறிய எண்ணிக்கைதான். இருப்பினும் தமிழர்கள் வகித்த உயரிய பதவிகளும், செல்வாக்கும்தான் அச்சுறுதலாக அமைந்தன. இப்போது இந்தியா - வியட்நாமின் உறவு என்பது அவர்களுக்கு ராணுவத் தளவாடங்களைக் கொடுப்பதுவரை நம்பகத்தன்மை கொண்டது. 2025ல் கூட வியட்நாம், சீனாவைச் சமாளிப்பதற்காக இந்தியாவின் பிரமோஸ் ஏவுகணைகளைக் கிட்டத்தட்ட 700 மில்லியன் அமெரிக்க டாலர்களுக்கு வாங்கும் திட்டங்கள் பேச்சுவார்த்தையில் உள்ளன.

5. நாநூறு ஏக்கர் கோயில்

இந்தியாவிலிருந்து சென்ற வணிகன் அந்நிலத்தின் நாகர் குல இளவரசியை மணந்து, கம்போடியாவின் முதல் மன்னனாக அமர்ந்தான் என்பது அங்கு இன்றும் தொடரும் நம்பிக்கை.

இன்றைய கம்போடியா, அப்போது கம்புஜ தேசம் என்றறியப்பட்டது. பூர்வகுடிகள் கெமர் மக்கள் என்பதால் அவர்களைக் குறிக்கும் பெயர் கொண்டு சீனா வணிகர்களாலும் பிற நாட்டுப் பயணிகளால் கம்ப்புசே என்றழைக்கப்பட்டது. பின்னர் அது மேற்கத்தியர்களின் வாயில் நுழையாமல் கம்போடியா என்றானது. அப்பிராந்தியத்தின் ஆதி மொழிகள் மான், கெமர். ஆறாவது நூற்றாண்டுக்குப் பிறகு மான் மக்கள் மெல்ல மெல்ல தாய்லாந்து பக்கம் செல்லத்தொடங்கினர். கெமர் மக்கள் கம்போடியாவிலேயே தங்கினர்.

இரண்டாம் நூற்றாண்டு முதல் சீனாவிலிருந்து கிழக்காசியத் தேசங்கள் வழியாக இந்தியா, ரோமுக்கு அப்போது ஒரு வணிகத் தடம் இருந்தது. பொன், பட்டு, நறுமணச் சமையல் பொருள்கள் என வியாபாரம் செழித்துக்கொண்டிருந்த சமயமது.

நறுமணப் பொருள்களும், ரத்தினக் கற்களும் கிழக்காசிய நாடுகளிலிருந்து கடல் வழியே இந்தியாவின் கிழக்குக் கடற்கரையோரம் வந்தடையும். அங்கிருந்து அவை கப்பல்களில் ஏற்றப்பட்டு, ஆப்பிரிக்காவின் செங்கடல் துறைமுகத்திற்குச் செல்லும். பின்னர், கடைசி இடமாக அங்கிருந்து கிளம்பி, ரோம்

நகரம் நோக்கிப் பயணம் செய்யும். இந்த வணிகப் பரிமாற்றங்களை உறுதிப்படுத்தும் விதமாக ரோமின் நாணயங்கள் தாய்லாந்து - கம்போடியா பகுதிகளில் அதிகம் கண்டுபிடிக்கப்பட்டிருக்கின்றன. தமிழ்நாட்டைப் பொறுத்தவரை மகாபலிபுரம், அரிக்கமேடு, காவேரிப்பட்டினம் போன்றவை கம்போடியாவுக்கான முக்கியமான வணிகத் துறைமுகங்களாக இருந்திருக்கின்றன.

சீனா செல்லும் இந்திய வணிகர்கள் வழியில் இளைப்பாறுகையில், சிறு வணிகம் செய்யும் நிலப்பகுதிகளாகத்தான் முதலில் கிழக்காசிய தேசங்கள் இருந்தன. இந்தியா - சீனா என இரு நாடுகளின் தாக்கமும் இருந்தாலும், கலாசார ரீதியாக கிழக்காசிய தேசங்கள் இந்தியப் பயன்பாடுகளைத்தான் அதிகம் எடுத்துக்கொண்டன. ராஜ்ஜியங்களை ஆளும் அரசர்கள், தமிழகத்தின் பல்லவ மன்னர்களின் பெயரான 'வர்மன்' என்னும் பெயரை அவர்களின் துணைப்பெயராக வைத்துக்கொண்டனர். சியாம் ரிப் நகரில் இருக்கும் பண்டைய கோயில்களில் உள்ள கல்வெட்டுகள் பல்லவ கிரந்தத்தை ஒத்திருந்தன. கம்புஜ தேசத்துடன் பல்லவ, சோழர்களின் தொடர்பு வலுவாகவே இருந்திருக்கிறது.

முதலாம் குலோத்துங்க சோழன் தமிழகத்தில் சிவன் கோயிலைக் கட்டிக்கொண்டிருந்த காலத்தில், கம்போடியாவின் 'அங்கோர்வாட் புகழ்' இரண்டாம் சூர்யவர்மன், சோழனின் கோயில் திருப்பணிக்காக கம்போடியாவிலிருந்து விலையுயர்ந்த கட்டுமானக் கற்களை அனுப்பிவைத்தார். பரிசைப் பெற்றுக்கொண்ட சோழனும், அவற்றைக் கோயில் கட்டுமானத்திற்கு பயன்படுத்தியது மட்டுமின்றி, அதில் சூர்யவர்மன் அன்பளிப்பாகக் கொடுத்தனுப்பிய விவரத்தையும் பதிவுசெய்துள்ளார்.

முதலாம் நூற்றாண்டு முதல் ஒன்பதாம் நூற்றாண்டுவரை அங்கே இந்து ராஜ்ஜியங்கள் ஓங்கி வளர்ந்தன. அதன் பிறகு புனான், சென்லா ராஜ்ஜியங்கள் வந்தன. ஒன்பதாம் நூற்றாண்டில் வந்தவர்கள் கெமர்கள். இந்தியாவிலிருந்து வந்த முனிவர்தான் அவர்களுடைய மூதாதையர் என்பது அன்றைய புனானன் - கெமர் மக்களின் நம்பிக்கை. புனானன் கலாசாரம் அங்கு வளர்ந்ததே இந்திய வியாபாரிகளும் அவர்களைத் தொடர்ந்து கிறித்தவ மிஷனரிகளும் அங்கு வந்த பிறகுதான் என்கின்றனர் அவர்கள்.

இரண்டாம் சூர்யவர்மன் காலத்தில் அங்கோர்வாட் கோயில் கட்டப்பட்டதுதான் கம்போடியாவின் உண்மையான பொற்காலம். சுமார் நாநூறு ஏக்கர் பரப்பளவில், பல மைல்கள் நீளச் சுற்றுப்புறக் கட்டமைப்புகளுடன் அமைந்திருக்கிறது. வெளிப்புறச் சுவர் மட்டும் மூன்றரை கிலோமீட்டர்களுக்கு மேல் நீளமானது. அங்கோர்வாட் கோயிலின் அமைப்பு அப்படியே மேரு மலையின் தோற்றத்தை நினைவுபடுத்தும். மையப்பகுதி, கடவுள்களின் இருப்பிடம், சுற்றிலும் மலைகள் கடல்கள் வருகிற இதே கட்டமைப்பினைப் பல இந்தியக் கோயில்களில் காணலாம். அதுபோக தேவர்கள், அசுரர்களின் உருவங்கள், கருடன், பிற இந்திய தெய்வங்களின் உருவங்களும் செதுக்கப்பட்டிருக்கின்றன.

மிக நுண்ணிய கலை வேலைப்பாடுகளைக் கொண்ட, பிசிறில்லாமல் வடிப்பதற்குக் கடினமான 'மகர தோரண' கட்டட அமைப்பு அங்கோர்வாட் கோயிலில் இடம்பெற்றிருக்கிறது. அது தென் இந்தியாவின் கோயில்களிலும் காணப்படும் அமைப்பு. பதினொராம் நூற்றாண்டில் கட்டப்பட்ட இக்கோயில் இந்துக் கடவுள் விஷ்ணுவுக்காக அர்ப்பணிக்கப்பட்டதாகும். பின்னர் அது புத்தக் கோயிலாக மாற்றப்பட்டது. பன்னிரண்டாம் நூற்றாண்டில், இரண்டாம் ஜெயவர்மன் புத்த மதத்தைத் தீவிரமாகத் தழுவினார். அவர் முழுமூச்சாகப் பின்பற்றியதோடு அல்லாமல் அந்த மாகாணத்தையே புத்தப் பிராந்தியமாக அறிவித்தார்.

அதன் பிறகு கைவிடப்பட்ட நிலமாகப் பல நூறு ஆண்டுக்காலம் இருந்த அப்பகுதியை, பிரெஞ்சுக் காலனி ஆதிக்கத்தின்போது, 1860ஆம் ஆண்டு இயற்கை ஆராய்ச்சியாளர் பிரான்காய்ஸ் மோஹாட் கண்டடைந்தார். காட்டுக்குள் புதர்மண்டிப் போயிருந்த அங்கோர்வாட் கோயிலைக் கண்டுபிடித்து அதை வெளியுலகுக்குக் கொண்டுவந்தார். வான்வழி ஆய்வின் மூலம் முழுக்கோயிலும் படிப்படியாக மீட்கப்பட்டது. 1992ஆம் ஆண்டு யுனெஸ்கோ காலசார மையமாக அங்கோர்வாட்டை அறிவித்தார்கள்.

இந்தியாவுக்கும் - கம்போடிய ராஜாங்கத்துக்கும் இடையேயான நவீன கலாசார உறவு 2000ஆம் ஆண்டு ஒப்பந்தமாகவே கையெழுத்தாகியது. அதைத் தொடர்ந்து அங்கோர்வாட் கோயிலைப் புதுப்பிக்கும் பணிகளில் இந்தியா பங்குபெற்றது. மேக்காங் கங்கா கூட்டமைப்பின் அம்சமாக ஜவுளி மையம்

ஒன்றையும் அமைத்தார்கள். கம்போடியாவில் இருக்கும் இந்தியத் தூதரகத்தில் முழுநேரப் பரதநாட்டிய ஆசிரியரைப் பணிக்கு அமர்த்தி ஆர்வமுள்ளவர்களுக்குப் பயிற்றுவிக்கும் பணிகளும் மேற்கொள்ளப்பட்டு வருகின்றன.

தலைநகர் பாம் பென் பகுதியில் பயணம் செய்பவர்கள், இன்றும் அங்கு பரவலாக இருக்கும் இந்திய உணவகங்களைக் காணலாம். அங்கே கோயில்களில் இருக்கும் சுற்றுலா வழிகாட்டிகள், இந்தியர்களைப் பார்க்கையில், ‘எங்கள் ராணி உங்கள் ஊரைச் சேர்ந்தவரைத்தான் திருமணம் செய்துகொண்டார்’ என்பார்கள். இப்போது கம்போடியாவில் இருக்கும் கெமர் மக்கள் தேரவாத புத்தச் சமயத்தைப் பின்பற்றக்கூடியவர்கள். புனானன் - அங்கோர் ராஜ்ஜிய காலங்களில் முழுக்க முழுக்க இந்துப் பண்பாடு இருந்துள்ளது என்பதற்கு அப்போதைய கோயில்களில் உள்ள சிவன், விஷ்ணு, பிரம்மா சிலைகளே உதாரணம். தமிழகக் கோயில் வேலைப்பாடுகளோடு எந்த அளவுக்கு கம்போடியாவின் கட்டடக்கலை ஒத்துப்போகிறது என்பதை எடுத்துக்காட்டும் புகைப்படக் கண்காட்சி 2025ஆம் ஆண்டு சென்னையில் நடைபெற்றது.

கம்போடிய மக்களுடனான உரையாடல்களின்போது, அவர்களுக்கும் மறுபிறவியின் மேல் நம்பிக்கை இருப்பதும், திருமணத்திற்கு ஜாதகப் பொருத்தம் பார்க்கும் வழக்கம் இருப்பதையும் குறிப்பிட்டார்கள். இறந்த பிறகு, உடலைத் தகனம் செய்து அதன் அஸ்தியின் ஒரு பகுதியைப் புனித நீரில் கரைப்பதும் இன்னொரு பகுதியை ஸ்தூபியில் வைத்துப் பாதுகாப்பதும் அவர்களின் முறை. கமேர் மக்களின் இன்னொரு முக்கியமான வழக்கம் அவர்கள் பதினைந்து நாள்கள் கடைப்பிடிக்கும் ப்சும் பென் *(pchum ben)*. (இங்கு மகாளய அமாவாசை). அரிசி சாதத்தை எள்ளுடன் கலந்து, அந்த உருண்டையைக் கவலங்களாகச் செய்து முன்னோர்களுக்குப் படைப்பதும், அந்நாள்களில் உயிர்நீத்த முன்னோர்கள், தங்கள் வம்சாவளியினருக்கு ஆசிவழங்க பூமிக்கு வருவார்கள் என்பதும் அவர்களின் நம்பிக்கை.

கம்போடிய வரலாறு என்பது அமைதியும் வன்முறையும் சரிவிகிதத்தில் கலந்துகட்டப்பட்ட ஒரு கதை. நாற்பதாயிரம் ஆண்டுகளுக்கு முன்பே மனித வாழ்க்கை அங்கே தொடங்கி

விட்டதைக் கூறும் பதிவுகள் உள்ளன. இந்திய - சீனா பயணிகள் வணிக ரீதியாகக் கடந்து செல்லும் காலங்களில் கொஞ்சம் கொஞ்சமாக நகரங்கள் அங்கு வளம்பெறத் தொடங்கின. கெமர் ராஜ்ஜியக் காலத்தில் இந்து கலாசாரத் தழுவல்களைக் கொண்ட தேசமாக இருந்தது. அடுத்த நானூறு ஆண்டுகளில் சிறிய புத்த ராஜ்ஜியமாகி, அருகிலிருக்கும் நாடுகளின் உதவியை எதிர்பார்த்திருக்கும் தேசமாகிப்போனது. தாய்லாந்து, வியட்நாம் நாட்டின் கலவரங்கள் கம்போடியாவில் எதிரொலித்தன. அவர்கள் அவ்வப்போது கம்போடியாவைத் தாக்குவதும் சில பகுதிகளை ஆக்கிரமித்துக்கொள்வதும் அன்றாடமானது.

கம்போடிய மன்னன் தாய்லாந்தின் அச்சுறுதலுக்குப் பயந்து 1863ஆம் ஆண்டு பிரான்ஸிடம் பாதுகாப்பு கோரினார். அவர்களுக்கும் பாதுகாப்பு தரும் சாக்கில் கொஞ்சம் கொஞ்சமாக அதிகாரத்தை அவர்களது வசம் எடுத்துக்கொண்டனர். ஒரு கட்டத்தில் முழுவதுமாக பிரான்ஸின் கட்டுப்பாட்டில் வந்த கம்போடியா கிட்டத்தட்ட தொண்ணூறு வருடங்களுக்குப் காலனி ஆதிக்கத்தின் கீழ் இருந்தது. அப்போது மற்ற கிழக்காசிய நாடுகளில் இருந்ததை போலவே பாண்டிச்சேரி, காரைக்கால், மாஹே பகுதிகளிலிருந்து தமிழர்களும், காரைக்குடி செட்டியார்களும் ஆயிரக்கணக்கில் கம்போடியாவில் வாழ்ந்து வந்தனர்.

இதில் கவனிக்கப்படவேண்டிய ஒன்று வியட்நாமையும் பிற கிழக்காசியப் பகுதிகளையும் ஆளும்போது இருந்த பிரான்ஸின் அணுகுமுறை போலன்றி, கம்போடிய மக்களை அவர்கள் நடத்தியது கொஞ்சம் வித்தியாசமாக இருந்தது. சற்றே லேசான அதட்டல்களோடு நிறுத்திக்கொண்டனர். கெமர் செல்வந்தர்கள் மிகுந்த மரியாதையுடன் நடத்தப்பட்டனர். மற்ற மக்கள் மீதும் கனிவான விதிமுறைகளையே வைத்தார்கள். அதோடு, அந்நாட்டின் ஒட்டுமொத்தக் கட்டமைப்பையே மாற்றிப் புத்துயிர் தந்ததும் பிரெஞ்சுக் காலனிய அரசாங்கம்தான். யசோதபுரவில் (இன்றைய அங்கோர்) இருக்கும் கோயில்களைப் புனரமைத்தது, பொருளாதார நிலைகளை உயர்த்த வழிவகுத்ததும், வெளியுலக வெளிச்சத்தில் இருந்து முற்றிலும் மறைந்தேபோயிருந்த புகழ்மிக்க அங்கோர்வாட் கோயிலைக் கண்டுபிடித்து அதை மீட்டெடுத்ததும் பிரெஞ்சு அதிகாரிகளும், ஆராய்ச்சியாளர்களும்தான்.

அங்கோரியன் கல்வெட்டுகளைப் படித்து அவை சொல்லவரும் செய்திகளைச் சேகரித்து, சிதிலமடைந்திருந்த கோயில்களை மீண்டும் கட்டி, கம்போடியா மக்களின் பாரம்பரியத்தை, கலைப் பொக்கிஷத்தை மீண்டும் புதுப்பித்துத் தந்தனர்.

பிரான்ஸிடமிருந்து விடுதலை பெற்ற கம்போடியா சிறிது காலத்துக்குத்தான் தன்னை ஆசுவாசப்படுத்திக்கொள்ள முடிந்தது. தெற்கு வியட்நாம் மீது கண்வைத்திருந்த அமெரிக்கா, கம்போடியாவின் பகுதிகளைத் தனது செயல்பாடுகளுக்குச் சாதகமாகப் பயன்படுத்திக்கொண்டது. 1960களில் வியட்நாம் போரில் வேறு வழியின்றி உள்ளிழுக்கப்பட்டு பெரும் சேதத்தையும் இழப்பையும் சந்தித்தது. அமெரிக்க ஆதிக்கத்தை ஒழித்து, மீண்டும் ஆட்சியைக் கைப்பற்றும் நோக்கில் அங்கிருந்த கம்போடியக் கம்யூனிச இயக்கங்களுக்கு அழைப்பு விடுத்தார் அப்போதைய மன்னர். அவர்கள் கெமர் ரூச் / சிகப்பு கெமர்கள் என்றழைக்கப்பட்டனர். முரட்டுத்தனமாகச் செயல்பட்டு அவர்கள் அதிகாரத்தைப் பிடித்தனர். பத்து லட்சத்திற்கும் மேல் மக்கள் அங்கே கொன்று குவிக்கப்பட்டனர்.

அப்போது அங்கிருந்த இந்தியர்கள் அனைவரும் வேறிடம் நோக்கிச்சென்றனர். கம்போடியாவில் செயல்பட்டு வந்த பிரெஞ்சுத் தூதரகத்தில் பலர் அடைக்கலம் புகுந்தனர். ஒரு கட்டத்தில் அதுவும் மூடப்பட்டது. அவர்கள் தாய்லாந்து எல்லைக்கு விரட்டியடிக்கப்பட்டனர். முஸ்லிம் சாம், வியட்நாம் மக்கள், சீனா, தாய், லாஸ் என அனைவரும் குறிவைத்துக் கொல்லப்பட்டனர். எதிர்த்து நின்ற கம்போடிய மக்களையும் அவர்கள் விட்டுவைக்கவில்லை. இதுபோக அப்போதிருந்த பஞ்சம், ஊட்டச்சத்துக் குறைபாடுகளில் பலர் இறந்தனர். மாவோயிஸ்ட் பாணியில் செயல்பட்ட கெமர் ரூச் குழுவினர், ஒரே இரவில் அனைத்தையும் மாற்றிவிடவேண்டுமென்ற மனநிலையோடு அசுர வேகத்தில் செயல்பட்டனர்.

1991ஆம் ஆண்டு, பாரீசில் கையெழுத்தான அமைதி ஒப்பந்தத்தில் கம்போடியா ஐக்கிய நாடுகளின் காவலுக்குள் வந்தது. 1993ஆம் ஆண்டு அங்கே பொதுத் தேர்தலும் நடத்தப்பட்டது. அப்போதிருந்து கம்போடியா வரையறுக்கப்பட்ட முடியாட்சியாக இருந்து வருகிறது. வெளிநாடுகளிலிருந்து பெருமளவில் உதவித்தொகைகளும்

இவர்களுக்கு வந்துசேர்கின்றன. 1999ஆம் ஆண்டு, கம்போடியா ஆசியக் கூட்டமைப்பில் இணைந்தது. நூற்றாண்டுகளுக்கும் மேலான தனிமைக்குப் பிறகு கிழக்காசியக் கூட்டமைப்பின் உறுப்பினராகச் சேர்ந்து இயங்கிவருகிறது.

1296ஆம் ஆண்டு, கம்போடியா சென்ற சீனா தூதர், அங்கே பூணூல் அணியும் பிராமணர்கள் வாழ்வதைக் கண்டதாகப் பதிவுசெய்துள்ளார். அதோடு அங்கிருந்த பண்டிதர்களின் முன்னோர்களும் இந்தியாவிலிருந்து வந்தவர்கள் என்கிறார். 1910ஆம் வருடம் சுமார் மூவாயிரம் இந்தியர்கள் கம்போடியாவில் இருந்தனர். ஆயிரத்துத் தொள்ளாயிரத்து அறுபதுகளில் 2500 பேர் வரை ஏற்றுமதி, ஜவுளி, நகை, ரத்தினக் கற்கள் சார்ந்த தொழில்களிலும் இருந்தனர்.

இனப் படுகொலைகளின்போது, கிட்டத்தட்ட அனைவருமே அவ்விடத்திலிருந்து அகலவேண்டியிருந்ததையும், அது எத்தனை சவாலான காரியமாக இருந்தது என்பதையும் 1929ஆம் ஆண்டு தஞ்சாவூரிலிருந்து கம்போடியா சென்ற சுப்பையன் பிள்ளை பதிவு செய்திருக்கிறார். கலவரத்தின்போது தன் குடும்பத்தினரை இழந்து, இருப்பிடம் விட்டு நகர்ந்து அவர் தப்பிப் பிழைத்திருக்கிறார். நிலைமை கட்டுப்பாட்டுக்குள் வந்ததும், 1974இல் மூடப்பட்ட இந்தியத் தூதரகம் 1980 ஜூலை மாதம் செயல்படத் தொடங்கியது. முதல் வேலையாக அவர்கள் செய்தது சுப்பையன் பிள்ளை குடும்பத்தை இந்தியா அழைத்து வந்ததுதான். தற்போது கம்போடியாவில் உள்ள இந்தியர்களும் தமிழர்களும் பெரும்பாலும் மருந்துகள் உற்பத்தி - விற்பனைத் துறைகளில் பெருமளவிலும், மற்ற பணிகளிலும் இருந்துவருகின்றனர்.

6. பாகிஸ்தானில் மதராஸி பேட்டை

தமிழ்நாட்டிலிருந்து பாகிஸ்தானுக்கு ஒவ்வொரு மாதமும் குறைந்தது முப்பது தபால்களாவது சென்றுகொண்டிருந்தன- 2019ஆம் ஆண்டு காஷ்மீருக்கான சிறப்பு அந்தஸ்தை இந்திய அரசு ரத்து செய்யும் வரை. கோபித்துக்கொண்ட பாகிஸ்தான், தபால் சேவையை நிறுத்தியது. பாகிஸ்தானின் கராச்சிப் பகுதியில் ஏறக்குறைய ஐந்தாயிரம் தமிழர்கள் இன்றும் வாழ்ந்து வருகின்றனர் என்பதால், சூரியகாந்தி விதைகள், கோப்புகள் எனத் தமிழ்நாட்டிலிருந்து கொடுத்தனுப்ப எப்போதும் ஏதேனும் நிச்சயம் இருக்கும்.

பணி வாய்ப்புகளைத் தேடி 1930 - 1940 வருட காலங்களில், பல தமிழர்கள் குடும்பங்களோடு வடக்கு நோக்கிச் சென்றனர். அவர்களில் சிலர் அப்போதைய சிந்து மாகாணப் பகுதிகளில் தங்களுக்கான வாழ்வினை ஏற்படுத்திக்கொண்டனர். அதுபோக ஆங்கிலேய அரசு கராச்சிப் பகுதியில் பல தமிழர்களைக் கணக்கர்களாக வேலைக்கு அமர்த்தியிருந்தது. கணக்கு வழக்குகளில் தமிழர்கள் கெட்டிக்காரர்களாக இருந்ததனால் இந்த ஏற்பாடு.

இரண்டாம் உலகப்போர் முடிந்து சுதந்திரப்போராட்டம் வலுப்பெற்று, கிட்டத்தட்ட ஆங்கிலேயர்களின் வெளியேற்றம் முடிவாகியிருந்த சமயம். முஸ்லிம் லீக் கட்சியினர், இஸ்லாமியர்களுக்குத் தனி நாடு பிரித்தே ஆகவேண்டும்

என்பதில் உறுதியாக இருந்தனர். 1930களிலேயே பக்ஸ்தான் (paksthan) என்ற பெயரை எல்லாம் முன்னிறுத்தி அவர்கள் கோரிக்கைகளை வலுவாகத் தெரியப்படுத்திவந்தனர். இந்திய காங்கிரஸ் தலைவர்களுக்கு இதில் உடன்பாடு இல்லையெனினும், பிரிவினை முடிவை அவர்கள் எத்தனை பிரயத்தனங்களுக்குப் பிறகும் தடுக்க முடியவில்லை.

பிரிட்டிஷ் இந்தியாவின் கடைசி வைஸ்ராயாக மவுண்ட்பேட்டன் மார்ச் மாதம் 1947இல் பதவியேற்றார். அனைத்து முக்கியமான தலைவர்களுடனான ஆலோசனைகளுக்குப் பிறகு 1947 ஜூன் மாதம் மூன்றாம் தேதி, அதிகாரபூர்வ இந்திய - பாகிஸ்தான் பிரிவினை அறிவிப்பு வந்தது. அதுவரை இந்தியா பக்கமே வந்திராத, ஆசியக் கண்டத்தையே பார்த்திராத இங்கிலாந்தின் பாரிஸ்டர் சர் சிரில் ரேடிக்ளிப்பை அழைத்து இரு நாடுகளுக்குமான எல்லைக் கோட்டைக் கிழிக்கச் சொன்னார்கள். புதிய வரைபடத்தைச் சமர்ப்பிப்பதற்கு முப்பத்தாறு நாள்கள் மட்டுமே அவகாசம் கொடுக்கப்பட்டது. நேரடி ஆய்வுகளைத் தவிர்த்து, கிடைத்த பழைய வரைபடங்களை, தகவல்களை வைத்து, தோராயமாக அவர் கோடைக் கிழிக்க, அது பெங்கால், பஞ்சாப் மாகாணங்களைச் சரிபாதியாகப் பிரித்தது. இப்போது ஒரு பாதி இந்தியா. மறுபாதி பாகிஸ்தான். புதிய எல்லைகளைக் குறிக்கும் வரைபடம் ஆகஸ்ட் ஒன்பதாம் தேதியே தயாராகியிருந்தாலும், சுதந்திரம் அறிவிக்கப்பட்டு முறைப்படி அதிகாரங்கள் அளிக்கப்படும் வரை வரைபடத்தைப் பொதுவில் வெளியிட வேண்டாம் என்று தீர்மானிக்கப்பட்டிருந்தது.

1947 ஆகஸ்ட் 14ஆம் தேதி - பாகிஸ்தான் என்கிற பாகிஸ்தான் இஸ்லாமியக் குடியரசாகவும், ஆகஸ்ட் 15ஆம் தேதி - இந்தியக் குடியரசும் அவரவர் நாட்டுக் கொடிகளை ஏற்றி மகிழ்ந்துகொள்ளப் பெரிய கால அவகாசமெல்லாம் இருக்கவில்லை. ஆகஸ்ட் பதினேழாம் தேதி புதிய எல்லைகள் அறிவிக்கப்பட்டதும் ஏற்பட்ட குழப்பங்களும் அதனால் ஏற்பட்ட விபரீதங்களும் இருநாட்டவர்களுக்கும் என்றுமே மறக்காத இருண்ட நாள்கள். பல தலைமுறைகளாக வாழ்ந்து வந்த இடம் அவர்களுக்கு ஒரே இரவில் அந்நிய தேசமாகிப்போனது. சற்று நேரம் இருந்தால் கூட உயிருக்கு உத்தரவாதமில்லை என விரட்டப்பட்டனர்.

பதினைந்து மில்லியன் மக்கள்- தங்கள் நாடு எது, எல்லை எது எனப் புரியாமல் பரிதவித்து, இடம்பெயரத் தொடங்கினர்.

உத்தரப் பிரதேசம், பீகார் பகுதிகளில் இருந்த இஸ்லாமியர்கள் கராச்சிக்கும், சிந்து மாகாணத்தின் இந்துக்கள் குஜராத்துக்கும் பம்பாய்க்கும் வந்து சேர்ந்தனர். பஞ்சாப், பெங்காலில் நிலைமை கோரமாக இருந்தது. கடத்தல், கொலைகள், கலவரம் எனப் பல லட்சம் மரணங்கள், 75,000க்கும் மேற்பட்ட பெண்கள் வன்கொடுமை செய்யப்பட்டுக் கொல்லப்பட்டனர். பல பெண்கள் அவர்களது குடும்பத்தினராலேயே கொல்லப்பட்டனர் அல்லது தற்கொலை செய்துகொண்டனர். இந்தக் கொலைவெறி தாண்டவங்கள் ஆடியடங்குவதற்கு ஆறு வார காலங்களுக்கு மேல் ஆகின.

இந்தக் குழப்பங்களின்போதும் கராச்சியில் இருந்து வெளியேறாமல் அங்கேயே தாக்குப்பிடித்து உயிர்வாழ்ந்த தமிழ்க் குடும்பங்களின் இரண்டாவது மூன்றாவது தலைமுறைதான் இன்று பாகிஸ்தானில் இருக்கும் தமிழ்க் குடியிருப்பு. மதராஸி பாரா / மதராஸி பேட்டை என்று அறிப்படும் பகுதியில்தான் இன்றும் பல குடும்பங்கள் வாழ்ந்து வருகின்றனர். அவர்களில் பலர் அருகிலிருக்கும் ஜின்னா மருத்துவமனையில் பணிகளில் ஈடுபட்டிருக்கின்றனர். செவிலியர்கள், மருத்துவமனை பராமரிப்பு போன்ற பொறுப்புகளில் அவர்கள் இருக்கின்றனர். இதுபோக ட்ரிக் சாலை, கோரங்கி பகுதிகளிலும் தமிழ்க் குடும்பங்கள் இருக்கின்றன.

இந்தத் தமிழ்க் குடும்பங்கள் தங்களுக்கென்று வழிபாட்டுத் தலங்களை அமைத்துக்கொண்டிருக்கின்றனர். மதராஸி பாரா பகுதியின் மாரியம்மன் கோயில் பிரசித்தி பெற்றது. முருகனுக்கு பங்குனி உத்திரம், காவடி நிகழ்ச்சிகளும் நடைபெறுவதுண்டு. பாகிஸ்தான் இந்து சபை, பாகிஸ்தான் மெட்ராஸ் இந்து பஞ்சாயத் என அங்கிருக்கும் பல இந்துக் கோயில்களின் பராமரிப்பு கவனிப்பு இவர்களுடையதுதான். அதுபோக தமிழ் மக்களின் திருமணம், முக்கியமான சடங்குகளை இன்றும் முறை மாறாமல் செயல்படுத்துவதில் இவர்களின் பங்கு அதிகம்.

கராச்சியின் தமிழ்க் கல்யாணங்கள் தமிழ்நாட்டுக் கிராம திருமணங்களுக்கு எந்த விதத்திலும் மாறுபடுவதில்லை. தப்பு வாத்தியங்களுடன் மாப்பிள்ளை அழைப்பு முதல், பெற்றோர்

ஆசியுடன் மாலை மாற்றுவது, தாலி கட்டுவது வரை அனைத்தும் அங்கு உண்டு. நிகழ்ச்சி முடிந்ததும் மணமக்களின் ஊர்வலம் வரை அப்படியே நடைபெறுகின்றன. அவர்களின் உணவுப் பழக்கங்களும் தென் இந்திய உணவு வகைகள்தான்.

தோசை, இட்லி, சாம்பார், பொரியல் அவியல் எனத் தென் இந்திய உணவுகளை அவர்கள் சமைப்பதைப் பெரும்பாலான இலங்கைத் தமிழ், இந்தி யூட்யூபர்கள் பதிவுசெய்துள்ளனர். அதோடு மதராஸி பேட்டைப் பகுதிகளில் உள்ள குறுகலான சந்துகளுடைய வீடுகளுக்குச் சென்று, இன்றும் தமிழ்நாடு செல்ல விருப்பமா என அவர்களைப் பேட்டியெடுத்துப் போடுவதற்காகவே பிபிசி முதல் ஜென் z யூட்யூபர்கள் வரை ஆர்வம் காட்டுகின்றனர். படிப்பு, வசதி, வாய்ப்புக் கிடைத்த பலர் அமெரிக்கா, லண்டன் என இங்கிருந்து சென்றுவிட்டனர். நாங்கள் சம்பாதிப்பதை இங்கேயே கரைத்துவிடுகிறோம் என்பது அவர்களின் பொதுவான பதில்களாக இருக்கின்றன.

ஆங்காங்கே பேச்சுவழக்கில் மட்டுமே இருக்கும் தமிழ் மொழி இப்போதிருக்கும் குழந்தைகளுக்குக் கற்பிக்கப்படுவதில்லை. இந்தியும் உருதுவும்தான் அவர்களின் தினசரி வாழ்க்கைக்குப் பயன்படுகிறது. மற்றபடி அங்கிருக்கும் தமிழ்க் குடும்பங்கள் பெரிய தொந்தரவுகள் இன்றி வாழ்ந்துவருகின்றனர். என்றாலும், அங்கேயும் சில கோயில் இடிப்புச் சம்பவங்கள் நிகழ்ந்திருக்கின்றன. 2012 ஆம் ஆண்டு கராச்சியின் சோல்ஜர் பாசர் பகுதியில் இருந்த ராமர் கோயிலுடன் சேர்த்து அப்பகுதியில் இருந்த வீடுகளும் இடிக்கப்பட்டன. நீதிமன்றத்தில் வழக்கு நிலுவையில் இருந்தபோது ஒரு கட்டுமான நிறுவனம், கோயிலையும் வீடுகளையும் முன்னறிவிப்பின்றித் தகர்த்தது. அச்சம்பவம் நடக்கும்போது அங்கே வெளியாள்கள் யாரும் அனுமதிக்கப்படாமல், பாகிஸ்தான் பாரமிலிட்டரி அதிகாரிகள் ஆயுதமேந்தி நின்றிருந்ததாகப் பாதிக்கப்பட்ட தமிழ்க் குடும்பங்கள் புகார் அளித்தனர். பாகிஸ்தான் இந்து சபை இதை எதிர்த்துப் போராட்டங்களை நடத்தியது. 2023ஆம் ஆண்டு இன்னொரு மாரியம்மன் கோயிலும் இடிக்கப்பட்டது. அது நூற்றைம்பது ஆண்டு பழமையான வழிபாட்டுத் தலம்.

இரு நாடுகளுக்கும் வர்த்தக உறவு இல்லை. போக்குவரத்து என்பது புனிதயாத்திரையின் பொருட்டு அனுமதிக்கப்படுகின்றது.

கடந்த ஐந்து பத்து வருடங்களில் எத்தனை முயன்றும் இந்தியாவிற்கான விசா அனுமதி தொடர்ந்து மறுக்கப்படுவதால், தங்களின் பூர்வீகத்தை, தற்போது அங்குள்ள சொந்தங்களைக் காணமுடியவில்லை என்பதுதான் அங்கிருப்பவர்களின் கவலையெல்லாம்.

7. தமிழ்ப் பையன் பிரான்ஸ் பொண்ணு

பிரான்கோபோனி என்பது, பிரெஞ்சு மொழி பேசும் ஆண்கள்-பெண்களைக் குறிக்கும் சொல். ஐந்து கண்டங்களையும் சேர்த்து முந்நூற்று இருபது மில்லியன் பிரெஞ்சு மொழி பேசுபவர்கள் இருக்கிறார்கள் என்கிறது பிரான்கோபோனி அமைப்பு. 1970இல் தொடங்கப்பட்டது இவ்வமைப்பு. பிரெஞ்சைத் தாய் மொழியாகவும், வழக்கு மொழியாகவும் கொண்டிருக்கும் நாடுகள் உறுப்பினர்களாக இருக்கும் பிரான்கோபோனி அமைப்பில் சென்ற வருடம் புதுச்சேரியும் இணைந்தது.

சூரத்தில் தனது முதல் தொழிற்சாலையை 1667ஆம் ஆண்டு தொடங்கியதன் மூலம் இந்தியாவில் தனது கணக்கை ஆரம்பித்தது பிரான்ஸ். 1669ஆம் ஆண்டு மசூலிப்பட்டினத்தில் இன்னொரு தொழிற்சாலை, 1674இல் பிஜப்பூர் சுல்தானின் கட்டுப்பாட்டில் இருந்த பாண்டிச்சேரிப் பகுதியைக் கையகப்படுத்திர் தனது காலனியாக அறிவித்தது. டச்சு, ஆங்கிலேயர்களுடன் அவர்களுக்கு அவ்வப்போது பிராந்தியச் சண்டைகள் இருந்துகொண்டே இருந்தன. இருப்பினும் அடுத்தடுத்து காரைக்கால், யானம், மலபார் பகுதியின் மாஹே, பெங்காலின் சந்தர்நாகோர் பகுதிகள் பிரெஞ்சு காலனியப் பகுதிகளாக ஆயின.

இந்தியாவிலிருந்து சென்ற மாலுமிகள், பயணிகளின் மூலம் பிரான்ஸில் 1700களிலேயே இந்து வழிபாடுகள் இருந்தன. அவர்கள் பின்னாளில் கிறிஸ்தவத்தைத் தழுவியதால், இந்து மக்களின்

எண்ணிக்கை குறைந்திருந்தது. 1869ஆம் ஆண்டு சூயஸ் கால்வாய் திறக்கப்பட்டதும், இந்தியாவிலிருந்து ஐரோப்பாவுக்கான பயண தூரமும் நேரமும் குறைந்தது. இசை, நடனக் கலைஞர்கள், மத குருமார்கள் எனப் பலர் ஐரோப்பிய நாடுகள் முழுவதும் அதிக அளவில் பயணம் செய்யத் தொடங்கினர்.

1962ஆம் வருடம் இந்தியாவிலிருந்து நிரந்தரமாகக் கிளம்ப வேண்டிய சமயம் வந்தபோது, பிரெஞ்சு அரசுக்கும் - இந்தியாவுக்கும் ஓர் உடன்படிக்கை கையெழுத்தானது. அதன்படி, பாண்டிச்சேரி முதலான இந்தியாவின் பிரெஞ்சுக் காலனியப் பகுதிகளில் இருந்த மக்களுக்கு இரு வாய்ப்புகள் இருந்தன. பிரெஞ்சுக் குடியாகத் தன்னை அறிவித்துக்கொண்டு இந்தியாவிலேயே இருந்துவிடுவது; அல்லது இந்தியக் குடியாகவே இருப்பது. பிரெஞ்சுக் குடியாகத் தங்களை அறிவித்துக்கொள்பவர்களுக்கு பிரான்ஸில் இருக்கும் குடிகளுக்குக் கிடைக்கும் அனைத்து உரிமைகளும், சலுகைகளும் கிடைக்கும். அதுபோக, அவர்கள் விருப்பப்படி இந்தியா அல்லது பிரான்ஸ் என எங்கு வேண்டுமானாலும் வசிக்கலாம்.

அப்போது அங்கிருந்தவர்களில் பலர் பிரெஞ்சுக் குடியுரிமையைத் தேர்ந்தெடுத்தனர். ஆனாலும் ஒரு சிலர் தயங்கினர். பிரெஞ்சுக் குடிகளை ஒருவேளை இந்திய அரசாங்கம் நாட்டைவிட்டு அனுப்பிவிட்டால், வாழ்க்கை கேள்விக்குறியாகிவிடுமென அஞ்சி பிரெஞ்சுக் குடியுரிமையைத் தவிர்த்தனர். ஆனால் பின்னாளில் அங்கு நிலை மாறிப்போனது. பாண்டிச்சேரியில் இருந்த பிரெஞ்சுக் குடிகளுக்குக் கிடைத்த சலுகைகள், நிதி உதவித் தொகைகள், மற்றவர்களை யோசிக்க வைத்தன. வருடாவருடம் பிரெஞ்சு குடியுரிமைக்கான விண்ணப்பங்களின் எண்ணிக்கையும் அதிகரித்தன.

அதுபோக, நேரடிப் பிரெஞ்சுக் குடியுரிமை பெறத் தகுதி பெறாதவர்கள், திருமண உறவுகள் மூலம் குடியுரிமையைப் பெறுவதற்கு ஆர்வம் காட்டினர். பாண்டிச்சேரி தமிழ் இளைஞர்கள், அங்கிருக்கும் பிரெஞ்சுக் குடியுரிமை பெற்ற தமிழ்ப் பெண்களை மணந்துகொள்வதற்காகப் போட்டிப்போட்டனர். வரதட்சணை இல்லாமல் பெண்ணை திருமணம் செய்துகொள்ளத் தயாராக இருந்த பல இளைஞர்களுக்குச் சரியான வேலை இருக்கவில்லை. அவர்களின் நோக்கமே, பிரெஞ்சுக் குடியுரிமை

உள்ள பெண்ணைத் திருமணம் செய்து, தானும் குடியுரிமை பெற்றுவிட்டால், வேலைவாய்ப்போ, உதவித் தொகையோ கிடைக்கும் என்பதுதான். வேலை இல்லாதோருக்கு அப்போது கொடுக்கப்பட்ட உதவித் தொகை இந்திய மதிப்பில் பெரும் பணம். இதை சாத்தியப்படுத்திக்கொள்வதற்காகவே பிரெஞ்சு மொழியைக் கற்றுக்கொடுக்கும் வகுப்புகளில் இணைந்தனர். இது சார்ந்து பல மோசடிகளும் நடந்தன.

இந்த ஆர்வக்கோளாறு ஆர்ப்பாட்டங்களில் உண்மையில் பணம் பார்த்தவர்கள், பாண்டிச்சேரியில் இருந்த திருமணத் தரகர்கள். அவர்களது அலுவலக அறையில் கட்டுக்கட்டாக இருந்த திருமண வயது ஆண் - பெண் கோப்புகளை வைத்து நிறையவே சம்பாதித்தனர்.

உலகப்போர்களின் போதும், இந்தோசீனா (வியட்நாம் - கம்போடியா) பகுதிகளிலும் ராணுவத் தேவையிருந்தபோது, பாண்டிச்சேரி நடுத்தரக் குடும்பங்களைச் சேர்ந்த இந்தியர்கள் (தமிழர்கள்) அதிக அளவில் பிரெஞ்சு ராணுவப் படையில் இணைந்தனர். சோல்டட்ஸ் (Soldats) என்று அவர்கள் மொழியில் அறியப்பட்டவர்கள்தான், காலனி ஆதிக்கத்தை முடித்துக்கொண்டு பிரெஞ்சுக்காரர்கள் நாட்டை விட்டுச் சென்றபோது அவர்களுடன் சென்றவர்கள். பிரான்ஸில் முதன்முதலில் தமிழ்க் குடியேற்றங்களை ஏற்படுத்தியவர்கள் இவர்கள்தான். அதன் பின்னர் தொடர்ந்து பல வருடங்களுக்கு அங்கு தமிழ்க் குடியேற்றம் நடந்தது. படித்தவர்கள், நல்ல பிரெஞ்சுப் புலமை உடையவர்கள் அங்கு உயர் பதவிகளைப் பெற்றனர். பெரிதாகப் படிக்காத, ஆனால் உலகப்போர்களில், கிழக்காசிய தேசங்களில் பல ஆண்டுகள் ராணுவத்தில் இருந்தவர்கள், அங்கு ராணுவத்தில் உயர் பதவிகளில் இருந்தனர்.

1980களில் இலங்கைப் போரின்போது, நாட்டை விட்டு வெளியேறிய தமிழர்களில் பெரும்பகுதியினர் ஐரோப்பிய தேசங்களை நாடிச் சென்றனர். அப்போதுதான் பிரான்சிலும் இலங்கைத் தமிழர்களின் வருகை தொடங்கியது. பாரிஸின் Gare de'lest, லா சேப்பில் பகுதியில் அதிகம் பேர் வந்திறங்கினர். லண்டனில் அகதிகள் நுழைய அனுமதி மறுக்கப்பட்டபோது, பலரும் பாரிஸ் ரயில் நிலையப் பகுதிகளில் இறங்கினர்.

இலங்கைத் தமிழர்கள் பெரும் எண்ணிக்கையில் பிரான்சுக்குள்

நுழைந்தபோது, தமிழ்நாட்டுத் தமிழர்கள் ஏற்கனவே அங்கு தங்களுக்கென்ற ஓர் அடையாளத்தை ஏற்படுத்திக்கொண்டிருந்தனர். அதுவும் போக, இரு தரப்பினருக்கும் மொழி ஒன்று என்பதைத் தவிர, பல வேற்றுமைகள் இருந்தன. பிரெஞ்சுக் குடியுரிமை, உயர் பதவிகள் என்ற கூடுதல் பலத்துடன் இருந்த தமிழ்நாட்டுத் தமிழர்களை ஒப்பிடுகையில், இலங்கைத் தமிழர்களின் நிலை மிகுந்த சவாலானது. சொந்த நாட்டை விட்டு வந்திருந்தவர்களின் வலியும், அவர்கள் சந்தித்த சங்கடங்களும் அதிகம். அவர்களில் பலர் படித்தவர்கள், திறமையானவர்களாக இருந்தும், பிரெஞ்சு மொழி தெரியாததால் ஆரம்பத்தில் அவர்கள் சிரமப்படவேண்டியிருந்தது. புதிய நாட்டின் தேவைகளைப் புரிந்துகொண்டு அதற்குத் தங்களைத் தயார்ப்படுத்திக்கொள்வதற்கு அவர்களுக்குச் சில காலம் பிடித்தது.

இந்தியத் தமிழர்கள் தங்களை இந்தியர்கள் என்றே அடையாளப்படுத்திக்கொள்ள, தமிழர்கள் என்றாலே அது இலங்கைத் தமிழர்கள் என்ற புரிதலும் அங்கு இருக்கின்றது. இருதரப்பிடையேயும் இடைவெளி எப்போதுமே இருப்பதுதான். இலங்கைத் தமிழர்கள் இன்றைக்கும் தங்களின் பிள்ளைகளுக்குத் தமிழ் மொழியைக் கற்பிப்பதில் கவனம் செலுத்துகின்றனர். இலங்கையில் போர் நடந்துகொண்டிருந்தபோது, தமிழ் ஈழம் வேண்டி கோரிக்கைகளும் போராட்டங்களும் அவ்வப்போது நடைபெற்றுவந்தன. இப்போதும் பாரிஸில் மாவீரர் நாள் அனுசரிக்கப்படுகின்றது.

இலங்கைத் தமிழர்களின் கடைகள் 1983 முதல் அங்கு திறக்கப்பட்டு, இன்று பாரிஸில் லிட்டில் ஜாப்னா என்று ஒரு பகுதியே இருக்கிறது. துணிக்கடைகள், அழகு நிலையங்கள், உணவு விடுதிகளுடன் சேர்த்து நூற்றுக் கணக்கான தமிழர் கடைகள், வட இந்தியர்கள், பாகிஸ்தானியர்களின் கடைகள் இன்றும் அங்கு உள்ளன. காலை முதல் இரவு வரை பரபரப்பாக இயங்கும் அப்பகுதியில் மிளகு, மஞ்சள் முதல் பட்டுச் சேலைகள் வரை அனைத்துத் தமிழ், இந்தியச் சரக்குகளும் கிடைக்கும். தமிழர்களுக்கென்று வானொலி நிலையங்கள், செய்தித்தாள்கள், தொழில் அமைப்புகள் என வலுவான தமிழ்ச் சமூகம் அங்கு உள்ளது. அரசியலிலும் ஈடுபட்டு மேயர், கவுன்சிலர், எம்பி பொறுப்புகளைப் பெற்றிருக்கின்றனர்.

வண்ண வண்ணப் பெயர்ப்பலகைகளும் அலங்காரங்களும், மசாலாப் பொருள்களின் நெடியுமாக இருக்கும் தமிழ்க் கடைத்தெருவை பாரிஸ் வரும் பல நாட்டுப் பயணிகளும் தவறாமல் பார்த்துவிட்டுத்தான் செல்வார்கள். முனியாண்டி விலாஸ், தலப்பாக்கட்டி ரக உணவகங்களும் ஏராளமாக இருக்கின்றன. தங்கள் நாட்டு எல்லையில் எப்போதும் முறைத்துக்கொண்டிருக்கும் இந்தியா- பாகிஸ்தான் மக்கள் அங்கு அருகருகே கடைகளை அமைத்துக்கொண்டு ஒன்றாக மகிழ்ந்திருக்கின்றனர்.

ஐம்பத்தைந்து வருடங்களாக இயங்கிவரும் பிரான்ஸ் தமிழ்ச் சங்கம், அங்கு தமிழர்களை ஒருங்கிணைத்து முக்கியமான தமிழ்த் திருவிழாக்களை, கலாசார நிகழ்வுகளைத் தொடர்ந்து ஏற்பாடு செய்துவருகிறது. நிர்வாகிகள், உறுப்பினர்கள் இணைந்து சங்கப் பணிகளை முன்னெடுக்கின்றனர். தமிழறிஞர்களின் பேச்சுகள், மாணவர்களுக்கு இலக்கியப் போட்டிகள் எனப் பொங்கல் விழாவினை ஒவ்வோர் ஆண்டும் மிகப் பெரிய அளவில் கொண்டாடுகிறார்கள். லா சேப்பல் பகுதியில் 1985ஆம் வருடம் அமைக்கப்பட்ட மாணிக்க விநாயகர் ஆலயம் அப்பகுதியில் பிரபலம். விநாயகர் சதுர்த்தி சமயத்தில் அங்கு நடைபெறும் தேரோட்டத் திருவிழாவில் ஆயிரக்கணக்கான மக்கள் கலந்துகொள்வார்கள்.

பிரான்ஸ் நிலப்பகுதியைத் தாண்டி பசிபிக், அட்லாண்டிக், இந்தியப் பெருங்கடல் பகுதிகளில் பிரான்சுக்குப் பல கிளைகள் உண்டு. காலனிய காலத்துத் தொடர்புகள் அவை. பிரெஞ்சு பாலினேசியா, ரியுனியன், குயாடிலுப், பிரெஞ்சு கயானா போன்று பல தீவுகள் இன்றும் பிரெஞ்சு அதிகாரத்தின் கட்டுப்பாட்டில் உள்ளன. காலனிய காலத்தில் கரும்புத் தோட்ட வேலைகளுக்காகச் சென்று அங்கேயே தங்கிவிட்ட தமிழ்த் தொழிலாளர்களின் வம்சாவளியினர் இந்தப் பகுதிகளிலும் வசிக்கிறார்கள். பாண்டிச்சேரியில் இருக்கும் பிரெஞ்சுக் குடிகளுக்கு இன்றும் தேர்தல்களில் ஓட்டளிக்கும் உரிமை இருக்கிறது. அவர்கள் வசிக்கும் இடத்தில் இருந்தே ஐரோப்பிய நாடாளுமன்ற உறுப்பினர்களை இவர்கள் தேர்ந்தெடுக்கும் வசதிகளையும் பிரெஞ்சு அரசாங்கம் செய்துகொடுத்துள்ளது.

ஐரோப்பிய நாடாளுமன்ற உறுப்பினரைத் தேர்ந்தெடுக்கும் தேர்தல் 2024ஆம் ஆண்டு ஜூன் மாதம் நடைபெற்றது. மொத்தமுள்ள

எழுநூற்று இருபது இடங்களில் பிரான்சுக்கு 81 இடங்கள் ஒதுக்கப்பட்டிருந்தன. கடல் கடந்து வசிக்கும், ஓட்டளிக்கும் வயது நிரம்பிய அனைத்துப் பிரெஞ்சுக் குடிகளுக்கும் வாக்களிக்கும் உரிமை உண்டு. அதன்படி, பாண்டிச்சேரியிலும் கேரளாவிலும் எப்போதுமே தேர்தல் நடக்கும். 2025ஆம் ஆண்டு ஜூன் மாதம்கூட ஓட்டுச்சாவடிகள் அமைக்கப்பட்டு காலை எட்டு மணி முதல் மாலை ஆறு மணி வரை ஓட்டுப்பதிவு நடைபெற்றது. முறைப்படி பதிவுபெற்ற தமிழ் பிரெஞ்சுக் குடிமக்கள் சுமார் நான்காயிரத்துச் சொச்சம் பேர் அன்று ஓட்டளித்தனர்.

பாண்டிச்சேரியில் உள்ள கவுபர்ட் அவின்யூவில், மகாத்மா காந்தியின் சிலைக்கு எதிர்ப்புறம் ஒரு போர் நினைவுத்தூண் இருக்கிறது. அது முதலாம் உலகப்போரில் பிரெஞ்சு ராணுவ வீரர்களாகப் போரிட்டு உயிர்நீத்த இந்தியர்களின் (தமிழர்களின்) நினைவாக, அவர்களின் பெயர்கள் கொண்ட சின்னம். 1938ஆம் ஆண்டு ஏப்ரல் மாதம் திறக்கப்பட்ட இந்த நினைவுத்தூணில் இரண்டாம் உலகப்போரிலும் இந்தோசீனா, அல்ஜீரியன் போர்களிலும் உயிர்நீத்தவர்களின் பெயர்களும் பின்னாளில் சேர்க்கப்பட்டன. இப்போதும் அது பிரான்ஸின் உடைமையாக இருக்கிறது.

பிரான்ஸில் தமிழர்களைச் சிறப்பிக்கும் விதமாக அங்கு திருவள்ளுவர் சிலைகளும் வைக்கப்பட்டுள்ளன. ஞானா தியாகு என்பவரால் 1942ஆம் ஆண்டு முதல்முறையாகத் திருக்குறள் பிரெஞ்சு மொழிக்கு மொழிபெயர்க்கப்பட்டது. பிரெஞ்சு நிர்வாக காலத்தில், பாண்டிச்சேரியில் சட்டக் கல்லூரிகளை நிறுவியதோடு அங்கு நீதிபதியாகவும் பணியாற்றி, தமிழ்நாடு உயர் நீதிமன்ற நீதிபதியாகவும் பதவிவகித்தவர் டேவிட் அன்னுசாமி. அவரது பெயரில் பாண்டிச்சேரியில் உள்ள alliance francaiseயில் கலையரங்கம் திறக்கப்பட்டுள்ளது.

பாண்டிச்சேரிக்கும் பிரான்ஸுக்கும் இடையேயான மொழி, கலாசாரத் தொடர்பென்பது இதுபோன்று எண்ணற்ற அத்தியாயங்களைக் கொண்டது.

8. கயானாவின் கரும்புத் தோட்ட மாரியம்மன்

அது மாரியம்மன் கோயில் மண்டபம். முப்பதுக்கும் மேற்பட்டோர் கூடியிருக்க, ஒவ்வொரு ஞாயிறு மதியமும் அங்கு மந்திரங்கள் ஒலிக்க, பூஜைகள் நடைபெறுவது வழக்கம். அம்மன் வழிபாடு மட்டுமின்றி, தீபாவளி, சிவராத்திரி, தைப்பூசம் என அனைத்தும் உண்டு. கொண்டாட்டங்கள் முடிந்ததும் சூடான சாம்பார் இட்லி, மிளகுடன் முந்திரி சேர்த்துத் தாளித்த பொங்கல் என மணக்க மணக்க விருந்து. இது தமிழ்நாட்டில் நடைபெறும் அம்மன் திருவிழாக்களின் விவரணை அல்ல. கயானாவின் கரும்புத் தோட்ட மாரியம்மன் கோயில்.

இப்போது கோயில் மண்டபமாக இருக்குமிடம், 1838ஆம் ஆண்டு தமிழர்கள் அங்கே முதன்முதலில் கால் வைத்தபோது கரும்புத் தோட்டமாக இருந்தது. ஒப்பந்தத் தொழிலாளர்களாகச் சென்று தங்களின் அடிப்படை உரிமைகளுக்குக் குரல் கொடுத்துப் போராடிய அதே இடத்தில்தான் அவர்களது வம்சாவளியினர் இப்போது மந்திர ஆராதனைகளை ஒலிக்கச் செய்து கொண்டிருக்கின்றனர்.

சத்தில்லாத உணவு, சுகாதாரமற்ற தங்குமிடங்கள், நெரிசலான குடியிருப்பு, எப்போதும் நோய் தாக்கும் அபாயம். இதுதான் அன்று வேலைக்காகச் சென்றிறங்கிய தமிழர்கள் கயானாவில் கண்ட முதல் காட்சி. கோயில் இருக்கும் இடம் முன்பு பழமையான ஒரு பண்ணை வீடு. அது பல பாகங்களாகப்

பிரிக்கப்பட்டு, ஒவ்வொன்றிலும் ஒவ்வொரு தொழிலாள குடும்பங்கள் தங்கவைக்கப்பட்டிருப்பார்கள். அதிக வேலை நேரங்கள், குறைவான ஊதியம். வறுமையின் பிடியிலிருந்து தப்பிப் பிழைப்பதற்காக கயானா சென்றவர்கள் அங்கே வரவேற்கப்பட்டது இப்படித்தான். ஆனால் அவர்களுக்கு கலாசாரப் பின்புலம் இருந்தது. தங்களுக்கென்ற பழக்கவழக்கங்களை வைத்திருந்தனர்.

அப்போது அவர்கள் சந்தித்துப் பேசுவதற்கெல்லாம் தனியே இடமேதுமில்லை. மாமர நிழலில்தான் உரையாடல்கள் நடக்கும். நாளடைவில் அதுவே பண்டிகைகளைக் கொண்டாட அவர்கள் கூடும் இடமாகிப் போனது. கரும்புத் தோட்டத்து சொந்தக்காரர்கள் மரத்தின் அருகே இவர்கள் வழிபட்டுக்கொள்ளச் சிறிது நிலத்தை அளித்தார்கள். அதுதான் இன்று கோயிலாக நிற்கிறது. இன்றைய கயானாவின் தலைநகர் ஜார்ஜ் டவுனின் புறநகர்ப் பகுதியில் உள்ள பீட்டர்ஸ் ஹால் பகுதியில் அக்கோயில் உள்ளது.

தமிழ்நாட்டிலிருந்து பதினைந்தாயிரம் கிலோமீட்டர்களுக்கு அப்பால் உள்ள ஒரு தேசத்தில் தமிழர் குடியேற்றம். 19ஆம் நூற்றாண்டில் கூலித் தொழிலாளர்களாகக் கப்பல்களில் வந்தது முதல் அவர்களது வழித்தோன்றல்கள் இன்று அரசியல் தலைவர்களாக அங்கே இருப்பது வரை அவர்களுக்கென்று ஒரு வட்டத்தை, வாழ்க்கை முறையை உருவாக்கிக்கொள்ள முடிந்திருக்கிறது அவர்களால். சவால்கள் இல்லாமல் இல்லை. சுவாரசியங்களும்தான்.

கயானா. தென் அமெரிக்காவின் வடக்குப் பக்கமாக, கொஞ்சம் கரீபிய சாயலோடு, சுரிநாம் - வெனிசுலாவுக்கு இடையில் இருக்கும் ஒரு நாடு. வெள்ளை மணல் படுகைகள், கடலோரச் சமவெளி, மலைப்பகுதிகள் எனப் பலதரப்பட்ட புவியியல் தன்மைகளைக் கொண்டது. நீர் வளம் மிக்கதும் கூட. கடல் மட்டத்திற்கும் கீழே அமைந்துள்ள நாடு என்பதால் அங்கே எப்போதும் மிதமான சீதோஷ்ண நிலைதான். ஆர்வாக், கரீப் மக்கள் அங்கு பழங்குடியினர். கடலோரப் பகுதிகளில் ஆர்வாக் மக்கள் இருந்தனர், உட்பகுதிகள் கரீப் மக்களுக்கு.

எஸ்சிகிபோ நதிக்கரையில் வர்த்தகம் செய்வதற்கென 1616 ஆம் வருடம் டச்சுக்காரர்கள் உள்ளே வந்தனர். அதுதான் கயானாவின் முதல் ஐரோப்பியக் குடியேற்றம். தோட்டம் வைத்தனர்.

பண்ணையம் செய்தனர். எஸ்சிகிபோ, டிமிராரா, பெர்பிஸ் என மூன்று காலனிகளை உருவாக்கினர். அப்போது அவர்கள் அங்கு கட்டமைத்த வடிகால் கட்டுமானங்கள் இன்றளவும் பயன்பாட்டில் உள்ளன. அடிமைகளைப் பணிகளுக்கு அமர்த்தும் முறையைக் கொண்டுவந்ததும் அவர்கள்தான். அதன் பிறகு, அதே கரும்புத் தோட்டம் அமைக்கும் எண்ணத்துடன் உள்ளே சென்றது பிரிட்டிஷ்.

1814 வாக்கில் அப்பகுதியில் முழு அதிகாரம் செலுத்தத் தொடங்கினர். இன்னொரு பக்கம் 1763ஆம் ஆண்டு முதலே கயானா பகுதியைத் தன்னுடைய காலனிகளுள் ஒன்றாக்கிவிட முயன்று தோற்றுக்கொண்டிருந்தது பிரான்ஸ். ஒரு கட்டத்தில் டச்சுக்காரர்கள் பிரான்சுக்கும், ஆங்கிலேயர்களுக்கும் கயானாவின் சில பகுதிகளைத் தாரைவார்க்க வேண்டியிருந்தது. அன்றைய கயானா மூன்று பகுதிகளாக பிரிக்கப்பட்டது.

கிழக்குப் பகுதியை பிரெஞ்சுக்காரர்களுக்கும், மேற்குப் பகுதியை ஆங்கிலேயர்களுக்கும் கொடுத்துவிட்டு, மத்தியப் பகுதி டச்சுக்காரர்கள் தன் வசமே வைத்துக்கொண்டனர். பிரிட்டிஷிடம் சென்ற மேற்கு கயானா உப்புத் தன்மை குறைவாக இருந்த நிலப்பரப்பு என்பதால் கரும்பு விளைச்சலுக்கு உகந்ததாக அமைந்தது.

இதில், பிரெஞ்சு கயானா குற்றம் சாட்டப்பட்டவர்கள் தண்டனைக் காலத்தில் வந்து வேலை பார்க்கும் இடமாகத்தான் *(penal colony)* முதலில் இருந்தது. இப்போதும் பிரெஞ்சு கயானா பிரான்சின் அங்கமாகவே இருக்கிறது. டச்சு கயானாவில், காபி, கோகோ, கரும்பு சாகுபடி பரவலாக இருந்தது. அது இப்போது சுரிநாம் என்ற பெயரில் அறியப்படுகிறது. இந்தியக் கூலித் தொழிலாளர்கள் அதிகம் பேர் வந்திறங்கிய, வேலைபார்த்த பிரிட்டிஷ் கயானாதான் இப்போதைய கயானா.

பிரிட்டிஷ் கரும்புத் தோட்ட முதலாளிகள் அங்கு மற்றவர்களைவிட (டச்சு,பிரான்ஸ்) விறுவிறுப்பாகத் தங்கள் பணிகளை மேற்கொண்டிருந்தனர். அதேசமயம் அப்போது முளைத்துக் கொண்டிருந்த மிஷனரிகள், அடிமைமுறைக்கு எதிரான மையங்கள், தோட்ட ஊழியர்களுக்காக அமைத்து நடத்திக் கொண்டிருந்த பள்ளிகளை அவர்கள் ஆட்சேபிக்கவில்லை. அதேபோல டச்சு

தோட்ட முதலாளிகள் மாதிரி ஆங்கிலேயர்கள் அங்கேயே தங்கவுமில்லை. அவர்களுக்குப் பிரியமான தலைநகர் 'ஜார்ஜ் டவுனில்' தான் பெரும்பாலும் இருந்தனர். ஒரு நாட்டின் உள்ளே புகுந்ததும் ஆசை ஆசையாய் ஓரிடத்தைத் தேர்ந்தெடுத்து அதற்கு 'ஜார்ஜ் டவுன்' என்று பெயர் வைத்தால்தான் அவர்களுக்கு அடுத்த வேலையே நடக்கும்.

1833 ஆம் ஆண்டு அடிமை முறை ஒழிப்புச் சட்டம் கொண்டுவரப்பட்டது. தமிழர் குடியேற்றங்களில் புதிய பெரிய திருப்புமுனை என்பது இந்தப் புள்ளியில் தொடங்கியதுதான். அதன் பிறகு பிரிட்டிஷ் சாம்ராஜ்ஜியத்திற்குள் அடிமைகளை வைத்திருப்பது சட்டவிரோதமானது. ஆப்பிரிக்க அடிமைகள் படிப்படியாக விடுவிக்கப்பட்டனர். சில ஆண்டுகளில் பிரஞ்சு, டச்சு எனக் காலனிக்காரர்கள் அனைவரும் அடிமைமுறையைக் கைவிட்டனர். ஆனால் அவர்கள் கடல் கடந்து வந்து அரும்பாடுபட்டுக் கண்டுபிடித்து வைத்திருந்த தீவுகளில் வேலைகள் பாதியில் நின்றுபோயின.

பணிகளைத் தொடர்வதற்கு ஆள் வேண்டும். கவலையடைந்த தோட்ட உரிமையாளர்கள், பணியாளர்கள் வேண்டுமென, தலைமை ஆபிஸருக்குக் கடிதம் எழுதத் தொடங்கினர். இந்தியாவிலிருந்து ஆள்களைக் கூட்டிவரச் சம்மதிக்க வேண்டும் எனக் கேட்டு. உத்தரவும் வந்தது. அப்போது இந்தியாவில் நிலவியிருந்த பஞ்சம், வறுமையைக் காரணம் காட்டி, அங்குள்ளவர்களை ஒப்பந்தத் தொழிலாளர் என்ற பெயரில் வேலைக்கு எடுத்தனர். அவர்கள் பிரிட்டிஷின் பல்வேறு காலனி தீவுகளுக்கு அனுப்பி வைக்கப்பட்டனர். அப்படி கயானாவில் சென்றிறங்கியதுதான் முதல் தமிழ் - இந்தியக் குடியேற்றம். 1838 - 1917 இடைப்பட்ட காலத்தில் அங்கு இரண்டரை லட்சம் இந்தியர்கள் கொண்டுசெல்லப்பட்டனர். பீகார், உத்தரப் பிரதேசம், மெட்ராஸ், எனக் கப்பல்களில் உடன் வந்தவர்களானதால் 'ஜஹாஜி' என்றுதான் ஒருவரை ஒருவர் அழைத்துக்கொண்டார்கள். இந்தியில் 'ஜஹாஜ்' என்றால் கப்பல் என்று அர்த்தம். ஒரே கப்பலில் பயணம் செய்தவர்கள் தங்களுக்குள் நட்பு ரீதியில் 'ஜஹாஜி', 'ஜஹாஜி பாய்', 'ஜஹாஜி பெஹன்' போன்ற வார்த்தை பயன்பாட்டைக் கொண்டிருந்தனர்.

வருடம் 1838. கல்கத்தா துறைமுகத்திலிருந்து இந்தி பேசும் இந்தியர்கள். மெட்ராஸ் துறைமுகத்திலிருந்து தமிழ் பேசும் இந்தியர்கள். என இரண்டு இந்தியக் குழு கயானாவிற்குச் சென்று சேர்ந்தது. இரு குழுக்களின் பாஷையும், வழிபாடு முறைகளும் வெவ்வேறாக இருந்ததனால் அவர்களால் எளிதில் ஒட்டமுடியவில்லை. மொழி வேறுபாடு, பின்னர் நிற வேறுபாடானது. அதற்கு அடுத்த கட்டத்தையும் எட்டியது. பின்னர் அதுவே நிரந்தரமானது. இந்திய -ஆப்பிரிக்கத் தகராறும் இல்லாமல் இல்லை. இந்தியர்கள் சென்றடைந்த மற்ற தீவுகளை (மொரிஷியஸ்) போல கயானாவில் தமிழ், தெலுங்கு பேதமிருக்கவில்லை. அனைவரும் 'மதராசி' என்றே அறியப்பட்டனர். முருகனுக்கு காவடி, மாரியம்மனுக்கு கடாவெட்டு எல்லாம் உண்டு.

ஒப்பந்தத் தொழிலாளர்கள் நாலாபுறமும் இருந்து சென்று குவியத் தொடங்கிய காலத்தில் ஏற்கனவே அங்கிருந்த ஆப்பிரிக்க மக்கள் ஏற்படுத்தி வைத்திருந்த வாழ்வமைப்பு இவர்களுக்குப் புதிய சூழ்நிலைக்கேற்பத் தங்களை எவ்வாறு பொருத்திக்கொள்வது என்ற கற்றலைத் தந்தது. அடிமைகள் தங்கவைக்கப்பட்டிருந்த இடங்களில் ஒப்பந்தத் தொழிலாளர்கள் தங்கினர். பெயரளவில் மட்டுமே அடிமைமுறை ஒழிக்கப்பட்டிருந்தது. மூன்று- நான்கு தலைமுறைக்குப் பிறகுதான் அவர்கள் அங்கிருந்து வெளியேறி சொந்தமாக வசிப்பிடத்தை உருவாக்கிக்கொண்டனர்.

1860க்குப் பிறகு அங்கே தமிழ்ச் சமூகம் தனித்துத் தெரியத் தொடங்கியது. நல்ல விளைநிலங்களின் அருகில் குடியிருப்புகளை அமைத்துக்கொண்டனர். அவை கிழக்கு பெர்பிஸ் பகுதியான அல்போன்னில் போன்ற இடங்கள். 19ஆம் நூற்றாண்டின் இறுதியில் அங்கிருந்த அனைத்துக் குடியேற்றங்களும், சமூக, பொருளாதார அடிப்படையில் சமமாகவே இருந்தன. ஒப்பந்தத் தொழிலாளர் முறை ரத்து செய்யப்பட்ட பின்பு, வந்தவர்களில் சிலர் தாயகம் திரும்பும் முடிவை எடுத்தனர். வேலை வாய்ப்பினைக் கருதி அங்கேயே தங்கிவிட ஒரு சாரார் எண்ணினர்.

ஐந்து- பத்து வருடப் பணி உடன்படிக்கை முடிந்ததும், பிரிட்டிஷ் அரசின் செலவிலேயே சொந்த ஊருக்குத் திரும்பும் வசதி இருந்தது. எனினும், பெரும்பாலானவர்கள் தங்கிவிட எண்ணியதன் காரணம், அவர்களுக்கு நில மானியங்களும், தங்குவதற்கு

ஊக்கத்தொகையும் தரப்பட்டது. அதுபோக, எப்போதுமே அங்கு தோட்ட வேலைகளுக்குத் தேவை இருக்கும் என்பதை அவர்கள் அறிந்துகொண்டவர்கள். அங்கேயே தங்களின் புது வாழ்வினைத் தொடங்க ஆயத்தங்களைச் செய்தார்கள். குடும்பங்கள் ஒன்று கூடி சமூகம் ஆனது. சிறு, குறுநில விவசாயிகளாக, வட்டிக்குப் பணம் கொடுப்பவர்களாக, நிலத்தில் முதலீடு செய்பவர்களாக அவர்கள் இருந்தார்கள். வர்த்தகம் முதல் கைவினைக் கலை வரை கற்றுத் தேர்ந்திருந்தார்கள்.

1917க்குப் பிறகு தமிழ் மொழி என்பது கலாசார, வழிபாட்டு முறையாக மட்டுமே உள்ளது. இந்தியப் பள்ளிகள், வட - தென் இந்திய வழிபாட்டுத் தலங்கள், அவற்றுக்குப் பூஜை செய்யப் பூசாரிகள், சமூகக் கூடங்கள் என இன்று அனைத்துமே அங்கு உண்டு.

கயானாவின் தமிழ் வீடுகளில் என்றுமே சாம்பிராணிப் புகையும் பக்திப் பாடல்களுமாகத்தான் நாள் தொடங்கும். தெய்வப் படங்கள், தோரணங்களைக் கொண்டு வீட்டை அலங்கரிப்பது, இசைத் தட்டுகளைச் சேகரிப்பது, திருமணச் சடங்குகள், குழந்தைக்குப் பெயர் வைப்பது, சுபநாள் குறிப்பது என அக்மார்க் தமிழ் குடும்ப வாழ்க்கைதான் அங்கும். ஒரே குறை, தமிழ் மட்டும் சரளமாகப் பேச வராது. ஆனால் வாய்ப்புக் கிடைத்தால் இந்தியா வர விரும்புபவர்கள் ஏராளம். தமிழ்ச் சங்கம், ஆரிய சமாஜ் என அங்கு இல்லாத சங்கங்கள் இல்லை. விட்டு வந்த நிலத்தின் பிணைப்பு ஏதேனும் ஒருவகையில் இருக்க வேண்டும் என்பதால் அந்த எற்பாடு.

தொடக்கக் காலத்தில் அவர்களுள் ஜாதியப் பாகுபாடு இருக்கத்தான் செய்தது. தங்களை மேலாகக் காட்டிக்கொள்ள இன வழக்கங்கள் சிலவற்றை மாற்றிவைத்ததுகூட உண்டு. ஒருசில தலைமுறைகளிலேயே தூக்கிக்கொண்டு வந்த ஜாதிகளை வீசியெறிந்துவிட்டு புத்தம் புதிய சமூகப் படிநிலைகளை அமைத்துக்கொண்டனர். கலப்புத் திருமணங்கள் நடந்தன. குடியேறிய நிலத்தின் வழக்கத்தையும் சேர்த்தே கடைப்பிடித்தனர். அங்கிருந்தவர்களுக்கும் தமிழ் ருசியை உணவிலும், மரபிலும், மொழியிலும், கட்டடக் கலையிலும் காட்டினார்கள். இப்போதும் அப்படியே செய்துவருகின்றனர்.

1966ஆம் ஆண்டு கயானா காலனி ஆதிக்கத்திலிருந்து சுதந்திரம் பெற்றது. தொண்ணூறுகளில் பொதுத் தேர்தல் நடந்தது. 2015 ஆம் ஆண்டு பெருமளவில் அங்கு எண்ணெய் வளங்கள் கண்டுபிடிக்கப்பட்டு, பல வெளிநாட்டு முதலீட்டாளர்களின் கவனத்தைப் பெற்றது. இன்று அங்கு பொது வாழ்வு, கலை, தொழில் என அனைத்துத் துறைகளிலும் தமிழர்களின் பங்களிப்பு இருக்கிறது. கயானாவின் தமிழரான மோசஸ் நாகமுத்து 2015 - 2020 ஆண்டு வரை அங்கே பிரதமராக இருந்தார். அவர் எழுத்தாளரும் கூட.

இந்திய வம்சாவளியினர் அதிகம் உள்ள நாடென்பதாலும், எண்ணெய் வளம் இருப்பதாலும் இந்தியாவுக்கு கயானா மீது எப்போதும் அக்கறை உண்டு. நூறு மில்லியன் டாலர்கள் செலவில் கயானாவின் தலைநகரில் சாலைத் திட்டங்களுக்கு இந்தியா உதவியுள்ளது. அதுபோக அங்கே கிரிக்கெட் மைதானம் அமைப்பதற்கும், இதர அடிப்படைக் கட்டமைப்பு வசதிகளுக்கும் உதவும் வகையில் ஒப்பந்தங்கள் உள்ளன. தென் அமெரிக்க நாடுகளில், அதிகாரபூர்வ மொழியாக ஆங்கிலம் இருக்கும் ஒரே நாடு கயானா. அங்கு ஆங்கிலம், கயானீஸ் கிரியோல் இரண்டும்தான் வழக்கு மொழிகள். கயானாஸ் என்றால் பல நீர்களின் நிலம் என்று அர்த்தம். அது பல நாட்டுக் குடியேற்றங்களின் தேசமும் கூட.

9. எரிமலைத் தீவு மொரிசியஸ்

ஆப்ரவசி காட். இந்தியர்கள் முதன்முதலில் மொரிசியசில் கால் பதித்த இடம். 1830- 1920 களின் கால கட்டத்தில் நான்கரை லட்சம் பேர் பல நாடுகளிலிருந்து மொரீசியஸ் தீவுக்குப் பணியாளர்களாக அழைத்துச்செல்லப்பட்டனர். அப்படிச் சென்றவர்கள் போர்ட் லூயிஸ்க்கு அருகில் கூலி காட் என்ற பகுதியில்தான் முதலில் தங்கவைக்கப்பட்டனர். அந்தக் கூலி காட்தான் இப்போது ஆப்ரவசி காட்.

பல வார கப்பல் பயணம் முடித்து வருபவர்கள், முதலில் குளித்து முடித்து தங்களைச் சுத்தம் செய்துகொள்ளவேண்டும் என்பது அங்கே முக்கியமான விதிமுறை. அங்கிருந்த கற்கட்டடத்தில், நுழைவுப் பகுதியில் இருபுறங்களிலும் தண்ணீர்த் தொட்டிகள் இருந்தன. ஆண்கள் - பெண்களுக்கெனத் தனித்தனி தொட்டிகள், கழிவறை வசதிகள். அவை நாளுக்கு மூன்று முறை சுத்தப்படுத்துவது எனச் சுகாதாரத்திற்கு அதிக முக்கியத்துவம் அளிக்கப்பட்டது.

அது முடிந்ததும் வருகைப் பதிவு. பணியாளர்களின் முழு விவரங்களும் சேகரிக்கப்பட்டு, உள்ளே அனுப்பப்படுவர். நுழைவு வளையத்தைத் தாண்டியதும், அவர்கள் புதியதொரு நாட்டிற்குள் மட்டுமல்ல, புதியதொரு வாழ்க்கைக்குள் நுழையும் அந்தப் பதினாறு படிக்கட்டுகள் வரும். அதில் கீழ் இறங்கிச் சென்றால் அவர்களுக்கான அறைகள் இருக்கும். இரும்புத் தூண்களுடன் அமைக்கப்பட்ட மர வீடுகள். அங்கே சமைக்கும்

இடம், மருத்துவமனை எனச் சகல வசதிகளும் இருந்தன. புதிய சூழலுக்கு அவர்களைப் பழக்கப்படுத்திக்கொள்ளவும், ஓய்வெடுப்பதற்கும் அங்கே தங்கவைக்கப்பட்டனர். அதன்பிறகு அவரவர் பணியிடங்களுக்கு அனுப்பிவைக்கப்பட்டனர்.

இப்போது ஆப்ரவாசி காட் என்று அறியப்படும் அப்பகுதியில், கற்கட்டடங்களில் ஒரு சில மட்டுமே எஞ்சியுள்ளன. அதை அந்நாட்டின் அரசாங்கம் பாதுகாத்து, கலாசார மையமாக அறிவித்துள்ளது. இந்தியர்களின் வருகையையும், நாட்டின் கட்டமைப்பில் அவர்களின் பெரும்பங்கின் சாட்சியாகவும் இன்றும் இருக்கிறது அப்பகுதி. அங்கு வருடாவருடம் நவம்பர் மாதம் அதற்காக நிகழ்ச்சிகளும் நடத்தப்படுகின்றன. இந்தியாவின் சார்பில் அவ்விடத்தைப் பாதுகாப்பதற்காகச் சிறப்புக் குழு ஒன்று 1985 ஆம் ஆண்டு சென்றது. அது யுனெஸ்கோவின் உலக பாரம்பரியத் தளமும் கூட.

1497 ஆம் வருடம் வாஸ்கோ டா காமா தென் ஆப்ரிக்காவின் கேப் ஆப் குட் ஹோப்பை சுற்றிவந்து இந்தியப் பெருங்கடலைத் தொட்டபோது, மொரிசியசையும் அதன் அருகேயிருந்த குட்டி குட்டித் தீவுகளைப் பற்றி யாருக்கும் தெரிந்திருக்கவில்லை. அங்கு டோடோ பறவைகளும் கல்வாரி மரங்களும்தான் இருந்தன. அதன் பின்னர் சில அரபு மாலுமிகள் அத்தீவைப் பற்றித் தங்கள் வரைபடத்தில் பதிவுசெய்துவைத்திருந்தனர்.

இந்தியப் பெருங்கடலுக்கு நடுவே, மடகாஸ்கரிலிருந்து ஐந்நூறு மைல் தொலைவில் ஒரு தீவு. எரிமலை வெடிப்பினால் கடலுக்கு நடுவே உருவான சற்றே பெரிய நிலப்பகுதிதான் இன்று மொரிசியஸ் என்று அறியப்படும் தீவு தேசம். 1598 இல் டச்சுப் படை ஒன்று, எட்டுக் கப்பல்களில் இந்தியத் துணைக் கண்டத்தை நோக்கி வந்து கொண்டிருந்தது. கடும் மழை, புயலில் சிக்கிய அக்கப்பல்களில் மூன்று மட்டுமே மடகாஸ்கர் தீவைச் சென்றடைய முடிந்தது. மீதி ஐந்து கப்பல்கள் இன்னொரு தீவில் கரை ஒதுங்கின. அதை அவர்கள் 'கிரான்ட் போர்ட்' என்றழைத்தனர். அந்தத் தீவிற்கு, தங்கள் இளவரசனின் (மவுரிட்டஸ் வான் நாசாவு, ஹாலந்தின் ஆளுநர்) பெயரை வைத்துவிட்டு, சாங்கியத்திற்குச் சில காலம் தங்கிவிட்டுச் சென்றனர்.

அதற்கு அடுத்த நாற்பது ஐம்பது வருடங்களில் அதாவது 1650 களில் அங்கு முதல் டச்சு குடியேற்றம் நடந்தது. ஆனால் வெகு காலம் இவர்களால் சமாளிக்க முடியவில்லை. அவ்வப்போது வரும் புயல் தாக்குதல்கள், பெரிதாக வளம் எதுவும் இல்லாத தீவு. எனவே அங்கிருந்து கிளம்பினர். அங்கிருந்த காலங்களில் கண்மூடித்தனமாக வேட்டையாடி ஒரு பறவை இனத்தையே அழித்தனர். கண்டுபிடிக்கப்பட்டு நூற்றியைம்பது ஆண்டுகளில் டோடோ பறவை இனமே இல்லாமல் போனது, அதை சார்ந்திருந்த கால்வாரி மரங்களும்தான்.

அவர்கள் விட்டுச் சென்ற பிறகு, (1715) பிரெஞ்சு குழு அங்கு சென்று இறங்கியது. புது இடத்திற்குச் சென்றதும் செய்ய வேண்டிய முதல் பணியாக, பழைய பெயர்ப் பலகையை அகற்றிவிட்டு, புதியதாய் ஒன்றை மாட்டிவைத்தார்கள். அந்தப் பெயர் ஐல் டி பிரான்ஸ். (Isle de france). அப்போது கவர்னராக வந்த மாகே டி ல போர்டன்னைஸ், புதுத் தீவிற்கென தனது எதிர்காலத் திட்டங்களுடன்தான் பயணமே மேற்கொண்டார். தலைநகர் போர்ட் லூயிஸை கப்பல்படைத் தளமாக, கப்பல் கட்டும் மையமாக மாற்ற வேண்டும் என்பது திட்டம்.

கூடவும் தீவை சொர்க்கபுரியாக மாற்ற பாண்டிச்சேரியிலிருந்து கலைஞர்கள் அழைக்கப்பட்டனர். 1728 ஆம் ஆண்டு நவம்பர் 11 ஆம் தேதி இருபத்தெட்டுத் தமிழர்கள் அடிமைகளாக அங்கே சென்றனர். அடுத்த மூன்று மாதங்களில் நூற்று அறுபத்துமூன்று தமிழ் பேசும் கட்டடக் கலைஞர்கள் தீவை அடைந்தனர். தேவாலயங்கள், மருத்துவமனைகள் எனப் பணிகள் நடைபெற்றன. அதன்பிறகு ஐந்நூறு தமிழர்கள், சில நூறு சீனர்கள் அங்கு சென்றனர். தஞ்சாவூர், திருச்சி, கோதாவரி எனப் பல ஊர்களிலிருந்து கலைஞர்களும் புறப்பட்டனர். இந்தியாவிலிருந்து கைதிகளையும் கொண்டு சென்று வேலைக்கு வைத்திருந்தது பிரெஞ்சு அரசு.

போர்ட் லூயிஸ் பகுதி, இந்தியப் பெருங்கடலில் நடக்கும் வர்த்தகங்கள் கூர்ந்து கவனிப்பதற்கு ஏதுவான இடமாக அமைந்தது. நெப்போலெனிக் போர்களின் போது, பிரெஞ்சுப் படைகள் இங்கிருந்துதான் பிரிட்டிஷ் வர்த்தகக் கப்பல்களின் மீது தாக்குதல் நடத்தின. பொறுத்துப் பார்த்துவிட்டு, பிரிட்டிஷ் படைகளை அனுப்பியது, தீவைக் கைப்பற்றுவதற்காக. நடந்தேறிய வருடம்

1810. மூன்று நாள் போரில், பிரெஞ்சுப் படை, ஆங்கிலேயப் படையைத் துரத்தியடித்தது. அப்போதைக்குப் பின்வாங்கியவர்கள், மீண்டும் கூடுதல் படைகளைக் கொண்டு சுற்றிவளைத்தனர். மிரண்டுபோன பிரெஞ்சுப் படை, உடன்படிக்கைக்குச் சம்மதித்தது. டிசம்பர் மூன்றாம் ஆம் தேதி, நள்ளிரவு ஒரு மணிக்கு ஒப்பந்தம் கையெழுத்தானது.

தீவு பிரிட்டிஷின் கட்டுப்பாட்டில் இருந்தாலும், பிரெஞ்சுக்காரர்கள் ஏற்படுத்திவைத்திருந்த எதையும் சிதைக்காமல் அப்படியே அனைத்தும் தொடரும் வகையிலான ஒப்பந்தம். அந்த யுத்தத்தில் ஆங்கிலேயப் படை சார்பில் 9000 தமிழ் - இந்திய வீரர்கள் களம் கண்டனர். அவர்கள் மெட்ராஸ், பம்பாய் படைப் பிரிவுகளைச் சேர்ந்தவர்களாக இருந்தனர். போரில் மெட்ராஸ் தொழில்நுட்ப வல்லுநர்கள் எவ்வாறு ஆங்கிலேயப் படையினரின் வெற்றிக்கு உதவினர் என்று சில அதிகாரிகள் தங்களின் புத்தகத்தில் விவரித்துள்ளனர்.

பிரிட்டிஷ் ஆட்சி தொடங்கும்போதே அங்கு பல தமிழர்கள் சொந்தமாகக் கரும்புத் தோட்டம் வைத்திருந்தனர். சிலர் முதலாளிகளாகவும் இருந்தனர். வர்த்தகத்திலும் ஈடுபட்டிருந்தனர். தமிழகத்தின் பாண்டிச்சேரி, காரைக்கால் பகுதிகளிலிருந்து கலைஞர்கள் சென்றனர். இன்றும் அங்கே தனித்துவமாகத் தெரியும் அரசாங்கக் கட்டடங்களைக் கட்டியது அவர்கள்தாம். 1771 இல் அங்கிருக்கும் இந்துக்களும், முஸ்லிம்களும் தங்களுக்கென வழிபாட்டுத் தலங்களைக் கட்டிக்கொள்ள அனுமதி தரப்பட்டது.

ஆகம விதிகளின்படி, ஊருக்கு சற்றே ஒதுக்குப்புறமாக, மதுரை மீனாட்சி அம்மன் கோயில் போன்றதொரு மீனாட்சி கோயில் மொரிசியஸில் உண்டு. ஒவ்வொரு ஐந்நூறு மீட்டர்களுக்கும் சிறியதும் பெரியதுமாக ஏதாவது வழிபாட்டுத் தலங்கள் தென்படாமல் போகாது. பத்தொன்பதாம் நூற்றாண்டில் எல்லாம் தொழிலாளர்களாக வந்த தமிழர்கள் தங்களுக்கென்ற அடையாளத்தை உருவாக்கிக்கொண்டு, அங்கிருந்த பிரெஞ்சு பிரபுக்களுக்கு இணையாக பண்ணைத் தோட்டங்களை வாங்கிப் போட்டார்கள். விரைவிலேயே அவர்களுடன் இணைந்து பணியாளர் பிரச்சினைகளுக்கெல்லாம் தீர்வுகாணவும் தொடங்கினர்.

இன்று உலகிலேயே அதிக உயரம் கொண்ட பெருமாள் சிலையுள்ள கோயில் இந்தத் தீவில்தான் உள்ளது. பிரசித்தி பெற்ற சிவராத்திரி கொண்டாட்டங்களின் போது, ஊர்வலம் நகரின் மையப் பகுதியில்தான் செல்லும். துர்கை அம்மன் கோயில் முதல் முனீஸ்வரனுக்கு ஆடு, கோழி பலி வரை சர்வமும் நடைபெற்றுவருகிறது. கோயம்பேடு காய்கறிச் சந்தைக்குச் சவால் விடும் கடைத்தெருக்கள், தமிழ்ப் பெயர்கள் கொண்ட மருத்துவமனை, சாலைகள், மக்கள் எனத் தமிழ்நாட்டைவிட அதிகத் தமிழ் முகங்கள் தென்படும் நாடு. ஆனால் தமிழ் பேச்சு வழக்காக இல்லை. வணக்கம் எனச் சொல்லிவிட்டு, பிரெஞ்சு கிரியோலில் பேச்சைத் தொடர்கிறார்கள். தேனி, திண்டுக்கல் பகுதிகளில் இருந்து கூட அங்கு மருத்துவம் படிக்கச் செல்கிறார்கள்.

ரூபாய் நோட்டுகளிலும், பத்திரிகைகளிலும் தமிழில் பெயர்களும், விளம்பரங்களும் வரத் தொடங்கின. அப்போதே அதிக அளவில் படித்த தமிழர்கள் அங்கு இருந்தார்கள். 1854 ஆம் வருடத்திலிருந்தே அங்கிருந்த பள்ளிகளில் தமிழ் கற்றுக்கொடுக்கப்பட்டது. தமிழகத்திலிருந்து ஆசிரியர்கள் அங்கே தேவை என்ற கோரிக்கைகளும் இருந்தன. 1901 ஆம் ஆண்டு காந்தி, தனது தென்னாப்பிரிக்கப் பயணத்தின்போது, தீவுக்குச் சென்றிருந்தார். அப்போது அவர் பாரிஸ்டர் பட்டம் பெற்றிருந்த இளைஞர். அங்கு அவரை வரவேற்று உபசரித்ததும் தமிழர்கள்தாம்.

இந்தியா, சீனா, மடகாஸ்கர், தென் கிழக்காசியப் பகுதிகளிலிருந்து பணியாளர்கள் மொரிசியஸ் சென்று சேர்ந்தனர். எரிமலை நிலப்பரப்பை, கற்களை அகற்றி, அவற்றை விளைநிலங்களாக மாற்றுவதற்கு நிறையவே ஆள் பலம் தேவைப்பட்டது. அவர்கள் காலத்தில் கரும்புத் தொழில் உச்சத்தில் இருந்தது. அங்கு தயாராகும் சர்க்கரை இங்கிலாந்துக்கு ஏற்றுமதியானது.

அடிமை முறை ரத்து செய்யப்பட்ட போது, பிரெஞ்சு எஸ்டேட் முதலாளிகளுக்கும், பிரிட்டிஷ் அதிகாரிகளுக்கும் அன்றாடம் வாக்குவாதம் ஏற்பட்டது. ஆள் பற்றாக்குறையைக் காரணம் காட்டி. ஒரு கட்டத்தில், முதலாளிகள் பொறுமை இழந்து, தாங்களே ஏஜெண்டுகளை வைத்து இந்தியாவில் ஆள் சேர்த்தனர். இருபத்தைந்தாயிரம் பேர் வரை கப்பல்களில் கொண்டு சென்றனர். அவர்கள் பெரிய குழுக்களில் அங்கு சேர்வதற்கும்.

ஆப்பிரிக்க அடிமைகள் விடுதலையாகிச் செல்வதற்கும் சரியாக இருந்ததால், வந்தவர்களைத் தங்கவைப்பதில், உணவு வசதிகளைச் செய்துகொடுப்பதில் அச்சமயம் அங்கே உச்சக்கட்டக் குழப்பம் நிலவியது.

விளைவு, இந்தியர்கள் மோசமாக நடத்தப்பட்டனர். முறையான வசதிகள் இன்றி நோய்த் தொற்றால் பலரும் பாதிக்கப்பட்டார்கள். இவர்களது இந்தப் போக்கைப் பற்றி பிரிட்டிஷ் அரசாங்கத்திற்குப் புகார்கள் தொடர்ந்து போய்க்கொண்டிருந்தன. நாளுக்கு நாள் அவை அதிகமாகவே, இந்தியாவிலிருந்து ஆள் அனுப்பிவைக்கப்படுவது நிறுத்தப்பட்டது.

பின்னர் அது மீண்டும் தொடங்கியபோது, இந்தியாவிலிருந்து மொத்தச் செயல்பாடுகளையும் பார்வையிடுவதற்கு அதிகாரியை உடன் அனுப்பினார்கள். அதே நேரத்தில்தான், பிரிட்டிஷ் அரசாங்கம் கயானாவில் கட்டுப்பாடுகளுடன் முறையான ஆள் தேர்வு முறைகளைக் கொண்டுவந்திருந்தது. 1843 ஆம் ஆண்டு முதல் இங்கும் அதே போன்றதொரு முறை கொண்டுவரப்பட்டது.

பணியாளர்கள், முக்கியமாகத் தமிழர்கள் அங்கு மோசமாக நடத்தப்படுவதைக் கண்டித்து, அங்கிருந்த பிரெஞ்சுத் தோட்ட முதலாளி அடோல்ப் வான் பிளாவிட்ஸ், பணியாளர்களுக்கு ஆதரவாகச் செயல்பட்டார். தொழிலாளர்கள் நடத்தப்படும் விதத்தைச் சோதிக்க ஆணையம் அமைக்க வேண்டுமென அரசாங்கத்திற்குக் கடிதமெழுத உதவினார். இது சக பிரெஞ்சு முதலாளிகளைக் கோபப்படுத்தியது. இவரை நாடு கடத்த வேண்டும் என வற்புறுத்தினர். போக மறுத்ததனால், பொதுவிடத்தில் வைத்து அவரை அடித்துத் துன்புறுத்தினர்.

பிரெஞ்சு முதலாளிகள், பெண்களைத் தோட்ட வேலைகளுக்கு எடுத்துக்கொள்ளவில்லை. வீட்டு வேலை, இதர பணிகளுக்கு மட்டுமே அனுமதித்தார்கள். இதைப் பணம் மிச்சம் செய்யும் வழி என ஆங்கிலேய அரசாங்கம் கூட எதிர்த்தது. அறுவடையின்போது மட்டும், கூடுதல் உதவிக்குப் பெண்கள் அமர்த்தப்பட்டார்கள். பெண்களின் எண்ணிக்கை குறைவாக இருந்ததனால், பிரெஞ்சு - ஆப்பிரிக்கா, பிரெஞ்சு - பெங்காலி கலப்புத் திருமணத்தின் மூலம் அடுத்த சந்ததியினர் உருவாகி, வளர்ந்தனர். அவர்கள் தோட்டத்தின் கிளார்க் ரக வேலைகளில் இருந்தனர். இந்தியர்கள்

இந்த வகைக் கலப்புகளுக்குத் தயக்கம் காட்டியதால், பிரிட்டிஷ் அதிகாரிகள், இந்தியாவிலிருந்து வரும் அடுத்தடுத்த பேட்ச் பணியாளர் கப்பல்களில் அதிகம் பெண்களை அழைத்துவரச் சொன்னார்கள். ஆண் - பெண் சமநிலையைச் சரிசெய்வதற்கென இந்த ஏற்பாடுகள் செய்யப்பட்டன.

புதிதாகச் சென்ற தமிழர்களுக்கு இரண்டு வாய்ப்புகள் இருந்தன. ஏற்கனவே அங்கு 'செட்டிலாகி' இருந்த தமிழ் கலாசாரத்தை ஏற்றுக்கொள்வது. அவர்கள் கட்டி வைத்திருந்த பிரபல கோயில்களுக்குச் செல்வது. அல்லது தனியாக ஒரு வட்டத்தை உருவாக்கிக் கொண்டு, தங்களின் கிராம சிறு தெய்வதை வணங்குவது. பெரும்பாலானோர் அங்கிருந்த தமிழர்களோடு ஒன்றிவிடவே முடிவெடுத்தார்கள்.

இந்தியாவிலிருந்து சென்ற குழுக்கள், தனித் தனி அடையாளங்களுடனே இருக்க விரும்பின. அதற்குச் சில காரணங்களும் இருந்தன. என்னதான் அரசாங்கம் பணிக்கு ஆள் எடுத்துக்கொண்டிருந்தது என்றாலும், தோட்டக்காரர்கள் தனியே ஆள் எடுப்பதை நிறுத்தவில்லை, எனவே ஓர் ஊர், கிராமம் எனத் தெரிந்தவர்களாக, நம்பத்தகுந்த ஆள்கள் இருந்தால் சுலபம் என அவர்கள் தங்கள் முகவர்களுடன் தொடர்பிலிருந்து, அவ்வப்போது ஊருக்கு வந்து பணியாளர்களைக் கூட்டிக்கொண்டு சென்றார்கள்.

பிரிட்டிஷ் அரசாங்கமும் தெரிந்தவர்கள், ஒரு குழு ஆள்கள் ஒரே இடத்தில் வேலை செய்வதை ஆதரித்தார்கள். இந்த முறை வேறு எந்தத் தீவிலும் அப்போது இருக்கவில்லை. அதனாலேயே மற்ற இடங்களில் தமிழ் - தெலுங்கு பாகுபாடுகள் இல்லாமல் அனைவரும் மதராசிகளாக இருந்தார்கள். அதுவே மொரிசியஸில் நிலைமை வேறு. தெலுங்கு பேசும் மக்கள் மிகக் கவனமாகத் தங்கள் திருமண, வழிபாடு முறைகளின் மூலம் தங்களைத் தமிழர்களிடம் இருந்து தனியாகக் காட்டிக்கொண்டனர்.

பிரிட்டிஷ் அதிகாரிகள் தொழிலாளர்களைப் பணி செய்யும் இயந்திரங்களாகத்தான் பார்த்தார்கள். பிரெஞ்சுக்காரர்கள் சற்றே வித்தியாசம் காட்டினர். அவர்களும் வந்தவர்களை மோசமாகத்தான் நடத்தினர். ஆனால் அதைத்தாண்டி குடும்பம் சார்ந்தும், சமூகம் சார்ந்த அடையாளங்களின் மீதான அக்கறை,

கவனம் அவர்களிடம் இருந்தது. அதுதான் அவ்விருவருக்குமான வேறுபாடு. பிரெஞ்சு அரசு, மிகத் தெளிவான திட்டத்துடன் பலதரப்பட்ட திறன்கள் கொண்ட பல நாட்டு மக்களைக் கொண்டு ஒரு புதுச் சமூகச் சூழலை உருவாக்க எண்ணியிருந்தனர். அவை வடிவம் பெறும்போது, தீவு பிரிட்டிஷின் கையில் இருந்தது. ஆனால் இன்றும் அங்கு பேசப்படும் மொழியிலும், மக்களின் வாழ்வுமுறையிலும் பிரெஞ்சு வாசம் வீசும்.

1920 வருடத்தில் தென் இந்திய வம்சாவளி மக்களுக்கும் - பிரெஞ்சு மக்களுக்கும் உரசல்கள், மோதல்கள் என உயிர்ச் சேதம்வரை போனது. அதுவே, மொரிசியசில் தொழிலாளர் சங்கம் உதயமாவதற்குக் காரணமாக இருந்தது. நாட்டின் விடுதலைக்குப் பிறகு, தங்கள் பொருளாதார வருவாய் வழிகளைச் சுற்றுலா, வர்த்தகம் என விரிவுபடுத்துவதற்குத் திட்டங்கள் மேற்கொள்ளப்பட்டன. இன்று இந்தியா, மொரிசியஸ் நாட்டின் மெட்ரோ தோட்டம் முதல் பல அடிப்படைக் கட்டமைப்புகளுக்கு உதவி செய்துவருகின்றது. தாய் நாட்டுச் சீதனமாக, இந்தியாவிலிருந்து முன்னாள் 'ரா' அதிகாரிகளைத் தேசியப் பாதுகாப்பு அதிகாரிகளாக மொரிசியசுக்கு அனுப்பிவைக்கிறார்கள்.

10. டர்பனில் உள்ளது தாலி

ஐந்து வருடப் பணி. விருப்பப்பட்டால் அடுத்த ஐந்து ஆண்டுகளுக்கு நீட்டித்துக்கொள்ளலாம். வாடகை இல்லா வீடு, உணவு வசதி செய்துகொடுக்கப்படும். வாரத்தில் ஆறு நாள் வேலை, ஒவ்வொருநாளும் ஒன்பது மணி நேரப் பணிநேரம். ஞாயிறு விடுமுறை. கப்பலில் தங்குமிடம், மருத்துவ வசதியுடன் கூட்டிச்செல்லப்படுவீர்கள். பயணம் இலவசம். துணிமணிகள், உணவு என அங்கு மிகுந்த கவனத்துடன் நடத்தப்படுவீர்கள். ஐந்து முதல் ஆறு வாரம் பயண காலம். உங்கள் பாதுகாப்பை உறுதிசெய்ய அதிகாரிகள் குழு எப்போதும் உடனிருக்கும்.

தென் ஆப்ரிக்காவின் நடால் (natal) பகுதியில் இறங்கியதும் நீங்கள் தங்கப்போகும் இல்லங்களை அதிகாரிகள் உங்களுக்குக் கட்டித் தருவார்கள். உங்கள் மதநம்பிக்கைகளில் எந்தவிதத் தலையீடும் இருக்காது. உங்கள் நாட்டினர் ஐயாயிரம் பேர் வரை அங்கு இருப்பார்கள். சொந்த நாடு போன்ற சூழல் நிச்சயம். கரும்புத் தோட்ட வேலைகளைப் பார்த்துவிட்டு, அங்கு இருக்கும் மிதமான சீதோஷ்ணத்தில், நல்ல குடிநீர், பழ- காய் வகைகள் என ஆரோக்கியமாக வாழலாம் வாருங்கள்.

ஆகஸ்ட் 17, 1874 தேதியிடப்பட்ட குடியேற்றத் துறை அதிகாரிகளின் 'ஜாப் ஆஃபர்' அறிவிப்புக் கடிதத்தின் சாராம்சம் இது.

1757 முதல் 1947 வரையிலான கால கட்டங்களில் இந்தியாவின் தனி நபர் வருமானம் உயரவே இல்லை. சொல்லப்போனால், ஐம்பது சதவிகிதத்திற்குக் குறைந்துதான் போனது. சுகாதார, மருத்துவ வசதிகள் போதுமானதாக இல்லாததால், மனிதர்களின் வாழ்நாள் காலமும் இருபது சதவிகிதம் குறைந்தது. இப்படி இந்தியாவின் வளங்களைச் சுரண்டி வறுமையை ஏற்படுத்தியதிலும், அந்த 'வறுமையிலிருந்து விடுபட நல்வாய்ப்பு' என தூர தேசங்களுக்குப் பணியாளர்களாக மக்களை அனுப்பிவைத்து, அங்கே அவர்களைச் சிரமத்தில் ஆழ்த்தியதிலும் ஆங்கிலேயர்களுக்குப் பெரும்பங்கு உண்டு.

உம்வோடி என்ற பெயர் கொண்ட கப்பல் 1860 - 1889 வரை இருபத்துமூன்று முறை இந்தியா - தென் ஆப்பிரிக்கா ரவுண்டு ட்ரிப் அடித்துள்ளது. மெட்ராஸ் துறைமுகத்திலிருந்து நடால் பகுதிக்குச் செல்ல இரண்டு மாதங்கள் வரையானது. கப்பலில் குடும்பமாக வந்திருப்பவர்கள் நடுவிலும், தனித்தனியே வந்திருந்த ஆண்களும் பெண்களும் இருபுறங்களிலும் அமரவைக்கப்பட்டிருந்தனர். அவர்களின் கடல் பயணம் எவ்வாறிருந்தது என்பதற்கான தினசரி நாள் குறிப்புகள் இருக்கின்றன. பெரும்பாலும் கப்பல்கள் பெருங்கூட்டத்துடன்தான் பயணம் செய்யும். நீர், உணவு இருப்பு எப்போதுமே குறைவாகவும், மோசமான தரத்திலும்தான் இருந்திருக்கிறது. பணியாளர்களின் மருத்துவத் தேவைகளுக்கு மருத்துவர் உடன் இருந்தார்.

காலை ஆறு மணியளவில் எழுந்து தங்கள் தினசரிப் பணிகளில் ஈடுபட்டனர். ஆண்- பெண் இருவரும் சமைப்பது, அதற்கான உதவிப் பணிகளை மேற்கொள்வது, தங்குமிடங்கள் சுழற்சி முறையில் சுத்தம் செய்வதென்று எல்லாப் பணிகளிலும் ஈடுபட்டனர்.

கப்பலில் ஒரு முறை, ஜாதி தகராறு வந்தபோது, அயல்நாட்டுக் கூலித் தொழிலாளியாகக் கப்பல் ஏறியபோதே என்னுடைய ஜாதி அடையாளத்தைக் கழட்டி வைத்துவிட்டேன், மீண்டும் திரும்பும் வரை அதை அணியப்போவதில்லை என்று ஒரு பணியாளர் சொன்னதாகக் குறிப்புகள் உண்டு. இதுபோக பெண்கள் தவறாக நடத்தப்பட்ட சம்பவங்களும் பதிவில் இருக்கிறது. பயண காலங்களில் கடல் நோயால் பாதிக்கப்படுபவர்கள்,

காலரா போன்ற தொற்று நோய்ப் பாதிப்பு, உடல் நலமின்றி இறந்துபோனவர்கள், போதுமான வசதிகள் இன்றி கப்பலில் இறந்து பிறந்த குழந்தைகள் என அனைவரும் கடலில் வீசப்பட்டனர்.

கனவுகளோடும் அதை நனவாக்கும் நம்பிக்கையோடும் தென் ஆப்ரிக்காவில் சென்று இறங்கிய போதுதான் அவர்களுக்குப் புரிந்தது, கப்பல் வாழ்க்கை இந்தப் புதிய நரகத்தின் ஒத்திகை பயணம் என்று.

இந்தியர்கள் பிழைப்பதற்கென நாட்டை விட்டு வெவ்வேறு கண்டங்களிலுள்ள பல நாடுகளுக்குச் சென்றனர். அப்படிச் சென்றபோது, அவர்கள் மோசமாக நடத்தப்பட்ட இடங்களுள் இது முக்கியமானது. அவர்கள் பல்வேறு சமூக, கலாசார மாற்றங்களைச் சந்திக்கவேண்டியிருந்தது. மற்ற பல தீவுகளில் இந்தியர்கள் சென்றபோதுதான் அங்கே குடியேற்றங்கள் உருவாகிக்கொண்டிருந்தன. பல நாட்டு மக்கள் ஒன்றாகக் கூடி, தங்களுக்கென்று அடையாளத்தைத் தேடிக்கொண்டனர். இங்கு நிலை வேறு. இந்தியர்கள் போய்ச் சேரும்போதே, அங்கு ஆப்பிரிக்கர்கள் தொழிலாளர்களாக இருந்தனர். அவர்கள் புதிதாக வந்தவர்களை அச்சுறுத்தலாகத்தான் பார்த்தார்கள்.

1684 ஆண்டிலேயே தென் ஆப்பிரிக்கா டச்சு கட்டுப்பாட்டில் இருந்தபோது, இந்தியர்கள் பணியாளர்களாகக் கொண்டுசெல்லப்பட்டனர். அதன் பின்னர் 1860 முதல் மீண்டும் அது தொடங்கியது. அதில் இரு வகையினர் இருந்தனர். கூலித் தொழிலாளர்கள். அடுத்தது, வர்த்தகம் சார்ந்து எந்தவித ஒப்பந்தமும் இல்லாமல், பணம் சம்பாதிப்பதற்காக தென் ஆப்பிரிக்கா சென்றவர்கள்.

கயானா, மொரிசியஸைத் தாண்டி ஆங்கிலேய அதிகாரிகள் கூலித் தொழிலாளிகளை 1860 ஆண்டு முதல் தென் ஆப்பிரிக்கா பக்கமாகக் கப்பல்களில் அனுப்பிவைத்தார்கள். நடாலுக்குச் சென்ற கப்பல்களில், மூன்றில் இரண்டு பகுதியினர் தென் இந்தியர்கள். இதற்கு ஒரு காரணமும் இருந்தது. கயானாவில் இருந்த கரும்புத் தோட்ட முதலாளிகளால் தமிழர்களை, தென் இந்தியர்களைச் சமாளிக்க முடியவில்லை. அவர்கள் பணிக்குச் சரியாக வருவதில்லை, முரடர்களாகவும் இருக்கிறார்கள். மேலும், அவர்கள் அழுக்காகவும், கருப்பாகவும் இருப்பதாகச் சொல்லி,

அவர்களைத் தென் ஆப்பிரிக்காவுக்கு அனுப்பிவிடுங்கள் என அதிகாரிகளிடம் கேட்டுக்கொண்டனர். அப்படி மெட்ராஸ் துறைமுகத்திலிருந்து அதிக அளவில் கப்பல்கள் டர்பனைச் சென்றடைந்தன. இது அந்த நாட்டின் வரலாற்றில் ஏற்படுத்திய தாக்கம் முக்கியமானது.

இந்தியர்கள் அங்கு தொழிலாளர்களாகப் போகிறார்கள் எனத் தெரிந்துகொண்டதும், இந்திய வியாபாரிகள் அதைச் சாக்காக வைத்து தென் ஆப்பிரிக்காவில் புதிய கடைகளைத் திறந்தனர். 1893 ஆம் ஆண்டு மே மாதம் காந்தி, வேலை நிமித்தம் தென் ஆப்பிரிக்காவுக்குச் சென்றார். டர்பனில் இருக்கும் இஸ்லாமிய வணிகர் தாதா அப்துல்லாவுக்கு சட்டச் சிக்கல் ஒன்றைத் தீர்த்து வைக்க அவர் பிரிடோரியாவுக்கு ரயிலில் செல்லும்போதுதான் ‘முதல் வகுப்பு’ பெட்டியிலிருந்து இறக்கிவிடப்பட்டார். அன்று இரவு முழுவதும், தனிமையில் ரயில் நிலையத்தில் அவர் காத்திருக்க வேண்டியிருந்தது. தனக்காக ஒரு போர்வையைக் கேட்டு வாங்கிக்கொள்ளவும் வார்த்தைகள் அற்றுப் போயிருந்தார். அந்தத் தனிமையும், குளிரும் அவருள்ளே பெரும் தாக்கத்தை ஏற்படுத்தின.

அடுத்த ஆண்டிற்குள் அங்கிருந்த இந்தியர்களை ஒன்றுதிரட்டினார். இஸ்லாமிய வணிகர்கள், இரண்டாம் தலைமுறை தொழிலாள குடும்பங்களுடன் இணைந்தே இருந்தார். இனவெறி கொடுமைகள் அதிகரித்திருந்த நேரத்தில் நடால் இந்தியன் காங்கிரஸ் என்று ஒன்றைத் தொடங்கி, அதற்கு அவரே செயலாளராகவும் இருந்தார். பத்திரிகை நடத்தி மக்களின் கவனத்தைப் பெற்றார். அடக்குமுறைக்கு எதிராக அங்கிருந்த இந்தியர்களை அமைதி வழியில் போராடவைத்தார். அவர் பல்வேறு வருடங்களில் குடியுரிமை மறுப்பு, வரி விதிப்புகளுக்கு எதிராகக் குரல் கொடுத்தார் என்பது பலரும் அறிந்ததுதான். ஆனால் அவை அனைத்துமே, அங்கிருந்த மக்கள் சந்தித்த சவால்களின் ஆரம்பம் மட்டுமே. காந்தி இந்தியாவுக்கு வந்த பிறகும், தென் ஆப்பிரிக்க இந்தியர்கள் தங்கள் உரிமைகளுக்காக ஒரு நீண்ட போராட்டத்தை மேற்கொள்ளவேண்டியிருந்தது.

மற்ற நாட்டை போலக் கரும்புத் தோட்டங்கள் மட்டுமில்லாமல், ரயில் தண்டவாளப் பணிகள், கரிச் சுரங்கம் என டர்பன்,

பீட்டர்மரிட்ஸ்பர்க் பகுதிகளில் பணிகளில் ஈடுபட்டனர். கரும்பு விலைகள் சரிவைச் சந்தித்தபோது, இந்தியத் தொழிலாளர்கள், தங்களின் ஒப்பந்தக் காலம் முடிந்ததும், அங்கேயே மீன்பிடித்து, நதிக்கரைப் பள்ளத்தாக்கில் விவசாயம் செய்து வந்தனர்.

தென் இந்தியர்கள் அப்படியே மெல்ல நகர்ந்து டர்பனின் புறநகர்ப் பகுதிகளுக்கு வந்தனர். விலை நிலங்கள் அதிகம் இருக்கும் அம்பிலோ, உம்கேனி நதிகளுக்குக் கிழக்கு மேற்காக விவசாயம் செய்து, விளைவதை டர்பனின் காய்கறிச் சந்தைக்கு எடுத்துச் சென்றனர். இந்திய விவசாயிகளுடன், இந்திய வியாபாரிகள் ஒன்றிணைந்து கிரே ஸ்ட்ரீட் பகுதியில் சந்தைகளை விரிவுபடுத்தினர். இவர்களின் இந்த வளர்ச்சி, அங்கிருந்த வெள்ளையர்களுக்கு அச்சத்தைத் தந்தது. ஏனென்றால் அவர்களது இடமே அங்கு அப்போது நிலையானதாக இருந்திருக்கவில்லை. அதற்கும் இந்தியர்களால் ஆபத்து வந்துவிடுமோ என்று பயந்தனர். அவர்களைத் தடுக்க நினைத்தனர்.

தென் ஆப்பிரிக்காவில் இப்போதிருக்கும் இந்திய மக்கள் தொகையில் ஒரு பகுதியினர் மூன்று தலைமுறைகளாக இருந்து வருபவர்கள். ஒரு சிலர் 1911க்குப் பிறகு, வணிகத்திற்காகத் தென் ஆப்பிரிக்காவுக்குச் சென்றவர்கள். பணி, புதிய சூழலைச் சார்ந்து எந்தவித முன் அனுபவமும் இல்லாமல்தான் தங்கள் வாழ்வினைக் காப்பாற்றிக்கொள்வதற்கு வெள்ளை- கறுப்பின மக்களுடன் போராட வேண்டியிருந்தது.

அவர்களுக்கு அங்கே கல்வி கற்கும் வாய்ப்புகள் பெரியளவில் இல்லை. அரசாங்கத்தின் சார்பில் சுகாதார மையங்களும், தொழில்முறையில் அவர்களுக்காகக் குரல் கொடுக்க தொழிற்சங்கங்களும் இருக்கவில்லை. பணியிடங்களில் ஒன்று பாக்கியில்லாமல் துன்புறுத்தப்பட்டனர்.

ஒரு பக்கம் தனது தாய் நாட்டை விட்டு வெகு தொலைவு நகர்ந்து வந்துவிட்ட உணர்வு. அந்நிய நாட்டில் சிறுபான்மை இனத்தைச் சேர்ந்தவன் என்கிற அடையாளம். இத்தனை கஷ்டங்களையும் பொறுத்துக்கொண்டு இந்த மக்கள் தென் ஆப்ரிக்காவிலேயே தங்கிவிடுவதென ஏன் முடிவெடுத்தார்கள்? புதிய நிலத்தில், தனது சமூக, கலாசார அடையாளங்களைப் பெரிய அளவில் மாற்றியமைத்துக் கொண்டபின்பு, திரும்பவும் தாய் நாட்டிற்குச்

சென்றால், அவர்கள் ஏற்றுக்கொள்ள மாட்டார்களோ என்ற எண்ணமும் ஒரு காரணம்.

அதுபோக, தென் ஆப்ரிக்காவில் உபயோகப்படாமல், தொழில் வசதி சாத்தியமுள்ள அகண்ட நிலங்கள் நிறையவே இருந்தன. அங்கு எப்போதும் குறையாத வாய்ப்புகள் நிச்சயம் கிடைக்கும் என அவர்கள் நம்பியிருக்கலாம். அங்கு வேலையாள்களுக்குத் தேவை இருந்துகொண்டே இருந்தது. அதை நன்றாகப் பயன்படுத்தி இந்தியர்கள் வளர்ந்தனர். இருபதாம் நூற்றாண்டின் தொடக்கத்தில் ஒப்பந்தத் தொழிலாளர்கள் என்ற கட்டத்தைத் தாண்டியிருந்தனர்.

1913ஆம் வருடம், அப்போதைய முன்னாள் இந்திய சிவில் அதிகாரிகளைத் தென் ஆப்பிரிக்காவிற்கு அனுப்பி, அங்கு இந்தியர்கள் எவ்வாறு நடத்தப்படுகிறார்கள் என்பதை அறிந்துகொண்டு வந்து அறிக்கை சமர்ப்பிக்கச் சொன்னார்கள். ட்ரினிடட், கயானா, ஜமைக்கா, பிஜி, சுரினாம் போன்ற இடங்களில் இந்தியத் தொழிலாளர்களைச் சந்தித்துப் பேசிய அதிகாரிகள், டிசம்பர் 1915 வாக்கில் தங்களது அறிக்கையைச் சமர்ப்பித்தனர்.

அயல்நாட்டிற்குத் தொழிலாளர்களாகச் சென்றவர்கள் நல்ல பொருளாதார முன்னேற்றத்துடன் இருக்கிறார்கள். இங்கிருப்பதைவிட வளமாகவும், வசதி வாய்ப்புகளுடன் வாழ்கிறார்கள். பலர் சம்பாதித்த பணத்தை ஊருக்கு அனுப்புவதோடு, அங்கேயே நிரந்தரக் குடியுரிமை வாங்கும் எண்ணத்தில் இருக்கின்றனர். ஆனால், அவர்களுக்கு இன்னும் படிப்பறிவு போதவில்லை, அவர்களது அறியாமையால்தான் அவர்கள் பிரச்சினைகளைச் சந்திக்கிறார்கள். குடியேற்ற விதிகளை இன்னமும் அவர்களுக்குப் புரியும்படி சொல்லித்தர வேண்டும். மற்றபடி, தொழிலாளர்களை அங்கு அனுப்புவதை ரத்துசெய்ய வேண்டிய அவசியமில்லை. இவ்வாறு அறிக்கை குறிப்பிடப்பட்டிருந்தது.

அதுவுமில்லாமல், இந்தியாவிலிருந்து கூடுமானவரை மக்களை அனுப்புவதுதான் இங்கிருக்கும் சூழ்நிலையைச் சமாளிப்பதற்கும் வசதி. சட்டத் திருத்தத்தைக் கொண்டுவருவதைவிட, கொண்டுவராமல் இருப்பதுதான் நமக்கும் நல்லது, அவர்களுக்கும் நல்லது என்றும் கூறியிருந்தனர். சென்னை வர்த்தக வாரியமும்

சட்டத்தை மீறும் தொழிலாளர்களுக்குத் தண்டனை, ஒப்பந்தம் முடிந்து திரும்பி வர அனுமதி மறுப்பு போன்றவற்றைக் கொண்டுவர வேண்டும் என்றே முறையிட்டனர். சில தலைவர்கள், அந்த அறிக்கை உண்மை நிலவரத்தை விவரிக்கவில்லை என்றும், இந்தியர்களை அனுப்புவதை எப்போதோ நிறுத்தியிருக்க வேண்டும் என்றும் வலியுறுத்தினர்.

1837 தொடங்கி அடுத்த எண்பது வருடங்கள், இந்தியாவிலிருந்து தென் ஆப்பிரிக்காவுக்கு லட்சக்கணக்கான மக்கள் சென்றனர். உரிமை மறுப்பு, நிறவெறி, கொலை எனச் சாத்தியப்பட்ட அனைத்துக் கொடுமைகளுக்கும் ஆளானார்கள். இப்போது அவர்களின் வம்சாவளியினர் அந்த இருண்ட நினைவுகளைக் கடந்து நெடுந்தூரம் வந்துவிட்டனர். அந்நாட்டின் பொருளாதாரத்திலும் வரலாற்றிலும் தவிர்க்க முடியாத இடத்தைப் பிடித்துள்ளனர்.

ஈஸ்டர் சமயத்தில் கிறிஸ்தவர்கள் தேவாலயங்களில் குழுமி, யேசு கிறிஸ்து பிறந்து, சிலுவையில் அறையப்பட்டு, மீண்டு வந்த கதையை மக்கள் கேட்டுக்கொண்டிருக்கும் அதே நாள்களில், டர்பன் வீதிகளில் திரௌபதி அம்மன் விழாவிற்கான ஏற்பாடுகள் நடந்துகொண்டிருக்கும். மாரியம்மன் கோவிலில் பத்து நாள் விழாவின் ஓர் அங்கமாகத் தீமிதி விழாவும் நடைபெறும்.

அப்போதைய மெட்ராஸ் மாகாணத்தின் பகுதிகளான செங்கல்பட்டு, வட ஆற்காடு, தென் ஆற்காடு, சித்தூரிலிருந்து வந்திருந்த மக்களிடம் திரௌபதி வழிபாடு பரவலாக இருந்தது. என்னதான் தென் ஆப்ரிக்காவின் சூழலுக்கு ஏற்ப, இந்திய அடையாளங்களைக் கொஞ்சம் மாற்றி இவர்கள் அமைத்துக்கொண்டாலும், சில வழக்கங்களை இன்று வரை தொடர்ந்து கடைப்பிடித்து வருகின்றனர். புரட்டாசி சனிக்கிழமைகளில் வாரம் தவறாமல் பெருமாளை வழிபடுவதையும், மாமிசம் சாப்பிடாமல் விரதமிருப்பதையும் வழக்கமாகக் கொண்டுள்ளனர். ஆடி மாத அம்மன் கூழூற்றும் விழாவையும்தான். மற்ற பகுதிகளில் முருகன், அம்மன் கோயில்கள் இருந்தாலும், இருப்பதிலேயே பழமையான இசிபிங்கோ கோயில்தான் மக்களின் மனத்திற்கு நெருக்கமான வழிபாட்டுத் தலம். அது அவர்களின் முன்னோர் காலத்துக் கட்டுமானம் என்பதால், அவர்களுடன் நேரடியாக இணைந்திருப்பதாக உணர்கிறார்கள்.

இனவெறி உச்சத்திலிருந்தபோது, இந்தியர்கள், கறுப்பர்கள் எனத் தனிமைப்படுத்தப்பட்டு, ஊரின் ஒதுக்குப்புறங்களுக்குத் துரத்தியடிக்கப்பட்டனர். அப்போது அவர்கள் தங்கியிருந்த வீடுகள் இடிக்கப்பட்டன. ஆனால் வழிபாட்டுத் தலங்களின் சில பகுதிகளை மட்டும் கைவைக்காமல் விட்டுவிட்டனர். இன்று தமிழர்கள் வசிக்கும் பகுதியில் உள்ள வீடுகள், வரவேற்பறை, பூஜையறை, சமையலறை என அப்படியே தமிழ்நாட்டுப் பாணியில்தான் இருக்கிறது.

புதிய நாட்டில் உள்ள சவால்களை எதிர்கொள்ள, இந்தியர்கள் வட - தென் வேற்றுமைகளைக் கடந்து ஒரு புள்ளியில் திரள வேண்டும் என காந்தி எண்ணினார். அதற்குத் தென் இந்தியர்களும் பெரிதும் தங்களை மாற்றிக்கொண்டு உடன் வந்தனர். தத்தமது ஊர்களில் கடைப்பிடிக்கப்பட்டு வந்த வழக்கை மாற்றி அவற்றில் சிறிது சமஸ்கிருத மந்திரங்களை, வாசனைப்பொடியாகத் தூவ வேண்டியிருந்தது. இஸ்லாமிய, குஜராத்திய வணிகர்கள், கடா வெட்டுவதையும், சாமியாடுவதையும் பார்த்துச் சற்றே முகம் சுளித்ததும் ஒரு காரணம். மேலும், உயர்குடிகளாகத் தங்களை முன்னிறுத்திக்கொள்வதற்காக குடும்பப் பெயர்களை வைத்துக் கொள்ளலாம் என நம்பினர். அடுத்த தலைமுறைக்கும் அதையே செய்தனர்.

மற்ற தீவு தேசக் குடியேற்றங்களைப் போல அல்லாமல், தென் ஆப்ரிக்காவின் சாமச்சாரங்கள் இந்தியாவில் முக்கியத்துவம் பெற்றன. அதேபோல அங்கிருந்தவர்களுக்கும் பிரம்ம சமாஜ் தெரிந்திருந்தது. ஆர்யா சமாஜை அறிந்திருந்தனர். விவேகானந்தரின் பேச்சுகளை அவர்கள் கேட்டிருந்தனர். டர்பனில் இருந்து இந்தியாவிற்கு அடிக்கடி கப்பல்கள் போக்குவரத்து இருந்ததனால், பணியாளர்களாகச் சென்றவர்களும் அவ்வப்போது சொந்த ஊருக்கு வந்து, புதுப்புது கலாசார யோசனைகளுடன் மீண்டும் அங்கு கிளம்பினர். ஆரிய சமாஜுக்குதான் தென் ஆப்ரிக்காவில் என்ன செய்யவேண்டுமென்று நன்கு தெரிந்திருந்தது. முன்னேற்றம் என்ற பெயரில் அவர்கள் தென் இந்தியர்களின் அடையாளங்களை மாற்றிக்கொண்டிருந்தனர். ஆனால், தமிழர்களுக்கு இந்தி கற்றுக்கொள்வதில் விருப்பமிருக்கவில்லை. காலப்போக்கில் ஆரிய சமாஜும் அதை உணர்ந்துகொண்டது.

இன்று இந்தியாவிற்கு வெளியே மிகப்பெரும் இந்திய நகரங்களுள் ஒன்று தென் ஆப்பிரிக்கா. இன்றும் அங்கு இருக்கும் டர்பன் அங்காடிகளில் தாலி இருப்பதை வைத்து தமிழ் வம்சாவளியை அடையாளம் காணலாம். தமிழ் மொழியைத் தவிர, பெயர், பண்பாடு, கலாசாரம், குடும்ப அமைப்பை அப்படியே வைத்துள்ளனர்.

11. கூலி, கேலி, தீபாவளி : டிரினிடாட் தமிழர்கள்

கயானாவில் மனிதக் குடியேற்றங்கள் தொடங்கும்முன்பே டிரினிடாட் - டொபாகோ தீவுகள் வெதுவெதுப்பான சீதோசனம் கொண்ட சொர்க்க பூமியாக இருந்தது. 1498 ஆம் ஆண்டு கொலம்பஸ் ஸ்பானியக் குழுவினருடன் உலகத்தைச் சுற்றும் மூன்றாவது பெரும் பயணத்தை மேற்கொண்டிருந்தார். ஐரோப்பாவிலிருந்து ஆசியாவிற்கு நேரடியான கடல் மார்க்கத்தைக் கண்டடைய வேண்டுமென்ற முயற்சிகளில் தோற்றிருந்தாலும், மூன்று மலைக்குன்றுகள் சங்கமிக்கும் அந்தச் சிறு தீவைக் கண்டதில் கொலம்பஸிற்கு மகிழ்ச்சிதான். அதற்கு உடனேயே 'லா டிரினைட்' எனப் பெயரும் சூட்டினார். அதுதான் இப்போது டிரினிடாட்.

டிரினிடாட் - டொபாகோ, இரண்டு சற்றே பெரிய தீவுகளுடன் சேர்த்து அருகே இருக்கும் சிறிய சில தீவுகளையும் உள்ளடக்கிய இரட்டைத் தீவு தேசம். ஐந்தாயிரத்துச் சொச்சம் சதுர கிலோமீட்டர்கள் கொண்ட நிலப்பரப்பு. மலைப் பிரதேசங்கள் - சமதளம் என இரண்டும் அங்கு உண்டு. வெனிசுலாவுக்கு மிக மிக அருகில் அமைந்துள்ளது. 1592 வாக்கில்தான் அங்கு ஸ்பானியக் குடியேற்றங்கள் தொடங்கின.

கரும்பு, தேங்காய், வாழை போன்றவற்றைப் பயிரிட்டு வந்தனர். அவர்களால் சரிவர அதன் பராமரிப்புப் பணிகளைச் செய்ய முடியவில்லை. நிலைமையைச் சமாளிப்பதற்கு ஸ்பெயின் அரசர் சார்பில், கரும்புத் தோட்டக் கில்லாடிகளான

பிரெஞ்சுக்காரர்களுக்குச் சிறப்பு அழைப்பு விடுக்கப்பட்டது. உலகின் முதல் இன்சென்டிவ் ஆபர் என்பது இதுவாகத்தான் இருந்திருக்கும். மற்ற நாடுகளிலிருந்தும் வணிகர்கள், குடியேறிகள் வரவேற்கப்பட்டார்கள். பிரெஞ்சு முதலாளிகள் வெறுமனே செல்வார்களா? ஆப்பிரிக்க அடிமைகளுடன் சென்று இறங்கினர்.

முந்நூறு வருடங்களுக்கு மேல் வேண்டாத சொத்தாக ஸ்பெயினிடம் இருந்த தீவு 1802 ஆம் ஆண்டு, முறைப்படி ஆங்கிலேயர் வசம் சென்றது. அதன் பிறகுதான் அங்கு கரும்பு சாகுபடி முழுவீச்சில் நடக்கத் தொடங்கியது. 1834 இல் அடிமை முறை ஒழிக்கப்பட்டது. மற்ற தீவு தேசங்களைப் போல இங்கும் இந்தியர்கள் கொத்துக் கொத்தாகத் தோட்டப் பணிகளுக்குக் கொண்டுவரப்பட்டனர். தனது அதிகாரத்திற்கு உட்பட்ட நாடுகளுக்குள் இந்தியர்களைக் கொண்டுவருவது அவர்களுக்குச் சுலபமாகவும் இருந்தது.

அப்படி டிரினிடாட் தீவின் 'போர்ட் ஆப் ஸ்பெயின்' துறைமுகத்திற்குச் சென்ற முதல் இந்தியக் கப்பல் பேடல் ரசாக். 1845 ஆம் வருடம், மே மாதம் முப்பதாம் தேதி கொல்கத்தா துறைமுகத்திலிருந்து புறப்பட்டது. அன்றிலிருந்து அடுத்த எழுபத்து மூன்று ஆண்டுகள் தொடர்ந்து மக்கள் கூலிகளாக டிரினிடாட் நோக்கி போய்க்கொண்டேயிருந்தனர். 1917 ஆகஸ்ட் மாதம் 22 ஆம் தேதி கிளம்பிய SS கேங்ஜஸ்தான் இந்தியாவிலிருந்து அங்கு சென்ற கடைசி கப்பல்.

டிரினிடாடில் ஆள் பற்றாக்குறையை சமாளிப்பதற்காகத் தற்காலிகமாகத் தொடங்கப்பட்ட ஒரு செயல்பாடு நாளடைவில் நிரந்தரமானது. சீரான இடைவெளியில் தொடர்ந்து கணிசமான இந்தியர்கள் டிரினிடாட் தீவுகளுக்கு செல்லத் தொடங்கினர். மொரிசியஸ், கயானாவுக்கு அடுத்து நீண்ட வருடங்களுக்குத் தொழிலாளர்கள் சென்று இறங்கியது அங்குதான்.

பொதுவாக பிரெஞ்சுக் குடியேற்றங்களுக்குத்தான் மெட்ராஸ் துறைமுகத்திலிருந்து அதிகக் கப்பல்கள் செல்லும். டிரினிடாட் சென்ற கப்பல்களில் தொண்ணூறு சதவிகித கப்பல்கள் கல்கத்தா துறைமுகத்திலிருந்தும், வெறும் பத்து சதவிகிதம் மட்டுமே தெற்கிலிருந்து சென்றது. அதில் குறிப்பாக, லேனா, இண்டஸ் என்ற இரண்டு கப்பல்கள் 1905- 1906 ஆண்டுகளில் மெட்ராஸ் துறைமுகத்திலிருந்து ட்ரினிடாட்டை நோக்கிச் சென்றன.

ஏறக்குறைய ஐந்தாயிரத்துக்கும் கூடுதலான தமிழர்கள் அங்கு சென்றதாகக் கோப்புகள் கணக்கு காட்டுகின்றன. தரகர்கள் அன்றைய செங்கல்பட்டு, ஆற்காடு, தஞ்சாவூர், திருநெல்வேலி, கோதாவரி, நெல்லூர், மலபார்வரை சென்று வேலைக்கு ஆள் சேர்த்தனர்.

டிரினிடாட் என்பது சீனிடாட் (சர்க்கரை தீவு) என்று அன்று அவர்களால் அறியப்பட்டது. காரணம், அங்கு வேலை எளிதாக இருக்கும். உயர்வான கூலி கிடைக்கும். இங்கிருக்கும் சிரமங்கள் எதுவுமில்லாமல் வாழலாம். கைநிறையச் சம்பாதித்து, குடும்பத்திற்கும் அனுப்பலாம் என்றெல்லாம்தான் அவர்களுக்குச் சொல்லப்பட்டது. அனைத்து விதிகளையும் ஏற்றுக்கொண்டு கோப்புகளில் கையெழுத்துப் போடும்போது பெரும்பாலும் அவர்களுக்கு அரைகுறை உண்மைகளே தெரிந்திருக்கும். சிலசமயம் எதுவுமே தெரிந்திருக்கவில்லை. புது நல்வாழ்வைத் தேடிச் செல்கிறோம் என்ற அசட்டு நம்பிக்கையுடன் அதிகாரிகள் கேட்கும் கேள்விகளுக்கு விடையளித்துவிட்டு, மருத்துவப் பரிசோதனைகளை முடித்து கப்பல் ஏறினார்கள்.

இரு நாடுகளுக்கும் இடையே 19,803 கடல் மைல்கள் தொலைவு, கப்பலில் பயணம் செய்தால் நூறு நாள்கள் வரை ஆகும். கல்கத்தா துறைமுகத்திலிருந்து ஏறியவர்கள் கல்கத்தியாஸ். சென்னை துறைமுகத்திலிருந்து வந்தவர்கள் மதராசிகள். அதுதான் அடையாளம். அடிமை முறை ரத்து செய்யப்பட்டதற்குப் பிறகு, பல ஆங்கிலேயத் தீவு தேசங்களுக்கு ஆள் பிடிப்பதற்கு இந்தியாவைத்தான் பெரும்பாலும் நம்பியிருந்தார்கள். அவர்களுக்குள் குழப்பங்கள் வராதிருக்க ஒவ்வொரு தேசத்திற்கும் குறிப்பிட்ட மாதங்கள் ஒதுக்கப்பட்டிருந்தன. அப்படி ட்ரினிட்டாக்குக் கிடைத்தது செப்டம்பர் முதல் மார்ச் வரை. ஆள்களைப் பிடித்து, அவர்களைச் சம்மதிக்க வைத்து, ஒப்பந்தத் தொழிலாளர்களாக அவர்களை அழைத்துச் செல்ல வேண்டிய கோப்பு ஏற்பாடுகள் அனைத்தையும் செய்துமுடிக்க ஆறு முதல் எட்டு வாரங்கள்வரை ஆகிவிடும்.

தொடக்கத்தில் நூறு நாள்களுக்கும் மேல் நீண்டிருந்த கடல் பயணம், 1869ஆம் ஆண்டு சுயஸ் கால்வாய் திறக்கப்பட்ட பின்பு பயண நேரம் வெகுவாகக் குறைந்தது. அதே சமயத்தில்தான் நீராவிக் கப்பல்கள் அறிமுகப்படுத்தப்பட்டன. இவை பாதிக்கும்

கீழ் பயண நேரத்தைக் குறைத்தன. பணியாளர்களை அழைத்துச் செல்லப் பயன்படும் இக்கப்பல்கள் கூலி கப்பல்கள் என்றே அழைக்கப்பட்டன. அதை இயக்குவதற்கு முன்பு அவை சோதனைக்குட்படுத்தப்பட்டு அனுமதிகள் பெற வேண்டியிருந்தது. இந்தியா - டிரினிடாட் தீவுக்கு இடையே மட்டும் முந்நூற்றுப் பதினேழு முறை கப்பல் போக்குவரத்து இருந்திருக்கிறது.

இப்படி இந்தியர்கள் பல நாடுகளுக்கு அனைத்தையும் விட்டுவிட்டுக் கிளம்பிச் செல்வதற்குக் காரணங்கள் இல்லாமல் இல்லை. 1800–1900 காலகட்டத்தில் நாட்டில் பன்னிரண்டு மோசமான பொருளாதார நிலைகள். அதில் நான்கு கொடிய பஞ்சம் பட்டினி வருடங்கள். இதுபோக அதிகரித்துக்கொண்டிருந்த மக்கள் தொகை, குறைந்துவந்த கைவினைத் தொழில் பணிகள். 1857 ஆம் ஆண்டின் சிப்பாய்க் கலகம், நாட்டின் அனைத்துப் பகுதிகளிலும் மிகப் பெரிய தாக்கத்தை ஏற்படுத்தியது. அச்சமயத்தில் பாதுகாப்பு காரணங்களுக்காக நாட்டை விட்டுச் சென்றுவிட முடிவெடுத்தவர்களும் ஏராளம். கடைக்கோடி ஊர்களிலிருந்தெல்லாம் வாரக்கணக்கில் நடந்தே துறைமுகத்திற்கு மக்கள் வந்தனர் என்கின்றன அதிகாரிகளின் குறிப்புகள்.

கப்பல் பயணம் முடித்து வருபவர்கள், 'உயிருடன் வந்துசேர்ந்தனர்' என்று அதிகாரிகளால் குறித்து வைக்கப்படுவார்கள். முக்கியமாக, தீவுக்குச் செல்வதற்கு முன்பு, நெல்சன் தீவில் சில நாள்கள் தனிமைப்படுத்தப்பட்டு, மருத்துவப் பரிசோதனைகள் நிறைவடைந்ததும், வேலை நடக்கும் இடங்களுக்கு அனுப்பிவைக்கப்பட்டனர். டிரினிடாட் சென்ற 1,43,939 இந்தியர்களில் இருபது சதவிகிதம் பேர் மட்டுமே தாயகம் திருப்பினர். அவர்களைத் திருப்பி அனுப்பிவைப்பதற்கு ஆகும் செலவைக் கட்டுப்படுத்தும் பொருட்டு, 'இங்கேயே கொஞ்சம் நிலப்பகுதிகளைச் சொந்தமாக்கிக் கொண்டு தங்கிவிடுகிறீர்களா?' என அரசாங்கம் யோசனையை முன்வைத்தது. அதற்கு தொழிலாளர்களும் சம்மதித்தனர்.

ஒப்பந்தக் காலம் முடிந்ததும், பலரும் நிலங்களைக்கொண்டு பண்ணையம் செய்யத் தொடங்கினர். கொடுக்கப்பட்ட பல நிலங்கள் விவசாயத்திற்கு உகந்ததாகவும் இல்லை, அவை நாட்டின் மையப் பகுதிகளிலும் இல்லை. இந்தியர்களைக் கல்வி, வேலை

வாய்ப்புகளிலிருந்து தள்ளிவைப்பதற்கான செயல்தான் இது என்பதை அவர்கள் மிகவும் காலம் தாழ்ந்தே தெரிந்துகொண்டனர்.

இந்தியர்கள் தாங்கள் தங்கி உருவாக்கிய கிராமங்களுக்கு மெட்ராஸ் செட்டில்மென்ட், கோல்கொண்டா, மலபார் என இந்திய இடங்களின் பெயர்களையே வைத்தனர். அவர்கள் கட்டிய மண் வீடுகளும், காய்கறித் தோட்டங்களையும் நேரில் பார்த்த எழுத்தாளர்கள், 'இந்தியாவிலிருந்து அவற்றை நேரடியாகப் பெயர்த்து எடுத்துக்கொண்டு வந்ததைப் போன்று இருக்கிறது' என்று பதிவுசெய்திருக்கிறார்கள்.

தீபாவளி, மொகரம், ஹோலி பண்டிகைகள் அங்கு உண்டு. வேண்டுதல் வைப்பது, தவசு மரம் ஏறும் நிகழ்வு, தீமிதி விழாக்களும், சமூகக் கூட்டங்களின்போது 'தப்பு' இசைக் கருவி வாசிப்பும் உண்டு. ஆனால் கயானாவில் இருந்ததைப் போலத் தினசரி வழிபாடுகளை இவர்கள் நிகழ்த்தவில்லை. பெயருக்கு ஓரிரண்டு ஆலயங்களைத் தவிரப் பெரிதாக வேறெதுவுமில்லை.

சிறப்புப் பூஜைகள், சடங்குகளைச் செய்வதற்கு கயானாவில் இருந்து பூசாரிகளை வரவழைத்தார்கள் உள்ளூர் பண்டிதர்கள். இவர்களும் அங்குள்ள பிரத்தியேகக் காளி வழிபாடுகளைக் காணச் செல்வதுண்டு. பின்னாள்களில் ட்ரினிடாட்டில், இந்து மகா சமாஜம் தொடங்கப்பட்டபோது, இந்தியாவிலிருந்து வந்த பண்டிதர்களுக்கும் உள்ளூர் பண்டிதர்களுக்கும் ஆகாமல் போனது. ஏனெனில், அப்போது இந்தியாவுக்கும் - டிரினிடாட் இந்தியர்களுக்குமான தூரம் அதிகரித்திருந்தது. அவர்களுக்கு இந்தியா 'தாய் நாடு' என்பதைத் தாண்டி அடுத்த தலைமுறை வந்திருந்தது. அதன்பிறகு அவர்களுக்கு அது 'முன்னோர்களின் தேசம்' மட்டுமே.

அங்கு சொந்தத் தொழில் தொடங்கிய அனைத்துத் தொழிலாளர்களும் உடனே செல்வந்தர்களாகிவிடவில்லை. சிலர் எதற்கும் வேலைக்காகாமல், அவர்களது ஒப்பந்தம் முடிந்த காலத்தில் கையில் கால் காசு மீதமின்றிதான் இருந்தனர். நிலத்தின் சொந்தக்காரர்களாக மாறி வசிப்பிடங்களை அமைத்துக் கொண்டபோது ஜாதிகளையும் உருவாக்கிக்கொண்டனர். ஆனால் அவை இந்தியாவில் இருந்ததைப் போலல்லாமல், பொருளாதார அந்தஸ்தைச் சார்ந்து இருந்தன.

தீவு, ஆங்கிலேய அதிகாரத்தின் கீழ் வந்தாலும், அதற்கு முன்பு இருந்த ஐரோப்பிய, ஆப்பிரிக்கா கலாசாரங்களின் தாக்கமும் சேர்ந்தே இருந்தன. அதனால் கலப்புத் திருமணங்களும். இந்தியாவில் ஆங்கிலோ இந்தியர்களுக்கு அத்தனை முக்கியத்துவமில்லை ஆனால் இங்கே நிலைமை அப்படியே வேறு, ஏதேனும் ஒரு வகையில் 'கலப்பு' இருப்பது வரவேற்கப்பட்டது. இப்போது அங்கே மண்ணின் மைந்தர்களான ஆர்வக், கரீப் இனக் குழுவின் நேரடி வம்சாவளியே இல்லை எனலாம்.

முதல் உலப்போர் முடிந்திருந்தபோது ட்ரினிடாட்டில் மூன்று முக்கிய மாற்றங்கள் நிகழ்ந்தன. அங்கு எண்ணெய் இருப்பு கணிசமான அளவில் கண்டடையப்பட்டது. அதுவரை கரும்புத் தோட்டமாக இருந்த டிரினிடாட் அதன் பிறகு எண்ணெய் பிரதேசமாக மாறியது. பொருளாதார முடிவுகளும் எண்ணெய் உற்பத்தி சார்ந்தே அமைந்தன.

கிட்டத்தட்ட அதே நேரத்தில்தான் ஒப்பந்தத் தொழிலாளர்கள் முறையும் முடிவுக்கு வந்தது. பணியாளர்கள் விடுதலை பெற்று தத்தமது சொந்த வாய்ப்புகளைத் தேடி தோட்டங்களை விட்டு வெளியே நகர்ந்தனர். தொழிலாளர் பாதுகாப்பு அமைப்புகளும் உருவாகின. அதன்பின் மெல்ல மெல்ல அரசியல் சார்ந்து இந்தியர்கள் ஈடுபடத் தொடங்கினர். கரும்புத் தொழிலாளியின் பேரன் அங்கு பிரதமர் (பாஸ்டியோ பாண்டே) ஆனது அப்படித்தான்.

இரண்டாம் உலகப்போர் முடிந்தபோது, ஆங்கிலேயர்கள் பன்னெடுங்காலமாகக் குடியேற்றங்களைப் பராமரித்து அலுத்துப்போயிருந்தனர். அடுத்த சில வருடங்களில் சுதந்திரத்தை எதிர்பார்க்கலாம் என்ற தகவலை மக்களிடம் சொல்லிவைத்திருந்தனர். அச்சமயத்தில் தீவு முழுவதும் அமெரிக்கப் படை ஆக்கிரமித்திருந்தது. பல வருடங்களாகக் கலாசார விருப்பத் தேர்வுகளில் ஒன்றாக அமெரிக்காவின் உள்நுழைவும் அமைந்தது.

இந்தியர்கள் தொடக்ககாலம் முதலே அவர்களின் உடை, உணவு, பழக்க வழக்கங்களுக்காக ஏளனம் செய்யப்பட்டனர். இந்திய – ஆப்பிரிக்க வெறுப்பு பரஸ்பரம் இருந்தது. இந்தியர்கள் செய்யும் பணியால், ஜாதி வேறுபாடின்றிக் 'கூலி' என்றே அடையாளப்படுத்தப்பட்டனர். ஒரு கட்டத்தில் அது நிறவெறியின்

வெறுப்பைக் காட்டும் பெயராகவே மாறிப்போனது. 1962 ஆம் ஆண்டு டிரினிடாட் - டொபாகோ சுதந்திரம் அடைந்த பின்பு அங்கு 'கூலி' என்கிற வார்த்தை பயன்பாடே தடைசெய்யப்பட்டது.

டிரினிடாட்வாசிகள் இந்தியா வந்தபோது, இங்கு சர்வசாதாரணமாகப் பயன்படுத்தப்படும் 'கூலி' என்ற சொற்பிரயோகத்தைக் கேட்டதும் அவர்களுக்குத் தூக்கிவாரி போட்டது. ஆனால் இங்கே அதே பெயரில் திரைப்படங்கள் வெளியாவதெல்லாம் இயல்பானவொன்று. மேலும் தீபாவளியின் போது மண்ணால் செய்யப்பட்ட அகல் விளக்குகளுக்குப் பதில் மெழுகுவர்த்திகள், மின் விளக்குகள் ஏற்றப்படுவதையும், பண்டிகைகள் கொண்டாடப்படும் விதங்களையும் கண்டு கொஞ்சம் அதிர்ந்துதான் போனார்கள்.

12. பிஜி : உரிமைக் குரலும் தமிழர் புரட்சியும்

பிஜி மக்கள் தொகையில் நாற்பது சதவிகிதத்திற்கும் மேல் இந்திய வம்சாவளியினர். அதில் கால் பங்கு மக்கள் தமிழகத்தை பூர்விகமாகக் கொண்டவர்கள். அங்கே எண்பது ஆண்டுகளுக்குப் பிறகு தமிழ் வகுப்புகள் மீண்டும் தொடங்கியிருக்கின்றன.

பசிபிக் பகுதியில் பெரிய இந்துக் கோயிலான ஸ்ரீ சிவசுப்பிரமணிய ஆலயம் பிஜியில்தான் அமைத்துள்ளது. இந்திய சன்மார்க்க ஐக்கியச் சங்கம் சார்பில் எண்பதுகளில் கட்டப்பட்டு, தற்போது புதுப்பிக்கும் பணிகள் நடைபெற்றுக்கொண்டிருக்கின்றன. கோயிலில் வண்ணம் பூசுவதற்கும் பராமரிப்புப் பணிகளை மேற்கொள்வதற்கும் சென்னை - மகாபலிபுரத்திலிருந்து கலைஞர்கள் வரவழைக்கப்பட்டுள்ளனர். எட்டு மாதப் பணி ஒப்பந்தத்துடன் வந்து அங்கேயே தங்கி அவர்கள் பணிகளை முடித்துத் தரும் வகையில் ஏற்பாடுகள் சங்கத்தின் சார்பில் செய்யப்பட்டுள்ளது. சுப்பிரமணிய கோயிலில் தைப்பூசமும், மாரியம்மன் கோயில் தீமிதி விழாவும் அங்கு விசேஷம். மற்றபடி அங்கிருப்பவர்கள் தமிழை மறந்த தமிழர்கள்தான்.

பூசாரிகள், ஆசிரியர்கள், கட்டடக் கலைஞர்கள் எனச் சங்கம் சார்ந்த கோயில், பள்ளிக்கூடப் பணிகளுக்குத் தமிழ்நாட்டிலிருந்து ஆள்கள் செல்கின்றனர். பேருந்து நிலையங்களின் அருகில் வடை, பஜ்ஜி கடைகள் உண்டு. முனியம்மா, மல்லிகா போன்ற பெயர்களும் வழக்கத்தில் இருக்கின்றன. அதைத் தாண்டி தமிழ் - தமிழர்கள்

என அங்குத் தனியாக எதுவுமில்லை. இந்தியாவின் பல்வேறு மாநிலங்களிலிருந்து வந்தவர்கள் நாளடைவில் இந்தியில் மட்டுமே பேசியதால், அங்கே தமிழ், தெலுங்கு, குஜராத்தி என்றில்லாமல், இந்தி - இந்தியர்கள் என்பது மட்டுமே ஒரே அடையாளம் என்றானது. அங்கே நாட்டின் வழக்கு மொழிகளில் ஆங்கிலம், பிஜி மொழிகளோடு, பிஜி இந்தியும் சேர்ந்துகொண்டது.

பிஜி. பசிபிக் பெருங்கடலின் மத்தியில் உள்ள ஒரு தீவுக்கூட்டத் தேசம். சிறியதும் பெரியதுமாக 330 தீவுகள். அனைத்துமே 150 மில்லியன் ஆண்டுகளுக்கு முன்பு எரிமலை வெடிப்பால் உருவான நிலப்பகுதிதான். இன்றைக்கு, அதில் நூற்றுச் சொச்சம் தீவுகளில்தான் மனிதர்கள் வசிக்கிறார்கள். ஆயிரம் கடல் மைல் தொலைவில் நியூசிலாந்து உள்ளது.

மொத்தமுள்ள தீவுகளில் இரண்டு பெரிய நிலப்பகுதிகளான விட்டி லெவு, வானுவா லெவு முதன்மை தீவுகள். சுவா - தலைநகரம். லூடோக்கா என்பது கரும்புத் தோட்டங்கள் அதிகம் இருந்த, இப்போதும் இருக்கும் பகுதி. அடுத்தது, நாடி. அங்குதான் விமான நிலையம் இருக்கிறது. சிங்கடோகா, இது சிங்கடோகா நதியின் கரையில் இருக்கும் பகுதி. காய்கறிச் சந்தை, கரும்புச் சந்தை என விவசாயம் செழிக்கும் இடம். பிஜியில் இந்தியர்கள் அதிகம் குடியேறிய பகுதிகள் இவைதான். பசிபிக் பகுதியில் இருக்கும் தீவுகளிலேயே பொருளாதாரத்தில் வலுவான நாடு பிஜி. சுற்றுலா, ஏற்றுமதி என நல்ல முன்னேற்றம் கண்டுள்ளனர். இதில் பெரும் பங்களிப்பு பல கால கட்டங்களில் அங்கு சென்று சேர்ந்து, நிரந்தரக் குடிகளில் ஒன்றாகிவிட்ட இந்தியர்களுக்குத்தான்.

காலனியக் காலத்தில் கரும்புத் தோட்ட வேலைகளுக்காகத்தான் தமிழர்கள் மற்ற தீவுகளுக்கு இடம்பெயர்ந்தனர். பிஜியில் கரும்புத் தோட்டத் தொழிலாளர்கள் செல்வதற்கு எழுபது வருடங்களுக்கு முன்பே, 1800களில் தமிழர்கள் - இந்தியர்கள் அங்கே போயிருக்கிறார்கள். அவர்கள் லஸ்கர்ஸ் என்றழைக்கப்பட்டனர். அதாவது, ஐரோப்பியக் கப்பல்களில் பணியமர்த்தப்பட்ட ஆசிய மாலுமிகள் / கடல் வேலையாள்கள். அப்போது பிஜி சந்தனமரத் தீவு. அங்கிருந்த சந்தன மரங்களுக்காகவே பல திசைகளிலிருந்தும் கப்பல்கள் பிஜியை நோக்கிச் சென்றன. சந்தன மர வியாபாரம் உச்சத்தில் இருந்த சமயம், போர்த்துக்கீசியப் பயணிகளுடன் இந்த

லஸ்கர்கள் பயணம் செய்தனர். அப்போது தீவை அடைந்தவர்கள் சிலர் அங்கேயே தங்கிவிட்டனர். அச்சமயம் அங்கிருந்த ஊர்த் தலைவர்களுக்கு இடையேயான சண்டைகளின்போது, பணத்திற்காக அடியாள்களாக இவர்கள் சென்றதாகக் குறிப்புகள் கூட உண்டு.

பிஜி பிரிட்டானிய சாம்ராஜ்ஜியத்தின் கீழ் கொஞ்சம் தாமதமாகத்தான் சேர்ந்தது. அதற்கு முன்புவரை அவை சிறு சிறு நிலப்பகுதிகளாக ஊர்த் தலைவரின் கட்டுப்பாட்டின் கீழ் இயங்கிவந்தன. இந்த நிலப்பகுதிகளுக்கிடையே தலைவர்களுக்குள் அடிக்கடி போர்கள் நிகழ்வதும், அதில் வெல்பவர்களின் அதிகாரத்திற்குள் அந்தக் கிராமங்கள் சேர்வதும் அங்கே வழக்கம். அவர்கள் (தலைவர்கள்) பயன்படுத்துவதற்கென்றே சிறப்புக் கவனம் கொண்டு வடிவமைக்கப்பட்ட கூர் ஆயுதங்கள் உண்டு. பிரச்சினை என்று வரும் வேளைகளில், இதுதான் முதலில் பேசும். அவர்களின் குல வழக்கப்படி, வீச்சு முடிந்துதான் பேச்செல்லாம்.

மேடான பகுதியில், உயரமான கூரைகளைக் கொண்ட வீடாக தலைவரின் அமைவிடம் இருக்கும். சற்றே உயரம் குறைந்து குடிகளின் வீடு. வீட்டை விட்டு தனியே, வெட்டவெளியில் மேற்கூரையை மட்டுமே கொண்ட சமையலறை. மனைவிகளின் எண்ணிக்கையைப் பொறுத்துத்தான் ஊர் தலைவரின் பலம் கணக்கிடப்பட்டது. பெரும்பாலும் அந்த எண்ணிக்கை முப்பது - நாற்பதைத் தாண்டும். ஆனால் இவர்களுக்கெல்லாம் தலைமை மனைவி ஒருவர் இருப்பார். கிராமத் தலைவன் இறந்துவிடும் பட்சத்தில், இந்தத் தலைமை மனைவி, தன் கடவுளான கணவனுடன் சேர்த்துப் புதைக்கப்படுவாள். பெரும்பாலும் உயிருடன், சில சமயங்களில் கொலை செய்யப்பட்டு. சில காலங்களுக்குப் பிறகு, கொஞ்சம் மனம் இறங்கி, உயிரைப் பறிக்காமல், மனைவியின் மோதிர விரலை மட்டும் வெட்டி தலைவரின் உடலுடன் வைத்து மண்ணுக்குள் அனுப்பினார்கள். இவ்வழக்கங்கள் அனைத்தும் கிறிஸ்தவ மிசனரிகள் அங்கு வந்து தங்கள் சமய கருத்துகளைப் பரப்பி மாற்றத்தைக் கொண்டு வரும் வரை தொடர்ந்தன.

அதற்கெல்லாம் முன்பே அருகேயிருந்த சமாவோ, டோங்கா தீவுகளில் தலைவர்கள் கிறிஸ்தவ மதத்தைப் பின்பற்றி வந்தனர்.

1874ஆம் வருடம் பிஜி, அங்கிலேயத் தீவு கணக்கில் சேர்ந்ததும், அவர்கள் வேலைகளை முறைப்படி ஒவ்வொன்றாகத் தொடங்கினர். முதல் பணி, அங்கு ஒரு கவர்னரை நியமிப்பது. அப்படி அனுப்பிவைக்கப்பட்டவர்தான் ஆர்தர் கோர்டன். அவருக்கு ஏற்கனவே மொரிசியஸ், கயானா தீவுகளில் உள்ள நடைமுறைச் சிக்கல்கள் பரிச்சயம் என்பதால், பிஜிக்குச் செல்லும்போதே ஒரு செயல்திட்டம் அவரது கைவசம் இருந்தது. பிஜி, வளமிக்க பூமி. எரிமலை மண் ஆதலால், அங்கு தாதுவளம் அதிகம். பொன், செம்பு மட்டுமின்றி விதவிதமான காய்கறிகள் என அங்கு அனைத்தும் விளைந்தன.

'சந்தேகமேயில்லாமல் இங்கு இந்தியர்கள் வந்திறங்க வேண்டும். அப்போதுதான் வேலை நடக்கும். ஆனால் மற்ற இடங்களில் ஒப்பந்தத் தொழிலாளர்களுக்கும் - மண்ணின் மைந்தர்களுக்குமிடையே ஏற்பட்ட மோதல்களைச் சமாளித்தே சளைத்துப் போகிறார்கள் அதிகாரிகள்.' தாம் அந்தத் தவறை செய்யக்கூடாது என்பதில் உறுதியாக இருந்தார் கோர்டன். வரும் இந்தியர்களைத் தனியே கரும்புத் தோட்டத்தில் வைத்து வேலை வாங்கிக் கொள்ளலாம். இங்கிருப்பவர்களை மற்ற இடங்களில் இருக்கும் பணிகளில் ஈடுபடுத்தலாம். மிக முக்கியமாக இரு குழுவினரும் எக்காரணம் கொண்டும் எப்போதும் சந்தித்துக் கொள்ளவே கூடாது. தெளிவாகக் கோடு போட்டார்கள். கூலி பகுதிகள் ஒருபுறம். பிஜியினருக்கு மற்ற பகுதிகள். பிஜி மக்களின் உரிமைகளைக் காப்பதாக அவர்களுக்கு ஒரு வாக்குறுதியையும் கொடுத்துவிட்டு, அவர்கள் கரும்பை வெட்டி கல்லா கட்டத்தொடங்கினர். 1874 முதல் ஆங்கிலேயர்கள் அங்கிருந்து அகலும் வரை அக்கோடு அப்படியே இருந்தது. இப்போதும் இருக்கிறது.

1879ஆம் வருடம் இந்தியாவிலிருந்து முதல் கப்பல் பிஜியை நோக்கிக் கிளம்பியது. அப்போது அவர்களுக்குத் தெரிந்ததெல்லாம், ஏதோ கல்கத்தாவிற்கு அருகே இருக்கும் தீவுக்கு வேலைக்குச் செல்கிறோம் என்பதுதான். சென்றிறங்கியவர்கள் அதிர்ச்சியில் புலம்பித் தீர்த்துவிட்டனர் என்கின்றன பதிவுகள். 'இத்தனை தொலைவு எனத் தெரிந்திருந்தால், எங்கள் குடும்பத்தை விட்டு வந்திருக்கவே மாட்டோம்.' 'இங்கே சிறிய அறைகளில் சிறை

போல் இருக்கிறது வாழ்க்கை' என்றார்கள். 1903 முதல் வரத் தொடங்கிய தமிழர்களோ, 'சிலோனுக்குச் செல்வதற்காகத்தான் ஒப்பந்தத்தில் கையெழுத்திட்டோம். பார்த்தால் இத்தனை ஆயிரம் மைல்களுக்கு அப்பால் கொண்டுவந்து விட்டிருக்கிறார்கள்.' என மிரண்டுபோயிருந்தனர்.

அவர்களுக்குக் கொடுக்கப்பட்டது பத்துக்குப் பத்து அளவை விடச் சிறிய அறைதான். ஆஸ்திரேலியாவின் சர்க்கரை நிறுவனத்திற்காக பிஜியில் செயல்பட்டு வந்த தோட்டங்களில் வாரம் முழுக்க வேலை. சவாலான சூழ்நிலை. இதற்கிடையில் 1884 ஆம் ஆண்டு மெட்ராஸ் துறைமுகத்திலிருந்து சென்ற கப்பல் ஒன்று விபத்துக்குள்ளாகி மூழ்கியதில் தொழிலாளர்களாக வந்த பலர் இறந்துபோயினர். மாலுமிகள் உட்பட அனைவரும்.

தாங்கள் துன்புறுத்தப்பட்டதால், தங்கள் கண்காணிப்பாளர்களையே தொழிலாளர்கள் பொதுவெளியில் கொன்றுபோட்ட சம்பங்களும் உண்டு. ஆண்களுக்கு இணையாகப் பெண்களைப் பணிக்கு அழைத்துச் செல்வதிலும் சிரமங்கள் இருந்தன. ஆண் -பெண் சம அளவில் இல்லாமல் போனதும் ஒருவகையில் அங்கு ஆண் பணியாளர்களின் தற்கொலை எண்ணிக்கை அதிகமாக இருந்ததற்கான காரணம். மற்றபடி, அவர்களின் மத நம்பிக்கைகளைப் பின்பற்றுவதற்கு எந்தத் தடைகளும் இருக்கவில்லை. ஆனால் இவர்கள் தனியே விடப்பட்டதால், புதிய நிலத்தில் அவர்களுக்கென்று வழக்கத்தை, அடையாளத்தை ஏற்படுத்திக்கொண்டு தங்களை நிலைநிறுத்தவேண்டிய அவசியமும் அவர்களுக்கு இருக்கவில்லை. அதனால் அது குறித்து அவர்கள் பெரிதாக அலட்டிக்கொள்ளவில்லை.

பிஜி சுதந்திரம் பெற்ற பின்புதான், ஆங்கிலேயர்கள் பின்பற்றிய பிரித்தாளும் சூழ்ச்சி அதன் வேலையைக் காட்டத்தொடங்கியது. சந்தித்திராத இருவேறு குழுக்களை, இனி உங்கள் பாடு, பார்த்துக்கொள்ளுங்கள் எனப் போட்டதைப் போட்டபடி விட்டுவிட்டுக் கிளம்பிவிட்டனர். அதன்பிறகுதான் ஆட்டமே தொடங்கியது.

பிஜி மக்களைப் பொறுத்தவரை இந்தியர்கள், எங்கிருந்தோ வந்து அவர்களது உரிமைகளை, அவர்களுக்கு வரவேண்டிய வசதி வாய்ப்புகளைப் பறித்துக்கொண்டவர்கள். இந்தியர்களின்

மனநிலையோ, விவரம் அறியாமல் தாய் நாட்டை விட்டு நெடுந்தொலைவு வந்து, பல சங்கடங்களைச் சந்தித்து, அரும்பாடு பட்டுத்தான் தங்களுக்கென்று ஓரிடத்தைப் பிடித்திருந்தனர். இனி பிஜியில்தான் வாழ்க்கை என்றானபின், அதை விட்டுவிட்டு எங்கே செல்வது? இருதரப்பினரும் ஒட்டவில்லை. உரிமைப் போராட்டம் மோதலானது. 1987, 2000 ஆண்டுகளில் இரு பெரும் அரசியல் புரட்சிகள். இரண்டிலுமே இந்தியர்கள் பங்குபெற்றிருந்த அரசாங்கம் தூக்கியெறியப்பட்டது. அதன்பிறகும் அங்கும் இங்கும் ஏதாவது நடந்துகொண்டிருந்தது. பழிகள், கொலைகள், காயங்கள். எண்பதாயிரம் இந்தியர்கள் நாட்டை விட்டு அருகேயிருந்த ஆஸ்திரேலியா, நியூசிலாந்து எனக் குடியேறினர். சிலர் அமெரிக்காவில்.

அடுத்தடுத்த வருடங்களில் சூழ்நிலை சீராகத்தொடங்கியது. பிஜி மக்களுக்கு அவர்களது தேசத்துடன் இருக்கும் பந்தம் முதன்மையானது என்றாலும், அரை நூற்றாண்டு காலத்திற்கும் மேலாக, அந்நாட்டில் பாதிக்கும் இணையான அளவில் இந்தியர்கள் வாழ்ந்துவந்துள்ளனர். தீவின் நவீனச் சமூகக் கட்டமைப்பிலும் பொருளாதார முன்னேற்றத்திலும் பங்களித்துள்ளனர். இன்றும்கூட, அவர்களை அச்சுறுத்தலாகப் பார்க்கும் பிஜியினர் இருக்கவே செய்கின்றனர். இன்னொரு பக்கம், வந்தேறிகள் என்ற நிலை தாண்டி, மண்ணின் மக்களாகவே தங்களை அடையாளப்படுத்திக் கொள்கின்றனர் பிஜி இந்தியர்கள். தங்கள் அடுத்த தலைமுறையினருக்குக் கல்வியைச் சாத்தியப்படுத்தி, இன்று அவர்கள் சட்டம், நிதி, கல்வி, கலை என அனைத்துத் துறைகளிலும் இயங்கிவருகின்றனர்.

13. 115 ரத்தினக் கற்கள்

இந்தியப்பெருங்கடலில் சோமாலி கடல் பகுதியில் இருக்கும் ஒரு கிழக்கு ஆப்ரிக்கத் தேசம் செஷெல்ஸ். உலக வரைபடத்தில் சிறு புள்ளியாகத்தான் தெரியும். கூகுள் மேப்ஸை சற்றே பெரிதாக்கிப் பார்த்தால் அந்தத் தீவுக்கூட்டங்கள் புலப்படும். செஷல்ஸ் தீவுகள் உண்மையில் பெருங்கடலின் மத்தியில் மிதக்கும் ரத்தினக் கற்களைப் போலக் காட்சியளிக்கும். ஓரிரண்டல்ல, நூற்றுப்பதினைந்து குட்டிக் குட்டித் தீவுகள் மொத்தமாகச் சேர்த்துத்தான் செஷல்ஸ் என்றழைக்கப்படுகிறது. அதில் பாதிக் கருங்கல் (கிரானைட்) பாறைகள் கொண்ட தீவுகள், மீதி பவளத்தீவுகள், சில இரண்டும் சேர்ந்த கலவை.

ஆப்பிரிக்க நாடுகளிலேயே சிறியதும், குறைந்த ஆப்பிரிக்க இன மக்கள் தொகை கொண்டதும் இந்தத் தீவுதான். இருப்பதிலேயே பெரிய தீவான விக்டோரியா தலைநகரம். அடுத்த பெரிய தீவு மாஹே. மரகதப் பச்சை, நீல நிறங்களில் மயக்கும் கடற்கரைகள், வசீகர நிலப்பரப்பு எனச் சுற்றுலா தேசமாக இருக்கிறது.

அங்கு முதன்முதலில் குடியேறுவதற்காகச் சென்ற குழுவில் ஐந்து தமிழர்கள் இருந்தனர். அன்று முதல் இருநூறு வருடங்களுக்கும் மேலாகத் தொடர்ந்து நீடிக்கும் பந்தம் செஷல்ஸ்க்கும் தமிழர்களுக்கும் இடையே உண்டு. செஷல்ஸ் இந்துக் கோயில் சங்கம் 1984 ஆம் ஆண்டு தொடங்கப்பட்டது. விக்டோரியாவில்

உள்ள நவசக்தி விநாயகர் ஆலயம்தான் அங்குள்ள ஒரே இந்துக் கோயிலாகும். ஒரே இடத்தில் பல தெய்வங்களை வைத்து வழிபாடுகள் செய்கிறார்கள்.

இந்துக் கோயில் சங்கம் உள்ள குயின்சி தெருவில் ஒவ்வொரு ஞாயிறு காலை எட்டு மணிக்கும், மாலை ஏழு மணிக்கும் வழிபாட்டு முறை கூட்டம் கூடும். செஷஸ் தமிழ் மன்றம் சார்பில், தை மாதம் பொங்கலுக்கும், ஆடி மாதமும் தமிழர்கள் ஒன்றுகூடி, பேச்சுப் போட்டிகள், நாடக நிகழ்ச்சிகள் நடத்துவார்கள். அதில் தமிழகத்திலிருந்து பேச்சாளர்கள் சிறப்பு விருந்தினர்களாகக் கலந்து கொள்வார்கள்.

இந்தப் பண்டிகைகளின்போது, தமிழ்நாட்டில் இருந்து சிறப்பு இசைக் குழுவினர் தவறாமல் கலந்துகொள்ளும் சிறப்பு இசை ஆராதனைகள் நடைபெறும். கூலிகளாகப் பலதரப்பட்ட தீவுகளுக்குச் சென்றவர்களுள் கொஞ்சம் இசை ஆர்வமும் பிரியமும் இன்னமும் செஷல்ஸ் தமிழர்களிடம் உண்டு. இளையராஜா முதல் லக்ஷ்மன் சுருதி இசைக் குழு வரை அனைவரும் இங்கு விஜயம் செய்துள்ளனர். அங்குள்ள கோயிலில் பூஜை வேளையின் போது, தினமுமே நாதஸ்வரம், தவில் இசைக்கப்படுகிறது. இசை அங்கு பிரதானம்.

ஒவ்வொரு வாரமும் வெள்ளிக்கிழமை மாலை பதினைந்து நிமிடங்கள் வரை அந்நாட்டு வானொலியில் பக்திப் பாடல்களோ ஆன்மிகச் சொற்பொழிவுகளோ தவறாது இடம்பெறும். 2015 ஆம் ஆண்டு, செஷல்ஸ் சுவர் திறந்து வைக்கப்பட்டது. பளிங்குச் சுவரில், தீவிற்கு முதலாக வந்த இந்தியர்களின் சாதனைகளை, பங்களிப்புகளை அதில் பதித்து வைத்தார்கள். கூடவே, அங்குள்ள பல்கலைக்கழகத்தில் இன்டால்ஜி எனப்படும், இந்தியாவைப் பற்றிய வரலாற்று ஆய்வுகளுக்கு முக்கியத்துவம் அளிக்கப்பட்டுள்ளது. இந்திய அரசாங்கமும் இதற்கு ஆதரவு தெரிவித்துள்ளது. 2020 ஆம் ஆண்டு இந்திய - தமிழர் குடியேற்றம் நிகழ்ந்து இருநூற்றியம்பது ஆண்டுகள் நிறைவு விழாவைக் கொண்டாடினார்கள்.

1901 இல் அங்கு தோராயமாக மூவாயிரம் தமிழர்கள் இருந்தனர். இன்று அவர்களது வழித் தோன்றல்கள், தங்கள் மூதாதையர்கள் அங்கு வந்து சேர்ந்த வரலாற்றை அந்நாட்டின் கல்வி நிறுவனங்களில் முக்கியமான பாடமாகவும், தமிழ்க்

கலாசாரத்தைத் தங்கள் வாழ்வின் அங்கமாகவும் கொண்டுவருவதில் வெற்றிகண்டிருக்கிறார்கள்.

போர்த்துக்கீசியப் பயணிகள் 1609 வாக்கில் செஷல்ஸ் பற்றி எழுதிவைத்துள்ளனர். ஆனால் அவை தீவில் கால் வைக்காமல், எட்டி நின்று பார்த்து எழுதப்பட்ட குறிப்புகள். ஆங்கிலேயக் குழுவொன்று தீவின் மலைப்பகுதிகளில் மோதி கரை ஒதுங்கியதுதான் அங்கு முதல் மனித வரவு. அப்போது அந்த இடத்தைப் பவளத்தீவுகள் எனத் தவறாக எண்ணியிருந்தனர். பின்புதான், பவளத்தீவுகள் மொத்த செஷல்ஸின் ஒரு பகுதி மட்டுமே என்பதை அறிந்துகொண்டனர்.

1742 ஆம் வருடம் பிரெஞ்சு ஆய்வாளர் பிக்கால்ட் செஷல்சின் மாஹே தீவில் சென்றிறங்கினார். அங்கிருந்த பெருவனங்களைக் கண்டார். நீர், மரம், செடி கொடி, பழ வகைகள், பறவைகள், மற்ற நில - நீர் உயிரினங்கள் என அனைத்தும் அளவின்றி நிறைந்திருந்ததைக் கண்டு மனம் மகிழ்ந்து, ‘அபரிமிதமான தீவு’ எனப் பெயரும் வைத்தார். நான்கு நாள்கள் அங்குத் தங்கிவிட்டு, போகும்போது கையோடு 600 இளநீர் காய்களையும், 33 ஆமைகளையும் எடுத்துக்கொண்டு சென்றார். 1744இல் மீண்டும் தீவுக்கு சென்றவர், அங்கே தங்கள் ஆட்சியை உறுதிப்படுத்தும் வகையில் அதிகார நடுகற்களை வைத்துவிட்டு, தங்கள் கவர்னரின் பெயரான ‘மாஹே’ என அந்தத் தீவிற்குப் புதிய நாமகரணம் செய்துவைத்தார்.

பிரெஞ்சு அதிகாரத்தின் கீழ் தீவு இருந்தாலும், வெகு நாள்களுக்கு அதைப் பெரிதாக அவர்கள் கண்டுகொள்ளவில்லை. 1770 ஆம் வருடம் சில குடியேறிகள் வெள்ளைக்காரர்கள், இந்தியர்கள் (தமிழர்கள்), ஆப்பிரிக்க அடிமைகள் என ஒரு குழு கப்பலில் தீவை அடைந்தது. தீவில் ஏராளமாக இருந்த மரங்களுக்காகவும், ஆமைகளுக்காகவும்தான் அவர்கள் வந்திருந்தனர். அவர்களுக்குப் பின்னால் வந்த குடியேற்றங்கள் நறுமணப் பொருள்கள், காய் - கனிகள் விளைவிக்கும் முயற்சியில் இறங்கினர். பண்ணையம் அங்கு பெரிதாக எடுபடவில்லை.

உணவுப் பற்றாக்குறையால் பசியும் பட்டினியுமாக வாழ்வதே சவாலாகிவிட, உயிர்வாழ்வதன் பொருட்டு, அங்கிருந்த இயற்கை வளங்களை ஒன்றுவிடாமல் நாசமாக்கினர். ஆமைகள்,

முதலைகளைக் கணக்கின்றி வேட்டையாடி உண்டனர். அங்கு மட்டுமே இருந்த சில அறிய வகைப் பறவை இனங்களும், முதலைகளும் அழிந்தே போயின. ஆமைகள் கிட்டத்தட்ட அழிவின் விளிம்பை எட்டின.

1780 களில் பட்டை, சாதிக்காய், குறுமிளகு என நறுமணப்பொருள் தோட்டம் அங்குப் பிரசித்தி பெற்றிருந்தது. ஜார்டின் டு ரோய் என்னும் பெயர் கொண்ட, பச்சைப் பசேலென்று செடி கொடிகள் நிறைந்திருக்கும் அந்த நறுமணத் தோட்டங்களில் நாளெல்லாம் வருடமெல்லாம் இருந்தாலும் சலிக்காது. அப்படிப்பட்ட இடத்தை, ஆங்கிலேயக் கப்பல்கள் தாக்க வருவதாக நினைத்து, அப்போதைய லெப்டினன்ட் ரொமைன்வில்லே மொத்தத் தோட்டத்தையும் எரித்துத் தீக்கிரையாக்கினார். அடுத்த சில வருடங்களிலேயே தீவு யாருக்கு என பிரிட்டிஷுக்கும் பிரெஞ்சுக்காரர்களுக்கும் சண்டை மூண்டது. 1810 இல் மொரிஷியஸ் பிரிட்டிஷிடம் வீழ்ந்தது. 1814 இல் சிஷேல்சும்.

நெப்போலிய போர் சமயத்திலிருந்து அங்கு கேப்டன் குயின்சி அதிகாரம் செலுத்திக்கொண்டிருந்தார். தீவு கைமாறிய பின்பும் அவரே தொடர்ந்தார். பிரிட்டிஷ் காலத்தில் தீவு நல்ல வளர்ச்சியைக் கண்டது. சாலைகள், பள்ளிக்கூடங்கள், தேவாலயங்கள், மருத்துவமனைகள் என அனைத்தும் அங்கு வந்தது அப்போதுதான்.

என்னதான் செஷெல்ஸ் ஆங்கிலேயே தீவாகிவிட்டாலும், அவர்களால் அங்கிருந்த மக்களிடம் இருந்து பிரெஞ்சு மொழியை, கலாசாரத்தை, நீக்க இயலவில்லை. எத்தனை கோட்டிங் ஆங்கிலேய வண்ணம் பூசியும், பிரெஞ்சு அடையாளத்தை மறைக்கவே முடியவில்லை. இப்போதும் அங்கே அதிகாரபூர்வ மொழிகளாக இருப்பது ஆங்கிலம், பிரஞ்சு, கிரியோல். செஷல்ஸின் இன்றைய மக்கள் பிரிட்டிஷ், பிரஞ்சு, ஆப்பிரிக்க கலவையுடன் கொஞ்சம் இந்திய - சீன சேர்மானத்தையும் கொண்டவர்கள்.

முதல் குடியேற்றம் நடந்ததும், அடுத்தடுத்து அரேபிய, சீன, தமிழ் பயணிகள் தீவை நோக்கி பெருமளவில் சென்றனர். தமிழகத்தில் பாண்டிச்சேரியிலிருந்தும், காவிரி டெல்டா பகுதிகளிலும் இருந்த வசதிமிக்க வியாபாரிகள் அங்கு செல்ல ஆர்வம் காட்டினர். அங்கிருந்த மரங்கள்தான், பாண்டிச்சேரியில் கப்பல் கட்டுவதற்குக்

கொண்டுவரப்பட்டன. அங்கிருக்கும் மக்களிடையே பிள்ளை, செட்டி, கோவிந்தன், நாயக்கன், கந்தசாமி, வடிவேலு போன்றவை புழக்கத்தில் இருக்கும் பெயர்கள். இந்தியாவுக்கும் செஷல்ஸ் தீவுக்கும் கொடுக்கல் - வாங்கல்கள் எப்போதும் உண்டு. இந்தியாவிலிருந்து அரிசி முதற்கொண்டு பல அன்றாடப் பொருள்கள் கொண்டுசெல்லப்படுகின்றன.

29 ஜுன் 1976 அன்று நாடு சுதந்திரம் அடைந்தபோது, இந்தியா சார்பில் ஐஎன்எஸ் நீலகிரி என்னும் ராணுவக் கப்பல் அங்கு அனுப்பிவைக்கப்பட்டது. அவர்களின் சுதந்திர தின விழாவில் இந்தியக் கப்பல்கள் கலந்துகொள்ளும் வழக்கம் இன்றும் உள்ளது. இரு நாடுகளுக்கும் இடையே ஏற்றுமதி - இறக்குமதி உறவு உண்டு. வர்த்தக, பாதுகாப்பு ஒப்பந்தங்களையும் வருடம் தவறாமல் - தேதி மாறாமல் புதுப்பித்துக்கொள்கிறார்கள்.

அவ்வப்போது இந்தியா சார்பாக ரோந்துப் படகுகளும், கடலோரப் பாதுகாப்புப் படை சார்பில் இன்டர்செப்டர் படகுகளும், கண்காணிப்பு ரேடார் கருவிகளும் அன்பளிப்பாக செஷல்ஸுக்கு அனுப்பிவைக்கப் படுவதும் வழக்கம். இந்தத் தொடர் கவனிப்பிற்குப் பல்வேறு காரணங்கள் இருக்கின்றன. குறிப்பாக அந்தக் கடல் பகுதிகளில் இந்திய - சீன அதிகாரப்போர் இருப்பதும். அதில் முடிந்த வரை அதிகத் தீவுகளை கைக்குள் வைத்திருப்பதும் முக்கியமான இலக்குகள். அதுபோக செஷல்ஸ் மக்களின் பிரியம். தமிழ்நாட்டில் காவேரி நீர் பிரச்சனையின்போது, செஷல்ஸ் தமிழ் மக்கள் அங்கு ஒன்று கூடி தமிழ்நாட்டிற்கு ஆதரவாகக் குரல் கொடுத்தனர். இப்படி ஏதேனும் ஒரு விதத்தில் செஷல்ஸ் தமிழர்கள் தங்களின் முன்னோர்களின் நிலத்தோடு இணைந்தே இருக்கின்றனர்.

14. செந்தேன் மலரே, ஜெர்மனியே!

ஜெர்மனியின் ஹம்பர்க் பல்கலைக்கழகத்தில் 2023ஆம் ஆண்டு தமிழ் இலக்கியம் சார்ந்து மிக முக்கியமான பணி ஒன்று தொடங்கப்பட்டது. அடுத்த இரு தசாப்தங்களுக்கு, அதாவது 2047ஆம் ஆண்டு வரை திட்டமிடப்பட்டுள்ள இந்த நெடும் பணியில் சங்க இலக்கியங்கள் மின்னணு மயமாக்கப்படவுள்ளன. அதோடு அவை மொழி பெயர்க்கப்பட்டுப் பிற நாட்டு ஆராய்ச்சியாளர்களுக்கு உதவும் வகையில் இருக்கவேண்டும் என்பதுதான் பேராசிரியர் ஈவா வில்டனின் நோக்கம். தமிழெக்ஸ் என்னும் பெயரில் மின்னிலக்கப் பேரகராதியும் தயாராகிறது. பல கோடி ரூபாய் செலவில் இதற்கான பணிகள் நடைபெற்றுவருகின்றன.

ஒவ்வொரு காலகட்டத்திலும் ஜெர்மனியில் தமிழ் சார்ந்து ஏதேனும் ஓர் ஆராய்ச்சி அல்லது கற்றலுக்கான முன்னெடுப்புகள் நிச்சயம் இருக்கும். அவர்கள் கார்களையும் மதுபானங்களையும் தயாரிப்பதில் மட்டும் வல்லவர்கள் அல்ல, புத்தகப்பிரியர்களும் கூட. பதிப்புத்துறை சார்ந்து தொன்மையான வரலாறு உடையவர்கள் ஜெர்மானியர்கள்.

‘எனது துறையில் இணைய விரும்பும் மாணவர்கள் ஒன்றுக்கும் மேற்பட்ட திராவிட மொழிகளைக் கற்றிருக்க வேண்டும். அதில் தமிழ் தெரிந்திருக்கவேண்டியது கட்டாயம்.’

1970களில் ஜெர்மனியின் கொலோன் பல்கலைக்கழகத்தின் இந்தியவியல் துறைத் தலைவர் பேராசிரியர் ஜானர்ட், தன்னிடம் சேர விரும்பும் மாணவர்களுக்கு வைத்திருந்த விதி இது. அப்போது இளம் மாணவியாக இருந்த உள்ரைக் நிக்லாஸ் இந்தச் சவாலை ஏற்றுக்கொண்டு தமிழ் மொழியைக் கற்றுத் தேர்ந்து, இந்தியவியல் படிப்பில் இணைந்தார். பின்னாளில் ஜெர்மனியில் ஒரு வலுவான தமிழ்த் துறையை அமைத்து, நூற்றுக்கணக்கான ஐரோப்பியத் தமிழ் மாணவர்களை உருவாக்குவதற்கு மிக முக்கியமான காரணியாக இருப்போம் என்று அவரேகூட நினைத்திருக்கமாட்டார்.

உள்ரைக் நிக்லாஸ் கிழக்காசியப் படிப்புகள் துறைக்குத் தலைவராகப் பொறுப்பு வகித்தவர். அதில், தமிழ்ப் பிரிவு இருபது வருடங்களாக இயங்கி வந்தது. நாற்பதாயிரத்திற்கும் மேற்பட்ட தமிழ்ப் புத்தகங்களுடன் கூடிய அந்தப் பிரத்தியேக நூலகம்தான் தமிழகத்துக்கு வெளியே அதிகத் தமிழ் நூல்களைக் கொண்ட பெரிய நூலகம்.

1981ஆம் ஆண்டு நிக்லாஸ் தஞ்சாவூருக்குப் பயணம் செய்தபோது தமிழ் கற்றுக்கொள்ளும் ஆர்வம் கொண்டு வகுப்புகளில் இணைந்துகொண்டார். சங்க இலக்கியங்கள், தொல்காப்பியம் என ஆர்வம் காட்டியவர், வார இறுதிகளில் மிதிவண்டியில் அருகில் இருக்கும் கிராமங்களுக்குச் சென்றுவிடுவார். அங்கிருக்கும் மக்களுடன் உரையாடி தமிழர்களின் வாழ்க்கைமுறையை அறிந்துகொண்டார். பேச்சுவழக்கை மேம்படுத்திக்கொள்ள சிவாஜியின் திரைப்படங்கள் உதவின. முத்தொள்ளாயிரத்தில் ஆராய்ச்சி செய்து படிப்பு முடித்திருக்கும் நிக்லாஸ், இந்தியக் குடியரசுத் தலைவர் விருதைப் பெற்றவர். ஜெர்மனியில், தமிழ்த் துறைக்கு தலைமை வகித்தபோது பெரியாரையும் திராவிடக் கொள்கைகளையும் பாடத்திட்டமாகக் கொண்டு வந்தார். தனது மாணவர்களுக்கு வருடாவருடம், மொழியையும் கலாசாரத்தையும் அறிமுகம் செய்ய அவர்களைத் தமிழ்நாட்டுக்கும் அழைத்து வந்தார். போதிய நிதியுதவியில்லாமல் கோலோன் பல்கலைக்கழகத்தில் அத்துறை மூடப்படும் அபாயம் ஏற்பட்டபோது, தமிழ்நாட்டு அரசு சார்பில் மூன்று ஆண்டுகளுக்கு முன்பு நிதியுதவி வழங்கப்பட்டது. இருப்பினும் பல்வேறு காரணங்களுக்காக அத்துறை மூடப்பட்டது.

ஆயிரத்துத் தொள்ளாயிரத்து எழுபதுகள் என்றில்லை, தமிழ் கற்கும் ஆர்வத்துடன் பதினெட்டாம் நூற்றாண்டிலேயே ஜெர்மனியிலிருந்து ஒரு குழு தமிழகம் வந்தது. ஆனால் வேறு நோக்கங்களுக்காக. மன்னர் பிரெட்ரிக் (இப்போதைய நார்வே, டென்மார்க் பகுதிகளை அப்போது ஆண்டவர்) கிறித்தவ மதத்தைப் பரப்புவதற்காக மிஷனரிகளை ஆசிய நாடுகளுக்கு அனுப்பிவைக்க எண்ணினார். அதன்படி, பார்தலமேயு சீகன்பால்க், ப்ளூட்ஸ்கா என்ற இரண்டு ஜெர்மானியப் பாதிரியார்கள் தரங்கம்பாடியில் 1706 ஜூலை மாதம் வந்திறங்கினர். மத போதனைக்காக அவர்கள் வந்திருந்தாலும், அங்கிருக்கும் மக்களைப் புரிந்து கொண்டு அவர்களை நெருங்கும் பொருட்டு சீகன்பால்க் தமிழ் கற்றுக்கொள்ள முடிவெடுத்தார்.

உள்ளூர் பண்டிதர்களின் உதவியோடு ஒரே வருடத்தில் தமிழில் நல்ல புலமை பெற்றார் சீகன்பால்க். அங்குள்ள மக்களுக்கும் அவர் மீது நன்மதிப்பு உண்டானது. அப்போது மலபார் என்பது தமிழ்நாட்டையும் குறிக்கப் பயன்படுத்தப்பட்ட சொல். ஐரோப்பிய வியாபாரிகளும், அறிஞர்களும் தென் இந்தியக் கடல் பகுதி முழுவதையும் மலபார் என்றே குறிப்பிட்டு வந்தனர். கூடுதல் தகவல், மலபார் என்பது தமிழர்களைக் குறித்தாலும், அதில் பிராமணர்கள் அடங்குவதில்லை. அவர்களைத் தனியே 'பிரமன்ஸ்' என்றே அழைத்தனர் ஐரோப்பிய மிஷனரிகள். 1800களின் பிற்பகுதியில் அந்தப் பயன்பாடு குறைத்துக்கொள்ளப்பட்டது. பொதுவாகவே, மலபார் மக்கள் கடுமையானவர்கள் என்ற எண்ணம் அவர்களுக்கு இருந்தது. சீகன்பால்க் தரங்கம்பாடியில் மக்களைச் சந்தித்து, அங்கிருந்த தமிழர்களின் மொழி, இலக்கணம், நீதி, தத்துவம், வாழ்க்கைமுறை சார்ந்த படைப்புகள் பனை ஓலைகளில் எழுதப்பட்டிருப்பதைப் பார்த்து வியந்துபோனார்.

சீகன்பால்க் தமிழர்களின் சிறப்புகளைப் புகழ்ந்தும், மலபார் (தமிழர்களை) பற்றிய ஐரோப்பியர்களின் தவறான புரிதல்களையும் மாற்றிக்கொள்ளவேண்டிய அவசியத்தையும் கடிதங்களாக எழுதினார். நீதி வெண்பா, உலகநீதி, கொன்றைவேந்தன் போன்ற நூல்களை மொழி பெயர்த்து ஜெர்மனிக்கு அனுப்பி வைத்தார். அங்கிருந்த பதிப்பகத்தாருக்கும், பாதிரியார்களுக்கும் இது பிடிக்காமல் போகவே, அப்புத்தகங்களும், கடிதங்களும், மற்ற குறிப்புகளும் பிரசுரிக்கப்படாமலேயே ஒதுக்கிவைக்கப்பட்டன.

சீகன்பால்க் அவற்றை எழுதி நூற்றைம்பது, இருநூறு வருடங்களுக்குப் பிறகு அவை கண்டெடுக்கப்பட்டு 1930களில் பிரசுரிக்கப்பட்டன.

பல ஆன்மிகக் கலாசார நூல்களை சீகன்பால்க் ஜெர்மனிலிருந்து தமிழுக்கும், தமிழிலிருந்து ஜெர்மனுக்கும் மொழிபெயர்த்தார். அதோடு தமிழ் இலக்கண நூல் ஒன்றையும் 1716இல் எழுதினார். தரங்கம்பாடியில் முதல் அச்சு இயந்திரக் கட்டமைப்பைக் கொண்டு வந்தவரும் இவர்தான். இவருடைய தமிழ்ப் பணிகளை நினைவுகூரும் வகையாக தரங்கம்பாடியில் சீகன்பால்க் சிலை வைக்கப்பட்டுள்ளது. அவர் அங்கு வந்து இறங்கிய தினத்தை வருடாவருடம் விழாவாகக் கொண்டாடுகிறார்கள்.

பதினெட்டாம் நூற்றாண்டில் ஜெர்மன் பாதிரியார்கள் தமிழகம் வந்ததை போலவே, இந்தியாவிலிருந்தும் ஜெர்மனிக்கு மாணவர்கள் படிக்க சென்றிருக்கின்றனர். 1733ஆம் ஆண்டு முதலே அங்கு பல்கலைக்கழகத்தில் மாணவர்கள் இருந்ததற்கான பதிவுகள் இருக்கின்றன. 1875 வாக்கில் பெர்லின் பல்கலைக்கழகத்திலும் மாணவர்கள் சேர்ந்திருக்கின்றனர்.

பெர்லினில், 1914ஆம் வருடம் இந்திய விடுதலை சங்கம் தொடங்கப்பட்டது. ஜெர்மானிய அதிகாரிகளின் ஆதரவை எதிர்பார்த்து இந்தியர்கள் அங்கு ஒன்றிணைந்தனர். அதில் முக்கியமான பங்காற்றியவர்களில் ஒருவர்தான் தமிழ் குடும்பத்தைச் சேர்ந்த செண்பகராமன் பிள்ளை. பெர்லின் பல்கலைக்கழகத்தில் பொறியியல் படித்தர். பின்னர், அங்கேயே ஜெர்மன் கடற்படையில் இணைந்து, இந்தியாவில் இருக்கும் ஆங்கிலேய அரசாங்கத்திற்கு எதிராகப் படைகளைத் திரட்ட முயன்றார். மெட்ராஸில் ஆங்கிலேய உடைமையான எண்ணெய்க் கிடங்கு கட்டடத்தைக் குறிவைத்துத் தாக்கிய ஜெர்மானியக் கப்பலில் இவரும் இருந்ததாக நம்பப்படுகிறது. ‘எம்டன்’ என்ற பெயர்கொண்ட அந்தக் கப்பலும், அந்த நிகழ்வின் நினைவும் இன்றும் தமிழ்நாட்டில் இருக்கிறது. எம்டன் என்னும் சொல் கண்டிப்பானவன், அச்சுறுத்துபவன் என்னும் அர்த்தத்தில் பிரயோகப்படுத்தப்படுகிறது.

இந்தியாவுக்கான ஆதரவைத் திரட்டுவதற்காக ஹிட்லருடன் நேரடித் தொடர்பில் இருந்தாலும், இந்தியாவை ஏளனமாக ஹிட்லர் பேசியபோது, அவரை எதிர்த்து வாதாடியவர் செண்பகராமன்

பிள்ளை. ஹிட்லரை எழுத்துபூர்வமாக மன்னிப்பு கேட்கவும் வைத்தார். அச்செயலினால் நாஜிகளின் வெறுப்புக்கும் ஆளானார். சுபாஷ் சந்திர போஸ், தனது இந்திய தேசிய ராணுவத்தில் பயன்படுத்திய 'ஜெய் ஹிந்த்' முழக்கத்தை முதலில் அறிமுகம் செய்தது செண்பகராமன் பிள்ளைதான்.

தொடர் பிரயத்தனங்களின் விளைவாக, இந்தியர்களுக்கு ஜெர்மானிய அதிகாரிகளின் ஆதரவும் கிடைத்தது. அவர்கள் மேலும் பல இந்தியர்களை அங்கு வருவதற்கு உற்சாகப்படுத்தினர். முதலாம் உலகப் போர் சமயத்தில்கூட இக்குழு ஜெர்மானியத் தரப்பிற்கு வேண்டிய உதவிகளைச் செய்ய முன்வந்தது. ஆனால், போர் முடியும் தறுவாயில் இந்தியாவுக்கான ஆதரவை ஜெர்மானியத் தரப்பு திரும்பப் பெற்றுக்கொண்டது, இந்திய விடுதலை கமிட்டியையும் கலைத்தது.

இரண்டாம் உலகப்போரின் சமயம், ஒரு பக்கம் இந்திய - தமிழ்நாட்டு விடுதலைப் போராட்ட ஆர்வலர்கள், தங்களுடைய நோக்கங்கள் வெல்வதற்காக ஜெர்மனியில் பெருமளவில் குவிந்துகொண்டிருக்க, 1938ஆம் ஆண்டு ஹிட்லரின் பிரியமான தளபதிகளுள் ஒருவரான ஹிம்லர் ஐந்து நபர் குழு ஒன்றை அமைத்திருந்தார். அவர்களது நோக்கம் ஆரியர்களின் வழித்தடங்களைக் கண்டடைவது.

ஹிட்லரைப் பொறுத்தவரை, அட்லாண்டிஸ் நகரத்தில் தோன்றியவர்களே ஆரியர்களான நார்டிக் மக்கள். 1500 வருடங்களுக்கு முன்பு அவர்கள் வடக்கிலிருந்து இந்தியாவுக்குள் நுழைந்தனர். அங்கே இருந்த ஆரியரல்லாத மக்களுடன் கலந்து, தங்களது புனிதத்துவத்தை இழந்து, பெருந்தவறைச் செய்தவர்கள் என்றே அவர் கருதினார். எனினும், தளபதி ஹிம்லருக்கு இந்தியாவை இன்னும் சற்று நெருங்கிச் சென்று ஆராய்ந்து பார்த்தால் ஆரியர்களைப் பற்றிய தரவுகள் கிடைக்கும் என்ற நம்பிக்கை இருந்தது.

இரண்டாம் உலகப்போர் தொடங்குவதற்குத் தோராயமாக ஒரு வருடத்துக்கு முன்பு ஐந்து பேர் கொண்ட குழு கப்பலில் ஜெர்மனியிலிருந்து கிளம்பியது. அக்குழுவில் விலங்கியலாளரும், மானுடவியலாளரும் இடம் பெற்றிருந்தனர். ஆராய்ச்சிப் பணிகள் என்ற பெயரில் இலங்கையின் கொழும்பிலிருந்து இந்தியாவுக்குள் நுழைவதுதான் திட்டம். சென்னை - கல்கத்தா

அங்கிருந்து சிக்கிம் வழியாக திபெத்துக்குள் செல்லவேண்டும். இந்தியாவிலிருந்த ஆங்கிலேய அதிகாரிகள் இந்த ஜெர்மானியக் குழுவை அனுமதிப்பதற்குத் தயக்கம் காட்டினார்கள். அவர்கள் உளவு பார்ப்பதற்காகவே வந்திருக்கின்றனர் என்றே ஊகித்தனர். இருப்பினும் விடாப்பிடியாகத் தங்களது பயணத்தைத் தொடர்ந்த அந்த ஐவர் குழு சிக்கிமை அடைந்தது. அப்போது மலை ராஜ்ஜியமாக இருந்த சிக்கிமில் இருந்த ஆங்கிலேய அதிகாரிகள், முதலில் யோசித்தலும், வேறு வழியின்றி அவர்களை அனுமதித்தனர்.

போன காரியம் முழுமை பெறும்முன்பே போர் தீவிரமடைந்து விட்டதால் அவர்கள் நாடு திரும்ப வேண்டியதாகிவிட்டது. இருப்பினும் இரண்டாயிரத்துக்கும் மேற்பட்ட புகைப்படங்கள், முந்நூற்றுக்கும் மேற்பட்ட திபெத்தியர்களின் தலை, முகவெட்டு அளவுகளைக் குறித்துக்கொண்டு, கைரேகைகளைப் பதிவு செய்துகொண்டுதான் திரும்பினர்.

போர் உச்சக்கட்டத்தை எட்டியிருந்த நேரம் ஜெர்மனியில் இருந்த இந்திய மாணவர்களின் எண்ணிக்கை கணிசமாகக் குறையத்தொடங்கியது. 1933ஆம் வருடத்தில் ஆயிரத்து எண்ணூறு மாணவர்கள் இருந்தனர். ஜெர்மனி போரில் தோற்றபோது, அங்கு இருந்தது இருபதுக்கும் குறைவான மாணவர்கள்தாம். மாணவர்கள் பயந்து நாடு திரும்பிக்கொண்டிருக்கும் போதுதான் 1942ஆம் வருடம், சுபாஷ் சந்திர போஸ் ஆங்கிலேயர்களுக்கு எதிராகப் படை திரட்டும் எண்ணத்துடன், ஜெர்மனி சென்றார். ஓரளவு அதில் வெற்றியும் பெற்றார்.

இந்தியர்களுக்கு ஆதரவாகப் பத்திரிக்கை, வானொலி நிலையம் என பெர்லினில் தொடங்கப்பட்டது. உலகப்போர் குழப்பங்கள் எல்லாம் தீர்ந்தபின் மீண்டும் இந்தியர்களின் (தமிழர்கள்) ஆர்வம் கவனமெல்லாம் ஜெர்மனியின் பக்கம் போனது. 2000ஆவது ஆண்டிற்குப் பிறகு அது பன்மடங்கு அதிகரித்தது. அந்நாட்டில் பெருகிவரும் வயதான குடிமக்களின் எண்ணிக்கையால், தொழில்நுட்ப வேலைகளைச் செய்யக்கூடியவர்களுக்கு தேவை இருந்தது. இந்த வாய்ப்பினைச் சரியாகப் பயன்படுத்திக் கொண்ட இந்தியர்கள், ஜெர்மனிதான் இனி தங்களுக்கான செந்தேன் மலர் என ஆயிரக்கணக்கில் அங்கு குடியேறத் தொடங்கினர்.

1950 - 60களில் உயர் கல்விக்காகவும், வேலைக்காகவும் அங்கு குடியேறத் தொடங்கியவர்கள் தொண்ணூறுகளில் அங்கு தங்களுக்கென்ற குடும்பம் இருப்பிடம் என நிரந்தர இருப்பிடமாக ஜெர்மனியை மாற்றிக்கொண்டனர். இது தவிர, ஜெர்மனியில் இருக்கும் தேவாலயங்களுக்குப் பாதிரியார்களாக தமிழ் இளைஞர்களும், மிசனரி மருத்துவமனைகளுக்குச் செவிலியர்களாக இளம் பெண்களும் தென் இந்தியாவிலிருந்து ஜெர்மனி சென்றனர்.

ஜெர்மனியில் இலங்கைத் தமிழர்களின் வரலாறென்பது இருபதாம் நூற்றாண்டின் இறுதியில் இருந்து ஆரம்பித்தது. இலங்கையில் கலவரம் தொடங்குவதற்கு முன்பே தமிழர்கள் அந்நாட்டை விட்டு அகலத் தொடங்கிவிட்டனர். இலங்கைத் தமிழர்களில் உயர் குடிகள், வசதி வாய்ப்புகள் இருந்தவர்கள், நிலைமை மோசமடைவதற்கு முன்பே வெளியேற முடிந்தது. பெரும்பாலானவர்கள் ஆங்கில மொழி பேசப்படும் நாடுகளுக்கு இடம் பெயர்ந்தனர். குறிப்பாக லண்டனுக்கு. 1980 களில் சண்டை தீவிரமடைந்த போது லட்சக்கணக்கான மக்கள் வெளியேறினர். அவரவர்களின் வசதிப்படி, இந்தியா, ஆஸ்திரேலியா, தென் ஆப்பிரிக்கா, வட அமெரிக்க நாடுகளுக்குச் சென்றனர்.

ஜெர்மனியில் குடியேறிய தமிழர்களின் இரண்டாம் தலைமுறையினர் இப்போது வளர்ந்து வருகின்றனர். விடுதலைப் புலிகள் அமைப்பு அப்போது நாற்பதுக்கும் மேற்பட்ட நாடுகளில் தமிழர்களை ஒன்றுதிரட்டி அவர்களுக்கு உறைவிடங்களை ஏற்படுத்தித் தந்தது. வார இறுதி தமிழ் வகுப்புகளில் அப்பிள்ளைகள் தவறாமல் பங்குபெற்றனர். பெற்றோர் தங்கள் குழந்தைகளுக்கு முடிந்தவரை தமிழ் மொழி, பண்பாடு, தேசிய உணர்வு எனத் தயார்படுத்தினர். என்றேனும் ஒருநாள் தங்களுக்கான தனித் தேசியம் உருவாகும் போது, மீண்டும் சொந்த மண்ணுக்குச் சென்று வசிக்கலாம் என்கிற நம்பிக்கையோடு.

மற்ற ஐரோப்பிய தேசங்களில் குடியேறிய தமிழர்கள் மொத்தமாக ஓரிடத்தில் தங்கிக்கொள்ள முடிந்தது. ஆனால் ஜெர்மனியின் அகதிகள் கொள்கையின்படி, அனைவரும் ஓரிடதிலில்லாமல் வெவ்வேறு பகுதிகளில் பிரித்துத் தங்கவைக்கப்பட்டனர். அதுபோக ஜெர்மனி ஆங்கிலத்தை வழக்கு மொழியாகக் கொள்ளாத நாடென்பதால், தமிழர்கள் ஜெர்மன் கற்க வேண்டியது அவசியமானது. அந்நாட்டின் பணித்துறை

விதிகளின் கெடுபிடிகளால் இலங்கைத் தமிழர்கள் தங்களது பணி அனுபவங்கள், படிப்பு பட்டங்களை வைத்து தகுந்த வேலைகளில் சேர முடியாமல், குறைந்த ஊதிய பணிகளைச் செய்ய வேண்டியிருந்தது.

போர் சமயத்தில் ஜெர்மனிக்கு வந்தவர்களுக்கு நுழைவாயிலாக இருந்தது, அங்கு இரண்டாகப் பிரிந்திருந்த பெர்லின்தான். மூன்றாம் உலக நாடுகளிலிருந்து வரும் அகதிகள் வந்து சேரும் இடமாக பெர்லின் சுவர்தான் இருந்தது. கிழக்கு ஜெர்மனியிலிருந்து மேற்கு ஜெர்மனிக்கு அகதிகள் கடந்து செல்வதற்குச் சிறப்பு ஒப்பந்தங்கள் போடப்பட்டிருந்தன. அவர்கள் கிழக்கு ஜெர்மனிக்குள் நுழைந்து மேற்கில் தங்கிக்கொள்ள முடிந்தது. தற்போது வடக்கு ரைன், வெஸ்ட்பாலியா மாகாண பகுதிகளில் அதிகமாகவும், நாட்டின் மற்ற பகுதிகளில் அங்குமிங்குமாகவும் தமிழர்கள் வசித்து வருகிறார்கள்.

ஜெர்மனியின் இலங்கைத் தமிழர்கள் ஒன்றிணைந்து கல்வி, மருத்துவம், பொருளாதாரம் சார்ந்த அறக்கட்டளைகள், குழுக்களை உருவாக்கிக் கொண்டனர். இலங்கையை விட்டு தமிழர்கள் வெளியேறியபோது, தமிழர் பகுதியில் மருத்துவர்கள் போதிய அளவில் இல்லாமல் போயினர். அம்மக்களின் தேவைகளைக் கேட்டறிந்து வேண்டிய ஏற்பாடுகளைச் செய்துகொடுத்தனர். இப்போதிருக்கும் இரண்டாம் தலைமுறையினர், இன்னும் ஒரு படி மேல் சென்று அப்பகுதி மக்களுக்கு உதவும் வகையிலான திட்டங்களைச் சர்வதேச அமைப்புகளின் உதவியோடு அங்கு செயல்படுத்திவருகிறார்கள்.

அடுத்த இருபத்தைந்து ஆண்டுகளில் ஜெர்மனி மக்கள் தொகையில் மூன்றில் ஒரு பங்கு வயதானவர்களாகத்தான் இருப்பார்கள் என்று கணிக்கப்பட்டிருக்கின்றது. 2024 நவம்பர் மாதம் வரை ஜெர்மனி அரசு இரண்டு லட்சம் வெளிநாட்டவர்களுக்குப் பணிக்கான ஒப்புதலை வழங்கியுள்ளது, அதில் 90,000 அனுமதிகளை இந்தியர்களுக்காக ஒதுக்கியுள்ளது. காரணம், பெர்டல்ஸ்மேன் என்னும் ஜெர்மன் நிறுவனத்தின் ஆராய்ச்சியின்படி 2040ஆம் ஆண்டு வரை, ஒவ்வொரு வருடத்திற்கும் ஜெர்மனியில் உள்ள காலி பணியிடங்களை நிரப்புவதற்கு இரண்டே முக்கால் லட்சம் பணியாளர்கள் தேவைப்படுவார்கள்.

இந்தியா - ஜெர்மனி இரு நாடுகளும் 2024 டிசம்பர் மாதம், படிப்பு, வேலை சார்ந்து இரு நாட்டு மக்களும் சுலபமாக வந்து செல்லும்படியான மொபிலிட்டி ஒப்பந்தத்தைப் போட்டுக்கொண்டன. அதுபோக ஐரோப்பிய ப்ளூ கார்ட் ஏற்பாடு, வேலைக்காக வருபவர்களுக்கு பணியனுமதியை வழங்குவதுடன், அவர்களது குடும்பத்துக்கும் விசா அனுமதியைச் சேர்த்தே அளிக்கிறது. ஜெர்மனியில் அதிக அளவில் இந்த ப்ளூ கார்ட் பணியட்டையை வைத்திருப்பவர்கள் வேறு யாருமில்லை, இந்தியர்கள்தாம்.

15. வெண்பனிப் பொங்கல்

வட ஐரோப்பியப் பகுதியான ஸ்கான்டினேவிய தேசங்களில் ஒன்றான நார்வே பல காரணங்களுக்காகப் புகழ்பெற்றது. மூன்றில் இருபங்கு மலைத்தொடர்கள். அதுவும் செங்குத்தானவை. பிஜோர்ட் எனப்படும் அம்மலைகளுக்கிடையே ஓடும் கடல் நீரோட்டம், ஆயிரக்கணக்கான ஏரிகள், தீவுகள், நீண்டு பரந்துவிரிந்த கடற்கரைகள். இவை அனைத்திற்கும் கிரீடம் வைத்தாற்போல் வானில் தோன்றும் வட துருவ ஒளிக்கீற்றுக்கள் என இயற்கையின் மொத்த அற்புதங்களும் ஒருசேரப் பெற்றது. வெயில் காலங்களில் சூரியன் மறையாத, குளிர் நாள்களில் சூரியன் உதிக்காத பிரதேசம் இருப்பதால்தான் ‘நள்ளிரவிலும் சூரியன் உதிக்கும் நாடு’ நார்வே. ஆயிரம் ஆண்டுகளுக்கு முன்பு பிரசித்தி பெற்ற வைகிங்குகள் ஆதிக்கம் செலுத்திய பிராந்தியங்களுள் ஒன்று.

உலகில் அமைதியை விரும்பும் தேசங்களில் முன்னணி வகிக்கும் நார்வே, போரினால் பாதிக்கப்படும் பல நாடுகளுக்கும் ஆதரவாகக் குரல் கொடுப்பதோடு, இயன்ற உதவிகளையும் எப்போதும் செய்து வருகிறது. அப்படி 2000ஆம் ஆண்டு முதல் இலங்கையில் நடைபெற்றுவந்த போரில் அமைதிப் பேச்சுவார்த்தையை முன்னெடுத்து, போர்நிறுத்தத்தைக் கொண்டுவரவும் முயன்றது. அது பெரிதாகப் பலனளிக்கவில்லை எனினும், அகதிகளாக வந்த மக்களுக்கு அடைக்கலம் அளித்தது. அப்படிதான் 1980களில் இலங்கைத் தமிழர்கள் ஏராளமானோர் நார்வே சென்றனர். அப்போது மீன்பிடித் தொழில் அங்குள்ளோரின் வாழ்வாதாரமாக

இருந்தது. அதைக் கற்றுக்கொள்ளவே பலரும் ஆர்வம் காட்டினர். நார்வேயில் உள்ள இந்திய, இலங்கை, மலேசியத் தமிழர்கள் இணைந்து 1979ஆம் ஆண்டு தொடங்கியதுதான் நார்வே தமிழ்ச் சங்கம்.

இப்போது இந்தியத் தமிழர்களால் தொடங்கப்பட்ட பல குழுக்களும், இலங்கைத் தமிழர்களின் விடுதலைப் புலிகளின் நினைவாக இருக்கும் தமிழ் அமைப்புகளும் செயல்பட்டு வருகின்றன. இலங்கையில் சிங்களர்களும், புத்த மதத்தை முன்னிறுத்திய தேசியமும் அதிகாரம் செலுத்தத் தொடங்கியபோது இலங்கைத் தமிழர்கள் அந்நாட்டை விட்டு வெளியேறத்தொடங்கினர். அவர்களில் ஒரு பகுதியினர் நார்வேயில் குடியேறினர். அதே சமயத்தில் தமிழகத்திலிருந்து வசதி வாய்ப்புகளைத் தேடி ஐரோப்பியத் தேசங்களுக்குப் பயணம் செய்த இந்தியத் தமிழர்கள் தங்கள் புதிய தேசமாகத் தேர்ந்தெடுத்த நாடுகளில் நார்வேயும் ஒன்று.

இவர்களின் வார நாள்கள் என்பது பணி நேரம் முடிந்ததும் விடுதலைப் புலிகளின் வீரர்களின் நினைவிடங்களுக்குச் செல்வது, குழுவுடனான உரையாடல் நிகழ்வுகள், தகவல் பரிமாற்றம், இசை, கலாசாரப் பகிர்வு கூட்டங்களாக இருக்கும். அங்கு படிக்கும் பிள்ளைகளும் நார்வேஜியன் மொழியுடன் சேர்த்து தமிழ் மொழியைப் பாடமாகக் கற்கிறார்கள். இரு மொழிகளிலும் அவர்களைத் தேர்ச்சி பெறவைக்கும் பொறுப்பினை அவர்களது தாய்மார்கள் எடுத்துக்கொள்கிறார்கள். வார இறுதிகளில் இவர்களின் தமிழ் மையங்களில் கற்பிக்கப்படும் பாட்டு, நடனம், இசை வகுப்புகளில் பெரும்பாலான மாணவர்கள் பங்குகொள்கின்றனர்.

இவர்களைப் பொறுத்தவரை தமிழ்த் தேசியத்துக்குக் கொடுக்கும் அதே முக்கியத்துவத்தைக் குடியேறிய நாட்டின் தேசியக் கொள்கைகளுக்கும் அளிக்கிறார்கள். நார்வேஜியன், தமிழ் என இரு நாட்டு மொழிகளிலும் பிள்ளைகள் பேசுவார்கள். அது தமிழ்நாட்டில் இருக்கும் தமிழ், ஆங்கில மொழிக் கலப்பு கச்சேரியைப் போலத்தான் என்றாலும், அங்கே சமூக வெளியில் கவனமாக இருப்பார்கள். உடை, உணவு சார்ந்தும் இரு நாட்டின் பண்பாட்டினையும் சம அளவில் தங்கள் பிள்ளைகளுக்கு

இவர்கள் பழக்கப்படுத்திவிடுகின்றனர். விட்டு வந்த நாட்டின் நினைவுகளோடு, நார்வே நாட்டை தன் நாடாக ஏற்றுக்கொள்ளும் மனோபாவத்தையும் அவர்களிடம் ஏற்படுத்துகின்றனர். இருப்பினும் குடியேறிய நிலத்தில் சவால்கள் இல்லாமல் இல்லை. தமிழ்ப் பெண்கள் பலர் அரசியலிலும் பொதுக் கூட்டங்களிலும் தாமே பங்குகொள்வதோடு, பிள்ளைகளைப் படிப்பு, விளையாட்டுப் போட்டிகளில் திறன் வெளிப்படுத்த வைப்பது என எதையும் தவறவிடுவதில்லை.

இலங்கைத் தமிழர்களில் பெரும்பாலானோர் யாழ்ப்பாணம், மட்டக்களப்பு, திரிகோணமலை பகுதிகளிலிருந்து நார்வேயை அடைந்தவர்கள். குளிர் காலங்களின்போது இலங்கையிலிருந்து முதன்முதலில் வந்து இறங்கிய மக்களைப்பற்றிப் பதிவிட்டுள்ள வடபகுதி அகதிகள் அதிகாரி, இதற்கு முன்பு சொந்த நாட்டைத் தவிர வேறு பகுதிகளைப் பார்த்திராத சிறு பிள்ளைகளும், இளைஞர்களும் விமானத்திலிருந்து பனி சூழப்பட்ட அடர் பிரதேசத்தைக் கண்டதும் விமானப் படிக்கட்டுகளை இறுகப் பிடித்துக்கொண்டு, இது ஏதோ ஒரு மாய நிலம், நான் வர மாட்டேன் எனக் கதறி அழுதவர்களைப் பற்றிக் கூறியிருக்கிறார். இலங்கைக்கும் நர்வேவுக்கும் இடையேயான கால, சிதோஷ்ண நிலை மாற்றம் அத்தகையது. பூமத்திய ரேகைக்கு வடக்கே 5-10 பாகைக்கு இடையே இருக்கும் இலங்கையும், ஆர்டிக் வட்டத்தின் மேல் பாதியும், கீழ்ப் பாதியுமாக இருக்கும் நார்வேயும் முற்றிலும் சம்பந்தமில்லாத இரு வேறு தேசங்கள்.

இப்போது அவர்கள் நார்வேயில் மருத்துவம், தகவல் தொடர்பு, கட்டடத் தொழில், வணிகம் எனப் பல துறைகளிலும் பொறுப்புகள் வகித்து வருகின்றனர். அதோடு அங்கு தமிழ் மொழிக் கூடங்கள், கலாசார அமைப்புகள், தமிழ் கல்லூரிகள், போன்றவற்றை அமைத்து வழிபாட்டுத் தலங்களாக முருகன், சிவன் ஆலயங்கள் எனக் கட்டி வாழ்ந்து வருகின்றனர்.

இந்தியத் தமிழர்களும் பல்வேறு தமிழ்ச் சங்கங்களை நிறுவி, நிர்வகித்து வருகின்றனர். இதழ், நார்வே தமிழ்நாடு சங்கம் போன்ற சங்கங்கள் சார்பில் பொங்கல், தீபாவளி பண்டிகைகள் சிறப்பாகக் கொண்டாடப்பட்டு வருகின்றன. இந்தியத் தமிழர்கள் 1960 - 70 கால கட்டத்தில் தமிழகத்தின் பல்வேறு பகுதிகளிலிருந்து

சென்று நார்வேயின் கப்பல் கட்டுமானம், பொறியியல், சிறு தொழில்களில் ஈடுபட்டனர். அடுத்த முப்பது நாற்பது வருடங்களில், தமிழகத்திலிருந்து அவர்கள் குடும்பத்தினரையும் உடன் அழைத்துச் சென்று நார்வேயில் நிரந்தரமான குடியிருப்பை உருவாக்கிக் கொண்டனர். குடும்பங்கள் ஒன்றுகூடி வழிபாட்டுத் தலங்களை அமைத்துக்கொண்டன. அவர்களது தேவைகளைப் பூர்த்தி செய்ய, துணிக் கடைகள் முதல் பலசரக்கு அங்காடிகள் வரை இந்தியக் கடைகள் அங்கு அதிகரித்தன.

தலைநகர் ஓஸ்லோ, பெர்ஜன், ஸ்டவாங்கர் போன்ற பகுதிகளில் இன்று தமிழர் குடியிருப்புகள் அதிகமாக இருக்கின்றன. நார்வே தமிழ்நாடு சங்கத்தினர் 2025ஆம் ஆண்டு பொங்கல் விழாவினை, அவர்கள் பகுதியின் அருகில் இருக்கும் ஒரு பள்ளிக்கூட வளாகத்தில் ஏற்பாடு செய்திருந்தனர். வாசலில் வண்ண கோலமிட்டு, பின்னணியில் கிராமியப் பொங்கல் பாடல்களை ஒலிக்கச் செய்து, பனி பொழியும் நாளில் பொது வெளியில் பானையில் பொங்கலிட்டுக் கொண்டாடினர். ஒன்றரை அடிவரை வெண்பனி சூழ்ந்த இடத்தினில் பட்டுச்சேலையும் அதன்மீது குளிர் கவசமும் அணிந்த பெண்கள் பொங்கல் பானையைச் சுற்றி வட்டமாகக் கும்மியடித்து நடனமாடினர். அதன்பிறகான மதிய விருந்தில் சுடச்சுட சாதம், வடை, சாம்பார் வகையறா அதுவும் வாழையிலையில் பரிமாறப்பட்டது. அது முடிந்ததும் கயிறு இழுக்கும் போட்டி, பழச்சாறு என மாலை வரை அனைத்துக் குடும்பங்களும் ஒன்றிணைந்து மகிழ்ந்தனர். ஜல்லிக்கட்டு இல்லாதது மட்டுமே குறை. நார்வே பனி பொங்கலும், வாழையிலை விருந்தும், தமிழ்நாட்டுப் பாணி கொண்டாட்டங்களிலிருந்து மாறுபட்ட புதிய அனுபவம்தான்.

மேற்கு வங்கத்தைச் சேர்ந்த ஸ்ரீ ஆனந்த ஆச்சார்யா 1914ஆம் ஆண்டு நார்வேயில் தங்கி ஆசிரமம் அமைத்தது முதல் அங்கு இந்து மதம் வளரத் தொடங்கியது. இன்று அங்கு இஸ்கான் கோயில் பஜனைகள் முதல் ஐயப்பனின் மகர ஜோதி பூஜைகள் வரை அனைத்தும் நடைபெறுகின்றன. ஓஸ்லோவில் உள்ள முருகன் கோயிலில் அபிஷேக-ஆராதனைகள், திருவிளக்கு பூஜை, தேரோட்டம் என ஒவ்வொரு மாதமும் ஏதேனும் சிறப்பு வழிபாடுகள் இருக்கும். பண்டிகை, விரத தினங்களுக்கான அட்டவணை, நாள்காட்டி பிரத்தியேகமாகத் தயாரிக்கப்பட்டு பயன்பாட்டில் உள்ளது.

ஸ்காண்டினேவிய தீபகற்பத்தை ஸ்வீடன், பின்லாந்துடன் பகிர்ந்துகொண்டுள்ள நாடான நார்வே இன்றும் பல சிறு பிராந்தியங்கள் ஒன்றிணைந்த ராஜ்ஜியம்தான். டேனிஸ், ஸ்வீடிஸ் மக்களின் தொடர்பு அதிகம் கொண்ட பகுதி. 18, 19ஆம் நூற்றாண்டுகளில் பின்லாந்தின் க்வீனர் மக்கள் நார்வேவில் குடியேறினர். அதோடு கலைமான் மேய்க்கும் சாமி இன மக்களுக்கும் நார்வேதான் தாய்நாடு. நார்வே மன்னர் பரம்பரை என்பது ஆயிரம் ஆண்டு காலம் பழமை வாய்ந்தது எனினும், குறிப்பிட்ட காலகட்டங்களில் அது டென்மார்க் உடனும், ஸ்வீடனுடனும் இணைய வேண்டியதிருந்தது. சுதந்திரமடைவதற்கு முன்பு, இரண்டாம் உலகப்போரின் சமயம், ஜெர்மனியின் கட்டுப்பாட்டிலும் சிறிது காலம் இருந்தது.

ஆயிரத்துத் தொள்ளாயிரத்து அறுபதுகளில் எண்ணெய் இருப்பு கண்டுபிடிக்கப்பட்டு இன்றைக்கு எண்ணெய் வளம் மிக்க நாடுகளில் முக்கியமான இடத்தில் இருக்கும் பணக்கார நாடு நார்வே. எண்ணெய் மூலம் கிடைக்கும் வருமானத்தை முதலீடு செய்து மதிப்பைப் பெருக்கி வருகிறது. குழாய்த் தண்ணீரைக் கூட ஏற்றுமதி செய்யும் இதே நாட்டில்தான் விலை அதிகமென மதுபானங்களைப் பக்கத்து நாட்டிலிருந்து வாங்கி வருகிறார்கள். கடல் உணவுப் பிரியர்களான இவர்களின் உணவுப்பட்டியலிலிருந்து திமிங்கிலம் முதல் கலைமான் வரை எதுவுமே தப்பாது.

இந்தியாவுக்கும் நார்வேக்குமான தொடர்பென்பது 1600களில் இருந்தே இருப்பது. அப்போதே தமிழகத்தில் தரங்கம்பாடியில் ஒரு வர்த்தக மையம் அமைக்கப்பட்டிருந்தது. 1845 & 1857ஆம் ஆண்டுகளில் முறையே கல்கத்தா, மும்பையில் நார்வே தூதரகம் திறக்கப்பட்டது. அடுத்த சில ஆண்டுகளில் டெல்லியிலும். 2010ஆம் ஆண்டு முதல் நார்வே தமிழ்த் திரைப்பட விருது விழா ஒவ்வொரு வருடமும் நடைபெற்றுவருகிறது. அதில் தமிழ்ப் படைப்புகளைக் கௌரவப்படுத்தும் வகையில் பல விருதுகளும் அளிக்கப்பட்டு வருகின்றன.

16. ஓமனில் தமிழ் பிராமி

இந்தியாவுக்கு வெளியே இந்திய தேசிய ஆவணக்காப்பகம் முதல் முறையாக ஒரு பணியை முன்னெடுத்திருந்தது. இந்தியாவுக்கும் ஓமனுக்கும் இடையேயான பல்லாயிரம் ஆண்டுகள் பழமையான உறவின் ஆதாரங்களைக் காட்சிப்படுத்துவதுதான் அது.

பல தலைமுறைகளாக அங்கே தங்கியிருந்தவர்களின் கதைகள், தனிப்பட்ட நாள்குறிப்புகள், அவர்களிடமிருந்த கோப்புகள் என அனைத்தும் சேமிக்கப்பட்டு, முக்கியமானவை கணினிமயமாக்கப்பட்டன. ஏழாயிரத்திற்கும் அதிகமான இந்தி, தமிழ், மலையாளம், குஜராத்தி மொழிகளில் கோப்புகள், குறிப்புகள் இவர்களால் சேமிக்கப்பட்டுள்ளன.

தமிழ் பிராமி வெட்டெழுத்துகள் கொண்ட பானை ஓடுகள், ஓமனின் கார் ரோரி பகுதியில் 2006ஆம் ஆண்டு இத்தாலிய நிறுவனம் நடத்திய அகழ்வாராய்ச்சியில் கிடைத்தன. முதலில், அது எவ்வகை எழுத்து வடிவம் என்பதை அவர்களால் அறியமுடியவில்லை. அது கேரளாவில் நடைபெற்ற ஒரு நிகழ்வில் வைக்கப்பட்டபோது, அவை தமிழ் பிராமி வடிவம் என்பதை உறுதிசெய்ய முடிந்தது. அந்தப் பானை ஓட்டின் காலம் முதலாம் நூற்றாண்டைச் சேர்ந்ததாக இருக்குமென்றும், தமிழ் வணிகருக்குச் சொந்தமான உடைமையாக இருக்கலாம் என்றும் பதிவுசெய்திருக்கிறார்கள். தமிழ் - ஓமன் வணிகத் தொடர்பின் காலம் இதன் மூலம் நிரூபணமாகியிருக்கிறது.

அரபு நாடுகளிலேயே மிகப் பழமையானது, மற்றவற்றைவிட சற்றே வித்தியாசமானது ஓமன். அரபு நாடுகளுக்குள் தகராறுகள் வரும்போதும், அவர்கள் ஒன்றுகூடி வேறு நாட்டுடன் மல்லுக்கு நிற்கும் போதும் சரி, ஓமன் எப்போதுமே அமைதியை விரும்பும். கடல் வணிகம், எண்ணெய் வளம் என அனைத்தும் இருந்தும், தலைநகர் மஸ்கட்டிலும், பிற இடங்களிலும் இன்றளவிலும் விண்ணைத் தொடும் கட்டடங்கள் இருக்காது. இவர்களது கலைநயம்மிக்க கோட்டைகளுக்கு அவை என்றும் ஈடாகாது. வணிகத் துறைமுகங்கள், வரி இல்லா மண்டலங்கள், சரக்கு இருப்புப் பகுதிகள் என அனைத்து வசதிகளுடன் ஐரோப்பிய, ஆசிய நாடுகளுக்கு இடையில் வணிகப் பாலமாக இருப்பதும் ஓமன்தான். உலக நாடுகளிலிருந்து பலரும் தொழில் தொடங்க ஆர்வம் காட்டுவது, அங்கே வருமானவரி இல்லை என்பதற்காக மட்டுமில்லை, அடுத்த இருபது ஆண்டுகளுக்கு ஓமன் தொழில்நுட்பம் சார்ந்து வளர்ச்சிப் பணிகளில் கவனம் செலுத்தவுள்ளது என்பதினாலும்தான்.

வாஸ்கோட காமா வந்து சென்று சரியாகப் பத்து வருடங்களில் போர்த்துக்கீசியப் படை ஒன்று ஓமனில் வந்து இறங்கியது. 1507ஆம் ஆண்டில் அவர்கள் வணிக வியாபாரத்திற்கு நல்ல பிராந்தியமாக ஓமன் இருப்பதைக் கண்டுபிடித்தனர். இந்தியாவையும் மற்ற ஆசிய நாடுகளையும் சென்றடையும் வணிகப்பாதையாக இதைக் காப்பாற்றிக்கொள்ள எண்ணினர். ஓமனின் துறைமுகங்கள், கடலோர நகரங்களான மஸ்கட், சூர், சோஹர் போன்றவை கட்டுப்பாட்டுக்குள் கொண்டுவரப்பட்டன. ஓமனின் பூர்வ குடிகள் மீண்டும் தங்களது பூமியை மீட்டு எடுக்கும்வரை, அடுத்த நூற்றைம்பது வருடங்களுக்கு போர்த்துக்கீசின் பிடியில் இருந்தது ஓமன். அவர்களின் கட்டடக் கலையின் தாக்கம் இன்றும் ஓமனின் பழைய கோட்டைகளில் வெளிப்படும்.

பேரரசர் அசோகர் காலத்திலேயே மத்திய, மேற்கு ஆசியாவில் புத்த மதத்தைப் பரப்புவதற்கான பயணங்கள் மேற்கொள்ளப்பட்டிருக்கின்றன. கிபி 762இல் பாக்தாத் நகரம் உருவான நேரத்தில் எல்லாம் இந்திய-அரேபிய வணிகம் வெற்றிகரமாக இருந்தது. அப்போதுதான் மேற்கு ஆசியப் பகுதிகளுக்கு வணிகர்கள், கலைஞர்கள், தொடர் போக்குவரத்தும் தொடங்கியது. வளைகுடா, செங்கடல் பகுதிகளில் நிறைய லாபம்

கிடைத்ததால், தமிழர்கள் அங்கும் தங்களது வணிகத் தளத்தை அமைத்துக்கொண்டனர்.

அரேபிய, இந்தியக் கடல் பகுதிகளில் போர்த்துக்கீசியர்களின் ஆதிக்கம் இருந்தபோது, இந்திய வணிகர்கள் முக்கியத்துவம் பெற்றனர். அவர்களுக்குக் கடல் பயணத்தில் இருந்த அனுபவமும், வணிகத்தில் இருந்த சாமர்த்தியமும் தனி அடையாளத்தைத் தந்தன. ஓமனில் இந்தியர்கள் தங்களது தொழில் திறமைகளை நிரூபித்ததோடு, அங்கே தங்களுக்கென்று கலாசார மையங்களையும் ஏற்படுத்திக்கொண்டனர். கல்ஹாட் துறைமுகத்துக்கு அருகில் பதினைந்தாம் நூற்றாண்டின் இந்துக் கோயிலின் அடையாளங்கள் இன்றும் இருக்கின்றன. இதுவே இந்தியர்கள் எந்த அளவுக்கு அங்கு வேரூன்றியிருந்தனர் என்பதற்குச் சாட்சி.

ஓமனின் மீதான ஹரப்பா நாகரிகத்தின் தாக்கம் என்பது மூன்றாம் நூற்றாண்டின் மத்தியிலிருந்து தொடக்கியிருக்கலாம். இந்தியாவுக்கும் ஓமனுக்குமான வணிக உறவும் வெண்கலக் காலத்தில் இருந்தே இருப்பதுதான். ரோமாபுரி - இந்தியக் கப்பல்கள் ஓமனின் கடல் பகுதியைக் கடந்துதான் சென்று வந்தன. விலையுயர்ந்த சரக்குகளான அரிசி, பருத்தி, தங்கம், பட்டு, பீங்கான், குதிரைகள் ஓமனின் துறைமுகத்தின் வழியே கொண்டுசெல்லப்பட்டன.

இபின் பதுதாவின் 1330 காலப் பயணக் குறிப்புகளில்கூட ஓமனின் துறைமுகங்கள் இணையற்றவை எனக் குறிப்பிடப்பட்டிருக்கிறது. இந்திய அறிஞர்கள் பாக்தாத் நகருக்குச் சென்றதும், தாங்கள் கொண்டு வந்திருந்த அறிவியல், வானியல் படைப்புகளை அவர்களோடு பகிர்ந்துகொண்டதும் இந்தியாவில் இஸ்லாத்தின் தாகத்தை இன்னும் அதிகமாக்கியது. அதிலும் முக்கியமாக மலபார் பகுதியில். அரேபியப் பயணிகளும் இந்திய மதங்களின் மீது ஆர்வம் காட்டினர். சில மதநூல்களையும் அரபியில் மொழிபெயர்த்தனர். தென்கிழக்காசியாவில் இஸ்லாம் பரவியதில் முக்கியமான பங்கு வகித்தவர்கள் ஓமனி வணிகர்கள். இபின் பதுதாவின் மலபார் பகுதியின் மொத்த விவரணைகளும், அங்கிருந்த இஸ்லாமியப் பேச்சாளர்கள், குருமார்கள் ஓமனியர்கள்தான் என்கிறது.

இஸ்லாமியர்கள் வட இந்தியாவைத் தாக்கும் எண்ணத்துடன் பத்தாம் நூற்றாண்டில் உள்ளே வந்தபோது, கீழே தென்

இந்தியாவில் இஸ்லாமியர்கள் வியாபாரிகளாக, பல கால வணிக உறவின் தொடர்ச்சியாக வந்தனர். அவர்களைத் தென் பகுதி மன்னர்களும் நட்புடன் வரவேற்றனர். ஓமன், ஏமன் மாலுமிகள் கப்பல் கட்டுமானத்துக்கு உபயோகப்படுத்தும் தேக்கு மரங்களை மலபார் பகுதியிலிருந்து தருவித்துக்கொண்டனர்.

ஓமனிலிருந்து தச்சர்களை அழைத்துக்கொண்டு, கருவிகளுடன் தென் இந்தியாவில் அதிகம் தென்னை மரங்கள் விளையும் பகுதிக்கு வந்துவிடும் மாலுமிகள், அங்கேயே சில காலம் தங்கிவிடுவது வழக்கம். தென்னை மரத்தை வெட்டிக் காயவைத்து மரப்பலைகைளாக அவற்றைச் செய்வர். தென்னை நாருடன் அவற்றை இணைத்துக் கோப்பார்கள். கப்பல் தாயாரானதும், அங்கிருக்கும் வியாபாரத்துக்குரிய சரக்குகளை ஏற்றிக்கொண்டு திரும்பிவிடுவர்.

ஓமனில்தான் உலகின் சிறந்த குங்கிலியம் கிடைக்கும். அதேபோல ஓமனின் குதிரைகள் மைசூர் திப்பு சுல்தானுக்குப் பிரியமானவை. ஓமனின் குதிரைகளுக்கு எதிர்ப் பரிசாக சந்தனம், யானைகள் போன்றவை ஓமன் அனுப்பிவைக்கப்பட்டன. பதினேழாம் நூற்றாண்டில் அரேபிய வணிகர்கள் தமிழ்நாட்டில் வந்து இறங்கியபோது கையால் நெய்யப்பட்ட, ஓவிய வேலைப்பாடுகள் கொண்ட திரைச்சீலைகள், உயர்ரகப் பட்டுத் துணி வகைகள், குங்கிலியம் சாம்பிராணி போன்றவற்றைக் கொண்டு வந்தனர். தமிழகத்தில் தங்களுக்கான தேவைகளைப் பூர்த்தி செய்துகொள்ளவேண்டும். தொழில் ரீதியான உறவையும் மேம்படுத்தவேண்டும். இருதரப்பினரிடையேயும் இருந்த அந்தத் தகவல் தொடர்பு இடைவெளியைப் போக்க அர்வி மொழி உதவியது. அரேபிய எழுத்துகளில் சிறிய மாற்றங்களுடன் தமிழ் மொழியின் வார்த்தைகள் சிலவற்றைச் சேர்த்ததுதான் இந்தப் பேச்சுவழக்கு. அரபுத் தமிழ் எனக் குறிப்பிடுகிறார்கள்.

கீழக்கரையில் உள்ள ஜும்மா பாலி மஸ்ஜித், இந்தியாவில் இருக்கும் பழம்பெரும் மசூதிகளில் ஒன்று. 628 CE-யில் கட்டப்பட்டது. ஏமன் நாட்டு வணிகர்களால் அமைக்கப்பட்டதாகச் சொல்லப்படும் மசூதியில் இரண்டு பெரிய தூண்கள் இருக்கின்றன. அதில் ஒன்றில் தமிழிலும், மற்றொன்றில் அரேபிய மொழியிலும் பதியப்பட்டுள்ளன. நீண்ட காலம் தமிழகத்தில் வசித்த அரேபிய

வணிகர்கள், தமிழ்ப் பெண்களைத் திருமணம் செய்துகொண்டு குடும்பங்களை அமைத்துக்கொண்டனர். தங்களுக்கு நன்கு தெரிந்த அரேபிய எழுத்துவடிவத்தை வைத்துக்கொண்டு தமிழ் மொழியைக் கற்றுக்கொண்டனர்.

இன்றும் இஸ்லாமியத் தமிழர்கள், மலையாளிகளிடையே மத நூல்கள், கவிதைகள் என அரபுத் தமிழ் பயன்பாட்டில் இருக்கின்றது. ஒரு காலத்தில் இது பிரபலமாக இருந்ததற்குக் காரணம், ஐரோப்பியர்கள் வந்து காலனி ஆதிக்கத்தை ஏற்படுத்துவதற்கெல்லாம் முன்னரே அரேபிய மற்றும் பாரசீக வணிகர்கள் இந்தியப் பெருங்கடல் பகுதியில் வணிகத்தில் சிறந்த இடத்தைப் பிடித்திருந்தனர். தமிழகத்தைத் தாண்டி, தமிழ் மக்கள் இருந்ததனால், இலங்கை வரை அர்வி மொழியின் பயன்பாடு இருந்தது. சிங்கப்பூர், மலேசியா நாடுகளிலும் ஆங்காங்கே அர்வியைப் பயன்படுத்தும் மக்கள் உள்ளனர்.

ஓமனின் மக்கள் தொகையில் இந்துக்கள், லவட்டி, ஜட்ஜாலி, ஜன்சிபர் மக்கள் சேர்ந்தே இருக்கின்றனர். இந்திய மக்களைப் பொறுத்தவரை பல தலைமுறைகளாக, அதாவது - இருநூறு, இருநூற்று ஐம்பது வருடங்களாக, அங்கே குடும்பமாக வசித்து வருபவர்கள் (குஜராத்திக் குடும்பங்கள்) ஒரு ரகம். வேலை நிமித்தமாகத் தற்காலிக விசா அனுமதியுடன் அங்கே வசித்து வருபவர்களும் உண்டு.

பெரும்பாலான இஸ்லாமிய தேசங்களைப் போலவே பெரும்பான்மை இந்திய மக்கள் நிரந்தரக் குடியுரிமை இன்றி, எத்தனை காலம் பணிவாய்ப்புகள் இருக்கும் என்பது உறுதியாகத் தெரியாமல்தான் பணியாற்றிவருகிறார்கள். நாட்டின் வேலைவாய்ப்பு நிலையைப் பொறுத்துத்தான் இவர்களின் வாழ்க்கை முடிவுகள் மாறும். கூடவும் அங்கு வழக்கத்தில் இருக்கும் கஃபாலா முறை. இதன்படி, தொழில்களுக்கான பணி அனுமதி அந்த நிறுவன முதலாளிகளிடம் இருக்கும். அவர்களுக்குத் தெரியாமல் இவர்கள் வேறு வேலையில் இணையவும் முடியாது. ஊர் திருப்பவும் முடியாது. முக்கியமான ஆவணங்கள் அவர்கள் வசம் இருப்பதனால், தொழிலாளர்களுக்கு அவர்கள் போடும் விதிகளைக் கேட்டு நடப்பதைத் தவிர வேறு உபாயம் இல்லை.

நிரந்தர வேலையனுமதியோ குடியுரிமையோ இல்லையெனினும் தொழிலில் கெட்டிக்காரர்களான இந்தியர்கள், தாங்கள் இருக்கும் இடத்தில் தவிர்க்க முடியாதவர்களாகிவிடுகிறார்கள். கடினமான சூழல் இருப்பினும், குடியேறும் நாட்டில் தன் சமூக, கலாசார அஸ்திவாரத்தை உருவாக்கிக்கொள்வதில் சிறந்தவர்கள். தேசத்தைவிட்டு தொலைதூரத்தில் தனக்கென்று ஒரு வீட்டை, அதுவும் சொந்த நாட்டில் இருப்பதைப் போன்றே வசதிகளுடன் எப்படியும் ஏற்படுத்திக்கொள்ள அவர்களால் முடியும்.

1973க்குப் பிறகான எண்ணெய் வளக் கண்டுபிடிப்பு இந்தியாவின் பல மாநிலங்களிலிருந்தும் தொடர்ந்து தொழிலாளர்களை ஓமன் கொண்டு சேர்த்தது. அவர்கள் ஓமனில் சம்பாதிக்கும் பணத்தின் ஒரு பகுதி திரும்ப நாட்டில் இருக்கும் குடும்பத்தினருக்குச் சென்றது. அது இந்தியப் பொருளாதாரத்தையும் ஒரு வகையில் பலப்படுத்தியது. கடந்த சில வருடங்களாக இந்தப் பணிவாய்ப்புகளில் இருக்கும் ஏற்றத்தாழ்வுகளினால் நாடு திரும்புபவர்களும் அதிகம்.

இந்தியாவிலிருந்து ஜவுளி, மின்சாதனப் பொருள்கள், ரசாயனங்கள், இரும்பு, உருக்கு, தேயிலை, காபி, அரிசி, நறுமணப் பொருள்கள், இயந்திரங்கள், இறைச்சி ஆகியன ஓமனுக்குச் செல்லும். அங்கிருந்து குரோமைட் தாது, மசகு எண்ணெய், யூரியா, பொலிப்ரோபிலீன், திரவமாக்கப்பட்ட இயற்கை எரிவாயு, முக்கியமாக பேரீச்சை இந்தியா வந்துசேரும்.

எல்&டி, கண்மணி இன்ஜினியரிங், ஸ்ரீராம், ஆதித்யா எனப் பல நிறுவனங்கள், எஸ்பிஐ, பரோடா போன்ற வங்கி நிறுவனங்களும் அங்கு பல முக்கியமான திட்டங்களில் ஈடுபட்டுள்ளன. எந்த அளவிற்கு இந்திய கம்பெனிகள் சுல்தானின் பொருளாதாரத்தில் பங்களிக்கிறது என்பது அவர்கள் இந்தியர்களுக்குக் கொடுக்கும் முக்கியத்துவத்தில் தெரியும். இந்தியர்களுடனான வரலாற்றுத் தொடர்பையும், தற்போதைய இந்தியத் தொழிலாளிகளின் அவசியத்தையும் சுல்தான்கள் நன்கு உணர்ந்ததினால்தான், அரபு நாடுகளுக்கே உரித்தான கட்டுப்பாடுகள் வழக்கங்களைத் தாண்டி, இந்து மத வழிபாடுகளுக்கும், சடங்குகளுக்கும் அனுமதி அளித்துள்ளனர்.

இந்து வியாபாரிகள் பத்தொன்பதாம் நூற்றாண்டின் பிற்பகுதியில் கடற்கரையை ஒட்டிய சொத்துகளை வாங்கிவிட்டிருந்தனர்.

பெரிய நிறுவனத்தின் தலைமைச் செயல் அதிகாரி முதல் அலுவலக ஊழியர்களாக, சிறு தொழில் முனைவோராக, கீழ் நிலை பணியாளர்களாக அனைத்து நிலைகளிலும் இந்தியர்கள் நிறைந்திருந்தனர்.

பழைய மஸ்கட், ருவி பகுதிகளில் அதிகளவில் தமிழர்களின் இருப்பிடங்கள் அமைந்திருப்பதுதான் பண்டிகை விழாக்களின் போது, அவர்கள் ஒன்றுகூடுவதற்கும் ஏதுவாக இருக்கும். மஸ்கட் இந்துக் குடும்பங்கள் என்று இருந்தாலும், அதில் பல உப பிரிவுகளாகப் பண்டிகைகள் கொண்டாடப்படுகின்றன. மும்பைக்காரர்களுக்கு கணபதி பூஜை, தமிழர்களுக்கு பொங்கல், பெங்காலிகளுக்கு துர்கா பூஜை எனக் கடைப்பிடித்து வருகிறார்கள். இந்து உப பிரிவுகளைப் போலவே கிறிஸ்தவர்களிலும் தமிழ் கிறிஸ்தவர்கள், மலையாளிகள், மங்களூர் எனத் தனித்தனியாக மக்கள் இருக்கின்றனர்.

மதத்தால் வேறுபட்டிருந்ததைப் போலவே அவர்கள் பொருளாதார நிலை சார்ந்தும் வேலை சார்ந்தும் தனித்துத் தெரிகின்றனர். வேலைக்குச் செல்பவர்கள் பெரும்பாலும் ஒரே இடத்தில் இருக்கும் அடுக்குமாடிக் குடியிருப்புகளில் தங்கி, ஒருவருக்கொருவர் அடிக்கடி சந்தித்துப் பேசும் வழக்கத்தைக் கொண்டவர்கள். இந்தியர்களில் செல்வந்தர்களான அந்த ஒரு சதவிகித மக்கள் பெரிதாகப் பிறருடன் ஒட்டி உறவாடுவதில்லை.

ஓமனின் இந்தியப் பள்ளிகளில் விளையாட்டு தினம், இந்தியக் குடியரசு தினம், சுதந்திர தினம் போன்றவை பெரிய விழாவாகக் கொண்டாடப்படுகின்றன. ஐம்பதாயிரத்திற்கும் மேற்பட்ட இந்திய மாணவர்கள் படிக்கும் பள்ளிகளில் சுமார் ஏழாயிரம் தமிழ் மாணவர்களாவது இருப்பார்கள். அவர்களுக்குப் பள்ளியில் தமிழ் இரண்டாம் மொழியாகக் கற்பிக்கப்படவேண்டும் என்பதனை வலியுறுத்திச் சில ஆண்டுகளுக்கு முன்பு பெரிய அளவில் கோரிக்கைகள் எழுப்பப்பட்டன. தற்போது அங்கு சமஸ்கிருதம், மலையாளம் போன்றவையே இரண்டாவது மொழியாக உள்ளன.

பணி நிரந்தரம் இல்லா நிலையில், என்றேனும் ஒருநாள் நாங்கள் குடும்பத்துடன் நாடு திரும்ப நேர்ந்தால், தமிழ்நாட்டில் பிள்ளைகள் படிப்பைத் தொடர்வதற்காவது அவர்களுக்குத் தமிழ் தெரிந்திருக்கவேண்டும் என்று பெற்றோர் விரும்புகின்றனர்.

இது குறித்து இந்திய, தமிழ்நாடு அரசாங்கத்திடம் முறையே கோரிக்கையும் வைக்கப்பட்டது. அப்போதைய தமிழக அமைச்சர் சார்பில் இதற்குக் கொடுக்கப்பட்ட விளக்கம், மத்திய அரசாங்கம் நடத்தும் பள்ளிகளில் தமிழைச் சேர்க்கக் கூறி கோரிக்கை மட்டுமே வைக்க முடியும். ஆனால், தமிழ் வாத்தியார்களைக் கொண்டு தனியாகத் தமிழ் வகுப்புகளை நடத்துவதற்கான ஏற்பாடுகளைச் செய்ய இயலும் என்பதுதான்.

17. அர்மீனியா முனியாண்டி விலாஸ்

அர்மீனியாவில் ரஷ்யர்களுக்கு அடுத்தது அதிகம் இருக்கும் புலம்பெயர் மக்கள் இந்தியர்கள்தாம். சோவியத் காலம்தொட்டே இந்தியாவிலிருந்து உயர்கல்விக்கு மாணவர்கள் அர்மீனியாவுக்குச் செல்வது வழக்கம். முக்கியமாக மருத்துவப் படிப்புகளுக்கு. அண்மையில் தொழிலாளர்களாக இந்தியர்களின் வரத்து அர்மீனியாவில் அதிகரித்திருக்கிறது. உணவு விநியோகம், வாகன ஓட்டுநர் போன்ற வேலைகளுக்காகச் செல்பவர்கள் அதிகம். தற்போது இருபதாயிரம் முதல் முப்பதாயிரம் பேர் வரை அங்கே இருப்பதாக அர்மீனியா அமைச்சகம் சார்பில் தெரிவிக்கப்பட்டுள்ளது. அதில் பஞ்சாப், தமிழகம், கேரளாவைச் சேர்ந்தவர்கள் அதிகம்.

அர்மீனியா அரசாங்கம் இந்தியர்களுக்கான விசா வழிமுறைகளை இன்னும் எளிதாக்கும் வகையில் விதிகளைத் தளர்த்தியுள்ளது. அது மேலும் இந்தியர்களின் வருகையைப் பல மடங்கு அதிகரித்திருக்கிறது. 2022ஆம் ஆண்டு ஐந்நூற்று முப்பது பேர்க்கு மட்டுமே அனுமதி அளிக்கப்பட்ட நிலையில் 2023ஆம் ஆண்டில் மூவாயிரத்து இருநூறு பேர் அர்மீனியாவுக்குள் சென்றுள்ளனர். இவர்களில் பெரும்பாலானோரின் கனவு எப்படியாவது மாதம் இரண்டாயிரம் டாலர் சம்பாதித்து, அதில் பாதியையாவது வீட்டுக்கு அனுப்பிவைக்க வேண்டும் என்பதுதான்.

தமிழகத்திலிருந்து சென்று ஏற்கெனவே அர்மீனியாவில் தங்கியிருக்கும் பெரிய தமிழ்க் குடும்பங்களும், சுற்றுலாப் பயணிகளாக நுழைந்து அங்கிருக்கும் பணிவாய்ப்புகளைப் பற்றி அறிந்துகொள்ளும் தரகர்களும் தமிழ்நாட்டில் வேலை தேடுபவர்களிடம் பேசி ஆள் சேர்ப்பார்கள். லட்சங்களில் சம்பாதிக்கலாம் என்றும், அர்மீனியாவுக்குச் சென்று தற்காலிகக் குடியிருப்பு சான்றிதழ் பெற்று ஐரோப்பாவுக்குச் செல்லலாம் என்றும் சொல்லி நம்பிக்கையைத் தருபவர்கள் இவர்கள்தாம்.

அர்மீனியாவில் மருத்துவம் படித்துவிட்டு, அங்கேயே மருத்துவர்களாகப் பணியாற்றுபவர்கள் அதிகம். குடும்பத்துடன் அர்மீனியாவில் வாழும் அவர்கள், தமிழகத்தில் தங்கள் சொந்த ஊர்களில் அலுவலகம் தொடங்கிவிடுகிறார்கள். மருத்துவம் படிக்க ஆர்வமிருக்கும் மாணவர்களுக்கு வழிகாட்டுவதோடு, மற்ற தினசரி ஊதியப்பணிகளைப் பற்றியும் அலுவலகத்தின் மூலம் செய்தி அனுப்புவார்கள்.

தமிழகத்தின் தென் மாவட்டங்களில் இருக்கும் இளைஞர்கள்தாம் அதிக அளவில் இந்தப் பணிகளுக்கு வருகின்றனர். இங்கே இருக்கும் ஸ்விக்கி, சொமேட்டோ போன்ற உணவு விநியோகப் பணிதான். அங்கு ‘யாண்டெக்ஸ்’ என்பது பெயர். ஆனால், பணி நேரம் பன்னிரண்டு மணி நேரத்தைத் தாண்டும். அங்கே தங்கும் இடம், உணவுச் செலவுகளை அவர்களே பார்த்துக்கொள்ளவேண்டும். அர்மீனியா அல்லது ரஷிய மொழி தெரிந்திருப்பதும் சிரமமின்றி வேலை செய்வதற்கு அவசியம். இதுபோன்று அங்கே வேலை செய்யும் தமிழ்த் தொழிலாளர்களுக்கும், படிக்கும் தமிழ் மாணவர்களுக்கும் உள்ளூர் உணவு திருப்தியாக இல்லாதபடியால், அங்கிருப்பவர்கள் இணைந்து முனியாண்டி விலாஸ் போன்ற உணவகங்களைத் தொடங்கி நடத்தி வருகின்றனர். ஊரிலிருந்து கொண்டுசெல்லப்படும் மசாலாக்களை மட்டுமே பயன்படுத்திச் சமைக்கின்றனர். மதுரையில் கிடைப்பதைப் போன்றே அத்தனை அசைவ உணவுகளும் அதே சுவையுடன் அங்கே கிடைக்கின்றன.

இரண்டு ஆண்டுகளுக்கு முன்புவரை, இந்த உணவு விநியோகப் பணிகளில் சிரமங்கள் இருந்தாலும் பணச் சம்பாத்தியம் இருந்தது. தற்போது போலித் தரகர்கள் மூலம் அதிக எண்ணிக்கையில் தமிழர்கள் அர்மீனியாவுக்குச் சென்று குவிவதால், அவர்களில்

பலர் முறையான உறைவிடம், வேலையின்றி அவதிப்படுகின்றனர். குளிர் காலங்களில் அங்கே பணி வாய்ப்புகள் மேலும் குறையும் என்பதால் நிலைமை இன்னும் சவாலாகிவிடுகின்றது.

உலக நாடுகளில் 'அர்மீனியன் தெரு' என்ற பெயர் கொண்ட தெருக்களுடன் ஐம்பது நகரங்களாவது இருக்கும். அந்த அளவுக்குப் பூமிப்பந்தின் பல பகுதிகளிலும் அர்மீனியர்கள் சென்று வசித்து வருகின்றனர். சென்னையிலும் இருக்கிறது. ஒருபக்கம் துருக்கிய ஒட்டோமான் பேரரசு மறுபக்கம் ரஷ்யா என இரு பெரும் ஆஜானுபாகுவானவர்களிடையே சிக்கிக்கொண்ட அர்மீனியாவை, தாக்கும் எண்ணம் கொண்டு எளிதில் நுழைய முடியும். அசர்பைஜானுடன் எல்லைத் தகராறினாலும், அண்டைய பேரரசுகளின் திக் விஜய இலக்காகவும் ஆகிப் பல முறை உலக வரைபடத்திலிருந்து காணாமல் போயிருக்கும் அர்மீனியாவை அதன் மக்கள்தாம் எங்கெங்கோ இருந்து பணத்தை ஈட்டிவந்து காப்பாற்றிக்கொண்டிருக்கின்றனர்.

உலக நாடுகள் பலவற்றில் வேலைபார்த்துச் சம்பாதித்துவரும் குடிமக்களை நம்பியிருந்த அர்மீனியா பொருளாதாரம் மெல்ல மெல்ல நிமிர்ந்து, வெளிநாட்டவர்களைத் தொழிலாளர்களாக ஈர்க்கத் தொடங்கியது. 2018ஆம் வருடத்தில் அதன் பொருளாதாரம் நல்ல முன்னேற்றத்தைக் கண்டது. உள்ளூர் தொழில்களுக்குப் போதிய ஆள்களின்றிச் சிரமமானது. அங்கே குறைந்த ஊதியங்களுக்கு வேலை செய்யத் தொழிலாளர்கள் தேவைப்பட்டனர். அப்போது அந்நாடு விரித்த வலையில் அதிகம் மாட்டியது இந்திய மீன்கள்தாம்.

2018இல் 4200 அமெரிக்க டாலர்களாக இருந்த அர்மீனியாவின் தனிநபர் ஆண்டு வருமானம் 2023இல் அப்படியே எட்டாயிரம் டாலர்களாக உயர்ந்தது. அப்பகுதியிலேயே இதுதான் அதிகம். ஓர் ஒப்பீட்டுக்கு அப்போதைய இந்தியத் தனிநபர் ஆண்டு வருமானம் இரண்டாயிரத்துச் சொச்சம் அமெரிக்க டாலர்கள் என்பதையும் அறிந்துகொள்வோம். இப்படி மற்ற நாட்டு மக்களுக்கு வேலைவாய்ப்புச் சந்தையைத் திறந்துவிட்டதில், மக்களில் ஒரு சாராருக்கு மாற்றுக்கருத்துகள் இருந்தாலும், இது உள்ளூர்க்காரர்களுக்கும் புதிதாய் வருபவர்களுக்கும் ஆரோக்கியமான போட்டியாகவே இருக்கும் என்கின்றனர் முதலாளிகள்.

டெல்லி ஜவஹர்லால் நேரு பல்கலைக்கழகத்தில் தமிழ் ஆராய்ச்சித் துறையில் முனைவர் பட்டம் பெற்றவர் தமிழ் பரதன். 2024ஆம் ஆண்டில் கருத்தரங்கு ஒன்றில் பங்கெடுப்பதற்காக இத்தாலி சென்றிருந்தார். அங்கே தற்செயலாக 'ஞான முயற்சி' எனப் பெயரிடப்பட்ட பதினெட்டாம் நூற்றாண்டின் தமிழ் பனையோலை படைப்பு ஒன்றை இத்தாலியில் இருக்கும் அர்மீனிய மடாலயத்தில் கண்டெடுத்தார். சென்னையில் இருந்த அர்மீனியர்கள் பனையோலை படைப்புகளை இங்கே கொண்டுவந்து வைத்திருப்பதற்கான வாய்ப்புகள் இருப்பதாக மடாலய நிர்வாகம் கூறுகிறது.

1904ஆம் ஆண்டு ஜேம்ஸ் கென்னடி என்பவர் ராயல் ஏசியாட்டிக் சொசைட்டி என்னும் அறிவியல் பத்திரிகையில் ஒரு கட்டுரை வெளியிட்டார். அது கிமு 149 இல் கிருஷ்ணன், கணேஷ் என்னும் பெயர் கொண்ட இரண்டு இளவரசர்கள் இந்தியாவிலிருந்து தங்கள் சிறுகுழுவுடன் அர்மீனிய அரசரிடம் தஞ்சமடைந்ததாகவும், அவர்களுக்கு அரசர், தன் ராஜ்ஜிய எல்லைக்குள் ஒரு பெருநிலத்தை அளித்து வசிக்கும்படி சொன்னதாகவும் குறிப்பிடப்பட்டுள்ளது.

பாம்பை வழிபடும் மக்களாக இருந்தவர்கள், தாங்கள் அமைத்துக்கொண்ட நகருக்கு விசாப் என்று பெயரிட்டு வாழ்ந்துவந்தனர். அவர்களது வழித்தோன்றல்கள் அங்கே இரு கோயில்களை அமைத்து, மூன்று நகரங்களையும் உருவாக்கினர். அர்மீனியாவில் முதல் இந்து குடியேற்றம் ஏற்பட்டது அப்போதுதான் என்கிறார் கென்னடி. மேலும் அம்மக்கள் நீள் முடியுடனும், கருநிறத்தவர்களாகவும் இருந்ததனால், அவர்கள் ஆரியர்கள் அல்லாதவர்கள் என்றும், கிரேக்க அரச குமாரர்கள் காபூல், வடக்கு பஞ்சாப் பகுதிகளைத் தாக்கிக்கொண்டிருக்கும் போது, வளர்சேஸ் ஆட்சிக் காலத்தில், அவர்கள் அர்மீனியாவில் சுற்றித் திரிந்ததாகவும் சொல்லப்படுகிறது.

அர்மீனியர்களின் இந்திய வருகை என்பது பல காலகட்டங்களில் நடைபெற்றது. அசிரியப் பேரரச ராணியின் காலத்திலும், பின்னர் அலெக்சாண்டர் ஆப்கானிஸ்தான் படையெடுப்பின்போதும். மலபார் பகுதியில் கிபி 708 இல் வந்து சேர்ந்த தாமஸ் கானாதான் தமிழகத்துக்கு வந்த முதல் அர்மீனியர். இந்திய நகரங்களைப் பற்றிய குறிப்பு புத்தகமெல்லாம் பன்னிரண்டாம் நூற்றாண்டிலேயே அர்மீனிய மொழியில் எழுதப்பட்டுவிட்டன.

அர்தஷாத், மெட்ஸ்பின், ட்வின் போன்ற அர்மீனியாவின் நகரங்களில் அப்போது பண்டமாற்றுமுறை வர்த்தகம் சுறுசுறுப்பாக இயங்கிவந்தது. இந்திய வணிகர்கள் ரத்தினக் கற்கள், மூலிகைகள், கலைநயத்துடன் நெய்யப்பட்ட பட்டுகள் போன்றவற்றைக் கொடுத்துவிட்டு மாற்றாக விலங்குத் தோல்கள், சாயப் பூச்சுகளை வாங்கிவருவர்.

இந்தியாவில் முகலாய சாம்ராஜ்ஜியத்தின்போதும் இந்த வர்த்தகம் பெரிய அளவில் நடந்துவந்தது. அர்மீனிய வணிகர்களின் தொழில் சுத்தமும் நேர்மையும் சக்கரவர்த்தி அக்பருக்குப் பிடித்துப்போகவே, அவர்களுக்கு ஏராளமான தொழில்முறை சலுகைகள், வாய்ப்புகள், மத வழிபாடுகளுக்கான அனுமதிகள் அளிக்கப்பட்டன. ஒரு கட்டத்தில் அர்மீனியப் பெண்ணான மரியம் ஜமாமி பேகம் என்பவரை அக்பர் மணந்தும் கொண்டார். முகலாய சாம்ராஜ்ஜியத்தில் முக்கியமான வர்த்தகர்கள் என்பதோடு நின்றுகொள்ளாமல், இந்தியா, மேற்கு ஆசியாவிலிருந்து மணிலா வரை வர்த்தகம் நடைபெறுவதற்கு ஏதுவான நிலையில் அவர்களது பூகோள நிலை இருந்ததைச் சாதகமாகப் பயன்படுத்திக் கொண்டனர்.

16ஆம் நூற்றாண்டில் இந்தியாவின் கொல்கத்தா, ஆக்ரா, சென்னை நகரங்களில் அர்மீனியக் குடியேற்றங்கள் வந்துவிட்டன. சென்னை அவர்களின் வர்த்தக மையமாக உருமாறியது. அஸ்தாரர் என்னும் பெயர் கொண்ட அர்மீனிய மொழியின் முதல் பத்திரிகை சென்னையில்தான் முதன்முதலில் தொடங்கப்பட்டது. இதன்மூலம் அர்மீனியாவின் முக்கியமான வரலாற்று நிகழ்வில் சென்னை இடம்பெற்றது. மெட்ராஸ், மாகாணமாக உருவாவதற்கு முன்னரே அர்மீனியர்கள் இங்கு வந்து வாழ்ந்தவர்கள். ஜார்ஜ் கோட்டைக்கு அடிக்கல் நடப்படுவதற்கு நூறு வருடங்களுக்கு முன்பே இங்கே குடிவந்தவர்கள்.

அஸ்தராரர், ஹெர்லட் எனப்படும் அவர்களின் முதல் பத்திரிகையில் அம்மக்களின் பிறந்தநாள் அறிவிப்புகள், திருமணங்கள், இறப்புச் செய்திகள் அனைத்தும் வெளியாகின. விளம்பரங்கள், கப்பல் வர்த்தகத் தகவல்கள், தனியார் செய்தி பரிமாற்றங்கள் என அனைத்துக்கும் பத்திரிகையின் பக்கங்கள் ஒதுக்கப்பட்டிருந்தன. 1789ஆம் வருடத்தில் அர்மீனியர்கள் சிலர் ஒன்றிணைந்து ஓர்

அச்சுக் கூடத்தை ஆரம்பித்தனர். அதில் அர்மீனிய மொழியில் புத்தகங்கள் பதிப்பிக்கப்பட்டன.

பெட்ரஸ் உஸ்கான் என்பவர் ஜார்ஜ் கோட்டைக்குள் இடம் வாங்கும் அளவுக்குச் சக்தி படைத்தவராக இருந்தார். சைதாப்பேட்டையில் உள்ள மாம்பலம் (மர்மாலங்) பாலத்தையும், செயின்ட் தாமஸ் மலைக்குச் செல்பவர்களுக்கு உதவும் வகையில் கட்டுமானங்களை அமைத்துக்கொடுத்தவர் எனப் பல நற்பணிகளைச் செய்திருந்தாலும், இவர் செய்த பெரும் உபகாரமாகக் கருதப்படுவது, கோல்கொண்டா சுல்தான்கள் மெட்ராஸைக் கைப்பற்றும் நோக்கில் வந்தபோது, தூது சென்று அமைதி உடன்படிக்கையை ஏற்படுத்தித் தந்ததுதான். இன்று மெட்ராஸ், சென்னையாக நமக்கு நிலைத்திருப்பதற்கு அவரது பேச்சுத்திறமையும் ஒரு முக்கியமான காரணம்.

போர்த்துக்கீசியர்கள் இந்தியாவின் மேற்குக் கடற்கரைப் பகுதிகளுக்கு 1498ஆம் ஆண்டு வந்தபோதே, தமிழகத்தில் அர்மீனியர்கள் வாழ்ந்துகொண்டிருந்தனர். மசூலிப்பட்டினத்தில் கண்டெடுக்கப்பட்ட அர்மீனிய கோப்பு ஒன்றிலிருந்து கிடைத்த தகவல்களின்படி, குதுப் சாஹி சுல்தானிடமிருந்து மெட்ராஸைக் கிழக்கு இந்திய கம்பெனி 1639, மார்ச் மாதம் பெற்றது. மைலாப்பூரை போர்த்துக்கீசியர்களிடம் இருந்து 1662ஆம் ஆண்டு மே மாதம் சுல்தான் கட்டுப்பாட்டில் எடுத்துக்கொண்டார். மார்கஸ் எரெசட் என்னும் அர்மீனியரை ஆளுநராக சுல்தான் நியமித்தார்.

கிழக்கிந்தியக் கம்பெனிக்காரர்கள் இங்கிலாந்துக்குக் கப்பலில் அனுப்பும் சரக்குகள் அங்கே சென்று சேர்வதற்கு ஏறக்குறைய ஆறு மாத காலம் வரை ஆகும். அவை கேப் ஆப் குட் ஹோப்பை கடந்து பிரிட்டன் மண்ணை அடைவதற்கு ஒரு மாதத்திற்கு முன்பே இந்தப் பக்கம் அர்மீனியா வழியாக அனுப்பிவைக்கப்படும் பொருள்கள் சென்றுசேர்ந்துவிடும். இதன் மூலம் வரவிருக்கின்ற சரக்குகளை முன்கூட்டியே அறிந்து அதற்கான வியாபாரிகளைப் பிடிப்பதற்கும், ஏற்பாடுகளைச் செய்வதற்கும் போதிய கால அவகாசம் கிடைத்தது. அதன்மூலம் நல்ல லாபங்களும் இருந்தன. இரண்டு உலகப்போர்கள், இந்தியச் சுதந்திரம், அர்மீனியக் குடிகளின் ஐரோப்பியக் குடியேற்றம் போன்ற காரணங்களால், மெட்ராஸில் இருந்த அர்மீனியக் குடியேற்றம் படிப்படியாகக்

குறையத் தொடங்கியது. தற்போது மிகக் குறைந்த எண்ணிக்கையில் சென்னையில் இவர்கள் வசித்து வருகின்றனர்.

இந்தியாவுக்கும் அர்மீனியாவுக்கும் பொதுவாகச் சில அம்சங்கள் உண்டு. இரண்டுமே பல ஆயிரம் வருடங்கள் வரலாற்றுப் பதிவுகள் கொண்ட நாகரிகம். இரண்டு பிராந்தியத்திலுமே கிறிஸ்தவம் முன்னமே வந்துவிட்டது. அதாவது, ஐரோப்பிய தேசங்களில் அவை பரவுவதற்கு முன்பே செயின்ட் தாமஸ் இந்தியாவிலும், பார்தோலோமியோ அர்மீனியாவிலும் கிறிஸ்தவத்தைப் பரப்பினர்.

அர்மீனியாவுக்கும் அசர்பைஜானுக்கும் இடையே ஓர் எல்லைப் பகுதியின் மீதான உரிமைக்காக நடைபெற்ற போர்களின் போதும், ராணுவத்தைப் பலப்படுத்தும் நோக்கிலும் இந்தியாவிடமிருந்து நவீன ஏவுகணைகள், ராக்கெட்டுகளைத் தாக்கி அழிக்கும் ஏவுகணைகள் வாங்கப்பட்டன. ரஷ்யாவின் ஆதரவும், கவனிப்பும் குறைந்துகொண்டுபோவதினாலும், அண்டை நாடுகளின் அச்சுறுத்தலை எதிர்கொள்ள இந்தியாவிடம் இருந்து தொடர்ந்து ராணுவத் தளவாடங்களை அர்மீனியா வாங்கிவருகிறது.

இந்திய அரசியலமைப்புச் சட்டம் இரட்டைக் குடியுரிமையை அனுமதிப்பதில்லை. ஆனால் அர்மீனிய அரசு இரட்டைக் குடியுரிமைக்கு ஒப்புக்கொண்டுள்ளது. அதன் மூலம் நிலம், சொத்து போன்றவற்றை வாங்கிக்கொள்ளவும் இயலும். அதுபோக, கல்வியிலிருந்து அடிப்படைக் கட்டமைப்பு வரை, விண்வெளித் துறையிலிருந்து பிணி தீர்க்கும் மருத்துவத் துறை வரை, செயற்கை நுண்ணறிவிலிருந்து இயந்திரவியல் வரை அனைத்திலும் இரு நாடுகளுக்கும் தங்களது வாய்ப்புகளை விரிவுபடுத்திக்கொள்ளும் சாத்தியங்கள் இருக்கின்றன என்பதும் அர்மீனியாவின் மீதான தமிழர்களின் ஆர்வத்துக்குக் காரணம்.

18. சீனா பஜார் C/o மெட்ராஸ் கோட்டை

மஹாபாரதம், அர்த்தசாஸ்திரம், மனுஸ்மிருதி போன்ற நூல்களில் சீனாவைப் பற்றிய குறிப்புகள் இருந்திருக்கின்றன. சீனர்கள் அவர்களுடைய நாகரிகத்தை எப்போதுமே பெருமையாகவே எண்ணுபவர்கள். அதனாலேயே மற்றவர்களைக் கொஞ்சம் கடைக்கண் கருணையோடே பார்ப்பவர்கள். அவர்களுக்கு வடக்குப் பக்கம் வாழ்ந்த பூர்வகுடிகளை ஹூன் அடிமைகள் எனக் கூறினர். வட மேற்கில் இருந்தவர்களைக் காட்டுமிராண்டிகள் என்றே குறிப்பிட்டனர். அவர்களைப் பொறுத்தவரை ஜப்பானியர்கள் குள்ளமான கடற்கொள்ளையர்கள். ஆனால் இந்தியர்களைப் பற்றிய அவர்களது அபிப்பிராயம் சற்றே வித்தியாசமானது. அவர்கள் இந்தியாவைக் குறிக்கப் பயன்படுத்திய பல பெயர்களில் ஒன்று, புத்தரின் நிலம்.

சீனாவின் ஹான் ராஜ வம்சத்தின் 111 CE போதிருந்து கிங் வம்ச ஆட்சிக் காலம் வரையிலும் (1636 - 1912) தமிழகத்துடனான வணிகத் தொடர்பைப் பற்றிய குறிப்புகள் இருக்கின்றன. இந்தியாவிலிருந்து சீனாவுக்குப் பரவிய புத்தச் சமயமும், இரு பகுதிகளுக்கும் இடையே வர்த்தகத் தொடர்பு பலப்படுவதற்கு மிக முக்கியமான காரணியாக அமைந்தது. சீன அறிஞர் லியூ சின்றுவை பொறுத்தவரை தமிழகம் புனிதத் தலத்தைப் போன்றது. புத்தச் சமய நிகழ்வுகளும், பயணங்களும், வியாபாரச் சரக்குகளின் போக்குவரத்தை அதிகரிக்கச் செய்தன.

600- 1400 கிபி காலகட்டம் தமிழகம், சீனா வர்த்தக உறவினை சற்றே மாற்றி அமைத்தது. புத்த மதம் பின்பற்றப்படுவது கணிசமாகக் குறைந்தாலும், மற்ற போக்குவரத்துகள் தொடர்ந்தன. ஹன்ஷு புத்தகக் குறிப்புகளின்படி காஞ்சிபுரம் சீன மொழியில் ஹாங் ஜி கு குவோ என்றழைக்கப்பட்டது. சீனாவின் குவாங்சோ பகுதியிலிருந்து கப்பலில் இரண்டு மாதம் பயணம் செய்தால் காஞ்சிபுரத்தை அடையலாம். அவர்கள் குறிப்புகளிலிருந்து அன்றைய காஞ்சிபுரத்தின் காட்சி என்பது, அது மிகப் பெரிய நிலப்பகுதி, அடர்த்தியான மக்கள் தொகை கொண்ட கல்வி நகரம்.

இந்திய வம்சாவளியைச் சேர்ந்தவரான குமார ஜீவா சீனாவில் பல புத்த மத நூல்களின் மொழிபெயர்ப்புப் பணிகளை மேற்பார்வையிட்டு வந்தார். தமிழ்நாட்டிலிருந்து சீனாவுக்குச் சென்று அங்கேயே தங்கிவிட்ட பல்லவ இளவரசர் போதி தர்மரும், சீனாவிலிருந்து இங்கே வந்து சுமார் பதினேழு ஆண்டுகள் தங்கிய ஹுவான் சுவாங்கும் தங்களுடைய அனுபவங்களாகத் தொகுத்துள்ள நூல்களின் மூலமாக நமக்குக் கிடைக்கும் தகவல்கள் அதிகம்.

சீனா சென்ற தமிழகத்தின் பல்லவ இளவரசரான போதி தர்மரைப் பற்றிய குறிப்புகள் 546 இல் தொகுக்கப்பட்டு லுயோங் புத்த மடாலயத்தில் உள்ளது. டன்லின் என்பவரின் சரிதையில், போதி தர்மரைத் தர்மா மாஸ்டர் என்றும் தமிழகத்திலிருந்து கடல் மார்க்கமாகச் சீனா வந்தவர் என்றும் குறிப்பிடுகிறார்கள். அங்கே களரிப்பயட்டு கலைகளை அறிமுகப்படுத்தி, ஜென் புத்தச் சமயக் கருத்துகளைப் பரப்பி, சமயத்தின் 28 ஆவது தலைவராக ஆனாரென்று குறிப்புகள் உள்ளன. தாய்நாட்டில் மருத்துவம், தத்துவம், தற்காப்புக் கலை ஆகியவற்றைக் கற்றுணர்ந்தார். அவற்றைச் சீனாவுக்குச் சென்று அங்கிருந்த துறவிகளுக்கு உடற்பயிற்சியின் முக்கியத்துவத்தை எடுத்துரைக்கும் வகையில் ஷாலின் குங் பூவை கற்றுத்தந்தார். ஜென் புத்தத் தத்துவதையும் பரவச்செய்தார்.

சீனாவில் தாமோ என்றும் ஜப்பானில் தருமா என்றும் அறியப்படும் போதி தர்மர் தமிழ்நாட்டிலிருந்து சீனா சென்றடைந்ததற்கும், அங்கே தன்னை குருவாக நிலைநிறுத்திக்கொண்டதற்கும்

பின்னணியாகப் பல கதைகள் சொல்லப்பட்டாலும், இப்போது அங்கே ஷாலின் கோயிலில் இருக்கும் அவரது சிலையே அவருடைய பணிகளுக்கு ஆதாரம்.

சீனாவின் ஹுவான் சுவாங் வட இந்தியாவின் பல்வேறு நகரங்களைப் பார்த்துவிட்டு 642 CEயில் காஞ்சிபுரத்தை அடைந்தார். அவருக்கு அங்கிருந்து இலங்கைக்குச் சென்று தேரவாத சூத்திரத்தைக் கற்றுக்கொள்ளவேண்டும் என்ற திட்டம் இருந்தது. ஆனால் அது சில காரணங்களுக்காக நடைபெறாமல் போகவே, அவர் காஞ்சிபுரத்திலேயே தங்கித் தன்னுடைய பணிகளை மேற்கொண்டார். அவரது பயணக் குறிப்புகளிலிருந்து பயிர்கள் விளையும் விளைச்சல் பூமியாக காஞ்சி இருந்ததையும், அங்கே பூக்கள் பழங்கள் என அனைத்தும் கிடைத்ததாகவும் கூறுகிறார். நல்ல சீதோஷ்ணம், மக்களும் நல்ல பண்புகளுடன் நேர்மையாகவும் தன்மையாகவும் வாழ்கின்றனர். இந்தியாவின் மத்தியப் பகுதியில் பேசப்படும் மொழியிலிருந்து இவர்கள் பேசும் மொழி மாறுபடுவதையும் குறித்து வைத்திருக்கிறார்.

சீனாவில் புத்த மதம் உச்சத்தில் இருந்த சமயத்தில்தான் ஹுவான் சுவாங் இந்தியா வந்தடைந்தார். அதன்பிறகு அங்கு வந்த சாங் ராஜ வம்சத்தின் ஆட்சிக் காலத்திலும் வணிகப் பரிமாற்றங்கள் நன்றாகவே இருந்திருக்கின்றன. தமிழகத்தில் கிடைக்கும் முத்துக்களைப் பற்றிய குறிப்புகளில் அதன் தரத்தை நம்மால் புரிந்துகொள்ளமுடியும். 6.6 சென்டிமீட்டர் அகலம் கொண்ட முத்துக்களைச் சுண்டிவிட்டால் நாள் முழுவதும் கூட சுழலும் அளவுக்குச் சீரான வடிவத்தைக் கொண்டு இருந்ததாகப் பதிவுகளில் இருக்கிறது.

சீனாவுக்கு, திபெத் ராஜ்ஜியத்தினால் போர் ஆபத்து உண்டாகலாம் என்னும் சமயம் வந்தபோது, அவர்கள் பல்லவ மன்னனான இரண்டாம் நரசிம்ம வர்மனைச் சீனாவின் தெற்குப் பகுதிக்குத் தளபதியாக இருந்து பாதுகாக்கும்படி கேட்டுக்கொண்டனர். பதினொராம் - பன்னிரண்டாம் நூற்றாண்டில்தான் சோழர்களின் பொற்காலம் எனினும், ஏழாம் நூற்றாண்டில் இருந்தே கடல் வணிகம் கொஞ்சம் கொஞ்சமாக விரிவடையத் தொடங்கியது. சீனாவிலிருந்து சோழ ராஜ்யங்களுக்கும், சோழர்களிடமிருந்து சீனாவுக்கும் அரசியல் காரணங்களுக்காக ராஜாங்க அதிகாரிகள்

சென்று வந்துள்ளனர். குறிப்பாக முதலாம் ராஜேந்திர சோழன், முதலாம் குலோத்துங்க சோழன் காலத்தில். சீனர்கள் சோழர் காலத்து நகரங்களைப் பற்றி விவரணைகளை இப்படிப் பதிவு செய்திருக்கிறார்கள். நகரக் கட்டமைப்பில் சிறந்தவர்களாக இவர்கள் உள்ளனர். இவர்களது ராஜ்ஜியம் ஏழு அடுக்கு மதில் சுவர்களைக் கொண்டது ஒவ்வொன்றும் ஏழடி உயரத்தில் உருவானவை. உள்ளே பல விதமான மலர்கள் பூக்கும் மரங்களை வைத்துள்ளனர்.

அரசவைகளில், கோவில் மண்டபங்களில் அரசர் மந்திரிகளுடன் ஆடல், இசை நிகழ்ச்சிகளைக் கண்டு களிக்கின்றனர். பருத்தி கைத்தறி ஆடைகளையே பெரும்பாலும் அணிகின்றனர். இவர்கள் மாமிசம் சாப்பிடுகிறார்கள் ஆனால் மது அருந்துவதில்லை.

சீனாவின் துறைமுக நகரமான புஜியான், குவான்சோ மாகாணங்களில் வாழ்ந்த தமிழ் வணிகர்கள் கட்டிய கையுன் கோயிலையும் (சிவன்) செடியன் (சக்தி) கோயிலைச் சேர்ந்த நூற்றுக்கும் மேற்பட்ட தமிழ் கல்வெட்டுகள், கட்டடப் பகுதிகள் சென்ற நூற்றாண்டின் பிற்பகுதியில் கண்டெடுக்கப்பட்டுள்ளன. அவை ஆயிரம் வருடங்களுக்கு முன்னர் குவான் சோ நகரம் முக்கியமான வியாபார மையமாக இருந்தபோது அங்கே வணிகர்களாகத் தமிழர்கள் பெருமளவில் இருந்ததையும், தங்களுக்கென வழிபாட்டிடங்களை அமைத்துக்கொண்டதையும் காட்டுகின்றன. தமிழகத்தின் காவேரி டெல்டா பகுதிகளில் இருக்கும் கோயில் கட்டுமானங்களை ஒத்ததாக அக்கோயில்கள் இருந்தன. இப்போது கையூன் கோயில் புத்தத் தலமாக இருக்கிறது. எனினும் பழைய கட்டுமானங்களின் எஞ்சியிருக்கும் பகுதிகளைக் காணலாம்.

சீனாவின் ஷாங்காய், லாசா, கண்டன் நகரங்களில்தான் இந்தியர்கள் பெரிய அளவில் தங்களுடைய குடியேற்றங்களை ஏற்படுத்திக்கொண்டனர். 1935 ஆம் ஆண்டில் இரண்டாயிரத்திற்கும் மேற்பட்ட இந்தியர்கள் அங்கிருந்தனர். ஆங்கிலேய அதிகாரம் இருந்த பகுதிகளில் இந்தியர்கள் காவலர்களாகப் பணியாற்றினர். சீனாவில் குடியேறிய இந்தியத் தொழிலதிபர்கள் சார்பில் தொடங்கப்பட்ட ஷாங்ஹாய் இந்தியத் தொழில் சங்கம் இயங்கியும் வந்தது. அப்போது இந்தியர்கள் ஷாங்ஹாய்யில்தான் ஒன்றுகூட

விரும்புவார்கள். 1949 வரை நூற்றுக்கணக்கானவர்கள் அங்கே வாழ்ந்து வந்தனர். 1962 எல்லைத் தகராறு போராக மாறியபோது, கிட்டத்தட்ட இந்தியர்கள், தமிழர்கள் என யாரும் இல்லை. பிரதமர் ராஜிவ் காந்தியின் சீனா பயணத்துக்குப் பிறகு நிலைமை கொஞ்சம் சீராகத் தொடங்கியது. இரு நாடுகளும் இணங்கி வந்து வர்த்தக ஒப்பந்தங்களைப் போட்டுக் கொண்டு உறவுகளை வளர்த்தன.

ஆயிரத்துத் தொள்ளாயிரத்து எண்பதுகளில் சீனா சிறப்புப் பொருளாதார மண்டலங்களாகச் சில மாகாணங்களை அறிவித்தது. பெய்ஜிங், சென்ஜென், டியான்ஜின், ஷாங்ஹாய், குவாங் ஜோ எனப் பதிநான்கு நகரங்களையும் பொருளாதார மண்டல வரிசையில் சேர்த்தது. இந்தியர்களின் வரவு மீண்டும் அதிகமானது அப்போதுதான். மேற்சொல்லப்பட்ட இடங்களில்தான் அவர்கள் தங்கள் குடியேற்றங்களை அமைத்துக்கொண்டனர். அதில் பெரும்பாலானோர் பன்னாட்டுத் தொழில் நிறுவனங்களிலும், இந்திய நிறுவனங்களிலும் உயர் பதவிகளிலும் இருந்தனர். மேலும் சிலர் சீனாவில் இருந்த சர்வதேசப் பள்ளிகளில் ஆசிரியர்களாகவும், இந்திய உணவகங்களில் சமையல் கலைஞர்களாகவும் வந்தவர்கள். இதுபோக, மருத்துவப் படிப்புக்கும் பிற துறைகளில் உயர்கல்வி பயில்வதற்கும் மாணவர்களும் சீனாவைத் தேர்ந்தெடுத்தனர்.

இந்தியாவில் பிரிட்டிஷ் ஆட்சியின்போது ஹாங்காங், மலேசியாவிலும் ஆங்கிலேயர்களின் ஆட்சிதான் இருந்தது. ஓபியம் போர்களின்போதும் 1865- 69 கால கட்டத்தில் கிழ்காசிய காலனியப் பகுதிகளிலிருந்து கொண்டுவரப்படும் கைதிகள் மெட்ராஸில் கட்டுமானப் பணிகளில் ஈடுபடுத்தப்பட்டனர். ஒரு கட்டத்தில், பம்பாய்க்குக் கைதிகள் கொண்டுசெல்லப்படுவது நிறுத்தப்பட்டு அவர்கள் மெட்ராஸுக்கு அழைத்துவரப்பட்டனர். அடுத்த சில மாதங்களில் அங்கேயும் இடமில்லாமல் ஆனபோது கைதிகளை நீலகிரிக்கு அனுப்பிவைக்க எற்பாடானது. அங்கே இருக்கும் லாரன்ஸ் பள்ளியில் இடம் ஏற்பாடு செய்துகொடுக்கப்பட்டுத் தங்கவைக்கப்பட்டனர். தண்டனைக் காலத்திற்குப் பிறகும், தமிழ்நாட்டிலேயே தங்கிவிட்ட சீனர்கள், உள்ளூர் தமிழ்ப் பெண்களை மணந்துகொண்டு அங்கேயே நிரந்தரமாக இருந்துவிட்டனர். அவர்களில் பலர் நடுவட்டம் என்னும் பகுதியில்

குடியேறினர். நீலகிரியில் தேயிலை, காப்பி தோட்டங்களில் வேலை செய்தனர். இன்றும் அங்கு சீன பூர்வீகம் கொண்ட தமிழர்கள் இருக்கின்றனர்.

நவீன காலத்துச் சீனா பஜார் நமக்குப் பரிச்சயமானது. ஆனால், மெட்ராஸ் கோட்டையின் சுவர்களில் சீனா பஜார் என்னும் பெயர் இருப்பதற்கான குறிப்புகள் 1758 மெட்ராஸ் கோப்புகளில் உள்ளன. பிரெஞ்சு கமாண்டர் சென்னை கோட்டையைக் கைப்பற்றியபோது, சீனா பஜார் மேற்குப்பக்கமாக நகர்த்தி வைக்கப்பட்டதும் தெரிகிறது. சீனாவிலிருந்து இறக்குமதி செய்யப்பட்ட பீங்கான் பொருள்களை விற்பனை செய்ததால் சீனா பஜார் என்ற பெயர் வந்திருக்கலாம் என்றும் 1970 வரை அங்கு சீனர்கள் வசித்திருக்கலாம் என்பதையும், கோட்டைக்குப் பக்கமாக லையாட் சாலையில் இருக்கும் யூதக் கல்லறைக்கு அருகே இருக்கும் சீனர்களின் கல்லறையை வைத்து மதிப்பிட்டிருக்கிறார்கள். இப்போது சிதிலமடைந்த நிலையில் இருக்கும் அந்த இடம்தான், ஒருகாலத்தில் அங்கே சீனர்கள் இருந்ததற்கான வரலாற்று ஆதாரமாக இன்றும் இருக்கின்றது.

இன்றைய தேதியில் சீனாவில் குவாங்டாங் தமிழ்ச் சங்கம், பெய்ஜிங் தமிழ்ச் சங்கம் என அங்குள்ள தமிழ் மக்கள் ஒன்றிணைந்து தீபாவளி, பொங்கல், தமிழ்ப் புத்தாண்டு தினங்களைக் கொண்டாடுவது வழக்கம். அதோடு இவர்கள் சீனாவுக்குப் படிப்பு, தொழில், வேலை நிமித்தம் தமிழ்நாட்டிலிருந்து வரும் தமிழர்களுக்கு வேண்டிய உதவிகளைச் செய்து வழிகாட்டுதல்களையும் வழங்குகிறார்கள். பெய்ஜிங் தமிழ்ச் சங்கம் சார்பில் 2024ஆம் ஆண்டு செப்டம்பர் மாதம் இலையுதிர்காலக் கூட்டாஞ்சோறு என்னும் பெயரில் ஒரு பொதுவிடத்தில் தமிழர்கள் ஒன்றுகூடி உணவுண்டு, உரையாடி மகிழ்ந்தனர். அவ்வப்போது இதுபோன்ற சந்திப்பு நிகழ்வுகளை ஏற்பாடு செய்து செய்வது. சீனாவில் இருக்கும் தமிழர்கள் ஒருவருக்கொருவர் அறிமுகப்படுத்திக்கொள்வதற்கும், தங்களுக்குள் உறவுகளைப் பலப்படுத்திக்கொள்வதற்கும் உதவுவதாகக் கூறுகிறார்கள்.

19. மலேசியத் தமிழ்த்தாய்

பதினெட்டாம் நூற்றாண்டு வரை மலேசியாவுக்குச் சென்ற தமிழர்களுக்கும், அதன் பிறகு சென்றவர்களுக்கும் நிறையவே வித்தியாசங்கள் உண்டு. முதலில் அங்கே சென்றவர்கள் வணிகர்கள், வியாபாரிகள் பெரும்பான்மை இஸ்லாமியர்கள். அப்போதைய மலேசியச் சந்தை நன்றாக இயங்க காரணமே இந்தியர்கள்தான். அவர்களுக்குச் சந்தையின் தன்மை, வியாபார நுணுக்கங்கள் நன்றாகவே தெரிந்திருந்ததனால், ஆட்சியாளர்களுடன் நெருங்கிய தொடர்பில் இருக்க முடிந்தது.

அரசவையிலும் அறிஞர்கள் மத்தியிலும் அவர்கள் செல்வாக்குப் பெற்றிருந்தனர். மலாக்கா சுல்தான் குடும்பங்களுடன் ஒன்றிணைந்திருந்தனர். பெராக்கில் அரசவை வணிகர் என்கிற சிறப்புப் பதவியான சௌதகர் ராஜா பதவியில் இந்தியர்களே இருந்தனர். பெனாங் துறைமுகம், மலாக்கா ஜலசந்தியின் முக்கியமான துறைமுகங்களில் ஒன்றாக ஆனதற்குக் காரணம் சூலியஸ் என்னும் தமிழ் வணிகர்கள்தாம். கடந்த சில வருடங்கள் வரையிலும் பெனாங் துறைமுகத்தில் சரக்குகளை ஏற்றியிறக்கும் பணிகளில் தமிழர்கள் ஈடுபட்டிருந்தனர். பத்தொன்பதாம் நூற்றாண்டின் தொடக்கத்தில் தமிழர்கள் தோட்டப் பணியாளர்களாக வந்தனர்.

இந்தியாவிலிருந்து இந்து மதமும் சீனாவிலிருந்து புத்தச் சமயமும்தான் ஏழாம் நூற்றாண்டு முதல் பதின்மூன்றாம்

நூற்றாண்டு வரை மலாயாவில் தாக்கத்தை ஏற்படுத்தியிருந்தன. பத்தாவது நூற்றாண்டில் தொடங்கி அடுத்த ஐந்நூறு ஆண்டுகளில் அங்கு வலுப்பெற்றது இஸ்லாம். சுல்தான்களின் ஆதிக்கமும் வந்தது அப்போதுதான்.

மலாயாவாக இருந்த இன்றைய மலேசியாவின் நவீன கால வரலாறு, சுதந்திரத்திற்குப் பிறகு உருவான கூட்டமைப்பு, அதிலிருந்து தனி நாடாகப் பிரிந்த சிங்கப்பூர், அதன்பிறகான இனப் பிரிவினைகள் போன்றவற்றால் ஆனது. தமிழகத்திற்கும் மலேசியாவுக்கும் ஆயிரத்து ஐந்நூறு ஆண்டுகள் வணிகத் தொடர்பு உண்டு.

அது கிபி 1024. இன்றைய சக்திவாய்ந்த தேசங்களாக நம்பப்படும் எதுவும் அப்போது உருவாகியிருக்கவில்லை. ஆனால் தென் இந்தியாவில் வலிமையான கடற்படையை வைத்துக்கொண்டு நாடுகளைக் கைப்பற்றிக்கொண்டிருந்தார்கள் சோழர்கள். வானில் நட்சத்திரங்கள் தென்படும் உயரத்தை வைத்து கடல் பயணங்களில் திசை அறிந்தனர். வடமீன் - செம்மீன் நட்சத்திரங்களைக் கொண்டு வழியறிந்தனர். இலங்கை, மலாய் தீபகற்பம் இரண்டும் கிட்டத்தட்ட ஒரே நட்சத்திர வரம்பில் வரும்.

அப்போது தமிழகத்திலும், தென் இந்தியப் பகுதிகளிலும் வணிகர் சங்கங்கள் ஏராளம் இருந்தன. கடல் வணிகத்தில் திறமைசாலிகளாக இருந்தவர்களுக்கு, அயல் நாடுகளைப் பற்றியும் அதன் செல்வச் செழிப்புகளைப் பற்றியும் தெரிந்திருந்தது. ஐந்நூறுவர் என்னும் வணிகர் குழுவின் உதவி கொண்டு கெடா (கடாரம்) கடல்களைத் தாண்டி படைகளை நகர்த்திச் சென்றனர் சோழர்கள். கங்கை கொண்ட ராஜேந்திர சோழன் அன்று கடாரம் கொண்டான். அதற்குப் பிறகு மலாயா மண்ணில் தமிழர்கள் அதிக அளவில் கால் பதித்தது ஆங்கிலேயக் காலனியக் காலத்தில்தான். இம்முறை ஆள்பவர்களாக அல்லாமல் தொழிலாளர்களாக வந்தனர்.

மலாய் மண்ணில் கால் பதித்த முதல் ஐரோப்பிய காலனியர்கள் எப்போதும்போல போர்த்துக்கீசியர்கள்தான். 1511 ஆம் ஆண்டு மலாக்காவைக் கைப்பற்றினர். 1641 வாக்கில் அங்கு டச்சு காலனியர்களின் ஆதிக்கம் இருந்தது. இவர்களுக்குப் பிறகு நிதானமாகத்தான் ஆங்கிலேயர்கள் உள்ளே வந்தனர். இத்தனை அதிகார மாற்றங்களுக்குப் பிறகு அந்நியத் தாக்கமாக

வந்தவர்கள்தாம் பிழைப்புக்காக மலேசியா வந்த தமிழர்களும், சீனர்களும். அப்போதைய ஆங்கிலேயக் காலனியங்களுக்குத் தேவைப்பட்ட கரும்பு, காபி, ரப்பர் தேவைகளைப் பூர்த்தி செய்ய வந்தவர்கள் அவர்கள்.

பிரிட்டிஷ் ஆட்சியாளர்கள் ரப்பர் தோட்டங்களுக்கும், தகரச் சுரங்கப் பணிகளுக்காகவும்தான் மலேசியாவை உபயோகப்படுத்தினர். ரப்பர்தான் அன்றைய முக்கியமான வணிகப் பயிர். அடுத்த அரை நூற்றாண்டில் ரப்பர் உற்பத்தி அதிகரிக்கப்பட்டு, 1920 இல் உலக அளவில் ஐம்பது சதவிகிதத்திற்கும் அதிகமான ரப்பர் தயாரிப்பு மலேசியாவில்தான் என்றானது. 1840 - 1957 வரை நாற்பது லட்சம் இந்தியர்கள் (தமிழர்கள்) ரப்பர் தோட்டங்களில் தினக் கூலிகளாகப் பணி செய்வதற்கு வரவழைக்கப்பட்டனர்.

நானூறு ஆண்டுகளாகவே சீனர்கள் வணிகம், தொழில் காரணங்களுக்காக மலாயாவில் குடியேறி வந்தனர். தங்களுக்கென்று ஒரு தனிச் சமூகத்தைத் தொழிற்சங்கத்தை நிறுவிக்கொண்டனர். தகரச் சுரங்கப்பணிகளில் பெருமளவில் ஈடுபட்டனர். காடுகளைச் சுத்தம் செய்து அவற்றை விளைநிலங்களாக மாற்றும் கடுமையான பணிகளைச் செய்வதற்கு உள்ளூர் மாலாய்காரர்கள் ஒத்துவர மாட்டார்கள் என்பதைத் தெரிந்து வைத்திருந்தனர் ஆங்கிலேயர்கள். அப்போது, மீதம் அங்கிருந்தது சீனர்கள்தாம். அவர்கள் உழைப்பாளர்கள் எனினும் இயல்பாகவே நம்பகத்தன்மை இல்லாதவர்கள் என்ற எண்ணம் பொதுவாகவே இருந்தது. ஆங்கிலேயர்களுக்குச் சீனர்களை விடவும், இந்திய தொழிலாளர்களுடன் அதிகப் பரிச்சயம் இருந்தது. கடினமான வேலைகளை மிகக் குறைந்த ஊதியத்துக்கு செய்யக்கூடியவர்கள் அவர்கள்தாம் என்பதையும் அறிந்திருந்தனர்.

அவர்களது திட்டத்திற்குப் பக்கபலமாக இருந்தது அன்றைய இந்தியாவில் இருந்த ஜாதிய பாகுபாடுகள். கீழ்நிலையாகக் கருதப்பட்ட சமுதாயத்தைச் சேர்ந்தவர்கள் தீண்டத்தகாதவர்களாக நடத்தப்பட்டனர். தாய்நாட்டில் இப்படி ஜாதிய வெறி, வறுமை எனச் சிரமப்படுவதை விட, இன்னொரு நாட்டுக்குப் பிழைப்பைத் தேடிக்கொண்டு போகலாம் என்று ஆங்கிலேய அதிகாரிகளும், இந்தியத் தரகர்களும் அன்று பிற்படுத்தப்பட்ட பிரிவைச் சேர்ந்தவர்களை தயார்ப்படுத்தினர். அவர்கள் ஆயிரக்கணக்கில்

தமிழகத்திலிருந்து மலேசியாவுக்கு அனுப்பிவைக்கப்பட்டனர். அன்றைய சிலோனின் யாழ்ப்பாணம் பகுதியிலிருந்தும் தமிழர்கள் தருவிக்கப்பட்டார்கள்.

ஒப்பந்தத் தொழிலாளர் முறை 1910 ஆம் ஆண்டு ஒழிக்கப்பட்டது. அதே முறையைச் சிறிது மாற்றியமைத்துக் கண்காணி முறையில் தமிழகத்திலிருந்து ஆள்களைக் கொண்டுவருவதைத் தொடர்ந்தனர். மொத்தத் தயாரிப்புச் செலவுகளைக் கட்டுக்குள் வைப்பதற்குக் குறைந்த சம்பளத்திற்கு வேலைபார்க்கும் இந்தியர்கள் அவர்களுக்குத் தேவைப்பட்டனர். மலேசியாவில் இருந்த தேயிலை எஸ்டேட்டுகள், ரப்பர் மரங்களாலான தோட்டங்களாக மாறின. அது சாத்தியமானதில் முக்கியமான பங்கு தமிழர்களுக்குத்தான்.

இரண்டாம் உலகப் போருக்குப் பிறகு பிரிட்டிஷ் பவுண்டின் மதிப்பு வெகுவாகக் குறைந்து போனது. ஆபத்பாந்தவனாக அமெரிக்க டாலர் இருந்தது. அமெரிக்காவுக்கு மலேசிய ரப்பரை விற்பதன் மூலமாக டாலர்களை சம்பாதித்துக்கொண்டனர். அன்றைய காலகட்டத்தில் ஆங்கிலேயர்களிடம் இருந்த மிகப் பெரிய டாலர் விளையும் தொழிற்சாலை மலேசியாதான். ஆங்கிலேயத் தாளாளர் ஒருமுறை இவ்வாறு பதிவுசெய்திருக்கிறார். ‘மலாயா மட்டும் இல்லையென்றால், ஸ்ட்ரெலிங் பவுண்டு என்னும் பணமே இன்று இருந்திருக்காது.’

வெளியுலகப் பார்வைக்குப் பிரிட்டிஷ் மலாய் அரசாங்கத்தைக் கட்டுப்பாட்டில் வைத்து அந்நிலம் முழுவதையும் கைப்பற்றியிருப்பதாகத் தெரிந்தாலும், உண்மையில் அவர்கள் இந்திய, சீனத் தொழிலாளர்களைத் தடையில்லாமல் பயன்படுத்திக்கொள்ள மலாய் ஆட்சியாளர்களைச் சீராட்டி, எந்தக் குறையுமின்றிப் பார்த்துக்கொண்டனர். அதுவும் ஆங்கிலேயர்களின் பொருளாதாரப் பயனுக்காக மலேசிய வளமைகள் அன்று சுரண்டப்பட்டன.

மலேசியாவில் 1816ஆம் ஆண்டு முதலே தமிழ்ப் பள்ளிகள் இயங்கிவருகின்றன. தமிழகத்திலிருந்து ரப்பர் தோட்டத் தொழிலாளர்களாக வந்து குடியேறியவர்களின் பிள்ளைகளுக்காகத் தொடங்கப்பட்டவை அவை. முறையான வசதிகளின்றி இடையில் அப்பள்ளிகள் மூடப்பட்டன. பெரும்பாலும் திண்ணைப் பள்ளிகளாகவே அவை செயல்பட்டன. ஆசிரியர் பற்றாக்குறை

இருக்கும்போது ‘கண்காணி’ அதிகாரிகளே பாடம் நடத்தினர். அதேசமயத்தில் நகர்ப்புறங்களில் தனியார், மத அமைப்பாளர்கள் தமிழ்ப் பள்ளிகளைத் திறந்தனர்.

இந்தியத் தரப்பிலிருந்து அழுத்தம் தரப்பட்ட பின்னர்தான் 1923 ஆம் ஆண்டு தொழிலாளர் சட்டம் அறிமுகம் செய்யப்பட்டது. அதில், ரப்பர் தோட்ட நிறுவனங்கள் அவர்களிடம் ஆறு முதல் பன்னிரண்டு வயதுப் பிள்ளைகள் பத்துக்கும் மேற்பட்டவர்கள் இருந்தால், அவர்களுக்கெனப் பள்ளி ஒன்றைத் தொடங்கவேண்டும் என்பதைக் கட்டாயம் ஆக்கினர்.

இந்த மக்களுக்கு மலாய் மக்களுடனான தொடர்பென்பது மிகக் குறைந்த அளவிலேயே இருந்தது. இது சில காரணங்களுக்காகத் திட்டமிட்டே செயல்படுத்தப்பட்ட தனிமைப்படுத்துதல் ஆகும். முதலாவது, தமிழர்கள் வேலைபார்த்த பண்ணைத்தோட்டங்கள் மலாய் குடியிருப்புகளைவிடச் சற்று விலகி, நதிக் கரையோரமாக அமைத்திருந்தன. இரண்டாவது, ஆபத்தான சூழ்நிலைகளில், கடின வேலைகளைச் செய்து, குறைவான கூலியைப் பெறுவதற்கு மலாய் மக்கள் தயாராக இருக்கவில்லை. நகரப்பகுதிகளில் தமிழர்கள், சீனர்கள், மலாய் மக்கள் அனைவரும் சேர்ந்தே வசித்து வந்தனர். ஆனால், அங்கும் தங்களுக்கான தனித்தனி பிராந்தியங்களில் குடியேற்றங்களை ஏற்படுத்திக்கொண்டனர்.

பத்தொன்பதாம் நூற்றாண்டின் இந்திய இஸ்லாமியர்கள் மலாய் மக்களுடன் நெருங்கிப் பழகி, அதிகாரமிக்க பொறுப்புகளில் இருந்தனர். மலாய் மண்ணில் பிறந்து வளர்ந்த இந்திய வம்சாவளியான அவர்கள், ‘ஜாவி பெரணகன்’ என்று அறியப்பட்டனர்.

மலேசியாவின் சுதந்திரத்திற்குப் பிறகு இந்தியர்களின் நிலையெல்லாம் அங்கு உயரவில்லை. மாறாக இன்னும் மோசமானது. தங்களுடைய முன்னோர்கள் வந்து உழைத்து, வாழ்ந்த இடத்தில், முறையான குடியுரிமை இல்லாமல், சட்டவிரோதமாகப் பதுங்கி வாழவேண்டியது இருந்தது. அடிப்படை உரிமைகள் மறுக்கப்பட்டு, ஒதுக்கப்பட்ட தமிழர்கள் வறுமையிலிருந்து மீள வழியின்றித் தடுமாறினர். இளைஞர்கள் பள்ளி - கல்லூரிப் படிப்பை பாதியில் விட்டு சட்ட விரோதச் செயல்களில் ஈடுபடத் தொடங்கினர். கும்பல் சேர்ப்பது, போதைப் பொருள்

கடத்துவது என பெரும்பாலும் அவர்கள் சீன தாதாக்களுக்கு அடியாள்களாக இருந்தனர். அதிகளவில் கைதும் ஆகினர். ஒரு கட்டத்தில் இதுபோன்ற சமயத்தில் அதிக விசாரணை இன்றி, சந்தேகத்துக்குள்ளானவர்களைக் கைது செய்யலாம் என்று மலேசியா அரசு அறிவித்திருந்தது. இவையனைத்தும் மலேசியாவில் தமிழர்கள் மீதான பார்வையை மேலும் மோசமாக்கியது.

மலாய் மக்களுக்கு இஸ்லாமியத் தமிழர்களுடன் நல்ல பிணைப்பு இருந்தது. அதைத் தாண்டி மற்ற தமிழர்களுடன் ஒட்டாமல் தனித்தே இருந்திருக்கிறார்கள் இருப்பினும் படித்தவர்கள் அனைத்து மக்களும் கலந்துகொள்ளும் சமூக நிகழ்வுகளில் கலந்துகொள்கின்றனர்.

மலாய் இட ஒதுக்கீடு சட்டம் 1913 இல் கொண்டுவரப்பட்டது. உள்ளூர் மக்களுக்குக் கடன் தரும் செட்டியார்கள், அவர்கள் பணம் செலுத்தாத பட்சத்தில் அடமானம் வைக்கும் இடங்களை மக்கள் இழக்க நேரிட்டது. அதனால், மலாய் மக்களுக்கு சகாயம் செய்யும் வகையில் பிரிட்டிஷ் அதிகாரிகளால் கொண்டுவரப்பட்ட சட்டம் என்றாலும், செட்டியார்களை எப்போதுமே அவர்கள் நல்லவர்கள் என்றே எண்ணினர். அவர்களுடன் நல்ல பழக்கம் இருந்தால், எந்தவித உத்தரவாதமும் இன்றி பணத்தைத் தருவார்கள் என்றும் மலாய் மக்கள் கூறுவர்.

தமிழர்கள் தங்கள் உரிமைகளுக்காகப் போராட்டங்களை நடத்திக் கொண்டிருந்த சமயம் (1936ஆம் ஆண்டு), உலகம் முழுவதும் பொருளாதார மந்தநிலையால் சிரமப்பட்டுக்கொண்டிருந்தது. இந்த இரு சவால்களையும் ஒரே நேரத்தில் சமாளிக்க முடியாமல் அன்று திணறிய மலேசிய அரசும், மக்களும் அப்போது தமிழர்களைத் தொந்தரவாகத்தான் பார்த்தனர்.

சீனர்களும் தமிழர்களும் கொடுத்த அரசியல் மிரட்டல்களைத்தான் அன்றைய மலேசியச் செய்தித்தாள்கள் முக்கியத்துவம் கொடுத்துப் பிரசுரித்து வந்தன. இந்தியர்கள் தலைமை கிளர்க்குகளாக, அதிகாரிகளாகப் பணியில் இருக்கும்போது, அவர்கள் தங்கள் அடுத்த நிலைப் பதவிகளில் மலாய் மக்களைப் பணியமர்த்துவது இல்லை என்கிற குற்றச்சாட்டுகளும் இருந்தன.

இரண்டாம் உலகப் போர் முடிந்ததும், இந்திய விடுதலைக்கான கோரிக்கைகளும் அதற்கு மலாய் இந்தியர்களின் ஆதரவும்

அதிகமாக இருந்தது. 1946ஆம் ஆண்டு உருவான மலாயன் இந்தியக் காங்கிரஸ், இந்திய விடுதலைக்கான ஆதரவுக் குரலைக் கொடுத்தது. ஆனால் மலேசியாவில் தமிழர்களின் நிலைமை குறித்த கவலைகள் இருந்தன. தொழில் தொடங்குவதற்கு உரிமைகள் வழங்குவது, குடியுரிமை, வாடகை வாகன உரிமம், நிலம், அரசாங்கப் பதவிகள், ஆசிரியர் பணியிடங்கள் என அனைத்திலும் பாகுபாடுகள் காட்டப்பட்டன. தமிழர்களுக்கு வாய்ப்புகள் மறுக்கப்பட்டன.

1947 இல் மலேசியாவை இஸ்லாமிய நாடாக அறிவித்து, மலாய் மக்களுக்கு முக்கியத்துவம் கொடுக்கும் விதமாகக் கொள்கைகள் வடிவமைக்கப்பட்ட போது, அதை அங்கீகரிப்பதற்கு மலேசிய இந்தியக் காங்கிரஸ் தயக்கம் காட்டியது. மதச்சார்பின்மைக் கொள்கையும் தமிழர்களுக்கு, மற்ற மக்களுக்கு இணையான உரிமைகளும் வழங்கப்படவேண்டும் என்பதையே அவர்கள் எதிர்பார்த்தனர்.

மலேசியாவின் இந்து உரிமைகள் ஆணையம் சார்பில் 2007 இல் கோலாலம்பூரில் பத்தாயிரத்துக்கும் மேற்பட்டோர் கூடி தங்களுக்கு எதிராக இருக்கும் இன பேதங்களை எதிர்த்து பேரணி நடத்தினர். அதற்கு மலேசிய அரசு மிகக் கடுமையாக எதிர்வினையாற்றியது. பல தலைவர்கள் கைது செய்யப்பட்டனர். போராட்டத்தில் ஈடுபட்டவர்கள் தாக்குதலுக்குள்ளாகினர். 2004- 2007 கால கட்டத்தில் நூற்றுக்கணக்கான இந்துக் கோயில்கள் சட்ட விதி மீறல் என்கிற காரணம் சொல்லப்பட்டு இடித்துத் தள்ளப்பட்டன. அதில் பல கோயில்கள் நூறாண்டுகள் பழமையானவை.

இந்திய தேசியக் கொடிகள் ஏற்றப்படுவதும், காந்தியின் புகழ் பாடுவதும், நேரு மலேசியா வந்தபோது அவருக்குக் கொடுக்கப்பட்ட ஆரவாரமான வரவேற்பும், இந்திய பாகிஸ்தான் பிரிவினையின்போது ஏற்பட்ட குழப்பக் கலவரங்களும் மலேசிய மக்களின் மனத்தில் என்றும் நினைவுகளாக இருக்கின்றன. அதோடு, விளையாட்டுப் போட்டிகளில் இவர்கள் கூட இந்திய அணியைத்தான் ஆதரிக்கிறார்கள், அதுவும் எதிரணியில் மலேசியா இருக்கும்போதும் இது நிகழ்கிறது என்பதனை மலேசியா மக்களால் ஏற்றுக்கொள்ள முடியவில்லை. 1980 ஆம் ஆண்டு, மலேசியக் கால்பந்து கூட்டணி தலைவர், இந்தியர்கள் இனிமேல் மலேசிய அணியில் சேர்த்துக்கொள்ளப்படமாட்டார்கள் என்று

அறிவித்தார். அடுத்த ஆண்டே நிலைமை மாறி, இந்தியர்கள் அணியில் இடம்பெற்றனர் என்றாலும், மலேசியர்களுக்கு என்றும் அங்கிருக்கும் இந்திய வம்சாவளியினர் இந்தியர்களாகவே இருக்கின்றனர். மலேசிய தேசப்பற்று குறைவாகவே இருக்கின்றது என்கிற முணுமுணுப்புகள் கடந்த காலங்களில் இருக்கவே செய்தன.

எதிர்மறை கருத்துகளைப் புறக்கணித்து அங்கே தத்தமது துறைகளில் கற்றுத்தேர்ந்து வெற்றிகண்ட தமிழர்கள் அதிகம். சரி, இப்போது மலேசியாவில் தமிழர்கள் எப்படி வாழ்கிறார்கள். பெரும்பான்மை மக்கள் சரளமாகத் தமிழ் பேசுகிறார்கள். வீட்டில் தமிழ் முதன்மையாக உரையாடும் மொழியாக உள்ளது. ஆங்கிலமும்தான். தமிழ்த் திரைப்படங்கள், பாடல்கள் இன்றைய தலைமுறையைத் தமிழோடு இணைக்கும் கருவியாக உள்ளன. மலேசியாவின் தன்னார்வ நிறுவனங்கள், கோயில் குழுக்கள், தமிழ் இயக்கங்கள் மாணவர்களுக்குத் தமிழ் கற்றுக்கொடுப்பதற்கான முன்னெடுப்புகளை மேற்கொண்டிருக்கின்றன. மாவட்ட, மாகாண அளவில் இந்த வகுப்புகள், நிகழ்ச்சிகள் நடந்துவருகின்றன. தேசிய அளவிலும், தனியார் நிறுவனங்கள் சார்பிலும் தமிழ் வானொலி நிலையம், தொலைக்காட்சி அலைவரிசைகள் தமிழ்ப் படைப்புகள், இலக்கியங்கள், போன்றவற்றை அறிமுகம் செய்யவும் மக்களுக்கு ஆர்வத்தை ஏற்படுத்தவும் உதவுகின்றன.

மலேசியாவில் எங்கு தமிழ் மக்கள் ஒன்றுகூடும் நிகழ்வு இருந்தாலும் அவை எப்போதும் தமிழ்த்தாய் வாழ்த்து இசைக்கப்பட்டுத்தான் தொடங்கப்படுகின்றன. மலேசியா தமிழ்த்தாய் வாழ்த்து என்று தனியே ஒரு பாடலையும் உருவாக்கிக்கொண்டுள்ளனர். குத்துவிளக்கு ஏற்றுவது, மற்ற தமிழ்ப் பாரம்பரியங்களைக் கடைப்பிடிப்பதும் இன்னமும் இருக்கின்றன. சொல்லப்போனால் அண்மையில் அது அதிகமாகியிருக்கிறது. குடும்ப அளவில் இந்தப் பண்பாடு, பழக்கவழக்கங்கள் கடைப்பிடிக்கப்படுவதை வீட்டின் பெரியவர்கள் உறுதிப் படுத்திக்கொள்கிறார்கள். இப்போதிருக்கும் சமூக வலைதளங்கள், அங்கு பல இடங்களிலிருந்தும் மக்களை ஒருங்கிணைக்கும் செயலை எளிதாக்கியிருக்கின்றன. உலகப் புகழ் பெற்ற மலேசியப் பத்துமலைக் குகை முருகன் கோயிலும், அங்கு வருடாவருடம் நடைபெறும் தைப்பூச நிகழ்வும் அனைவரும் அறிந்ததே.

நல்ல முன்னெடுப்புகள் ஒருபுறம் இருந்தாலும், மலேசியாவில் உள்ள தமிழ்ப் பள்ளிகளின் நிலை இன்றும் மோசமாகத்தான் இருக்கின்றன. அனைத்து அரசுப் பள்ளிகளுக்கும் நிதி உதவி கிடைக்கப்பெறுவதில்லை. கிடைக்கும் சிறு தொகை போதாமல், பள்ளிகள், ஆசிரியர் - பெற்றோர் குழுவுடன் இணைந்து நிதி திரட்டி பள்ளிகள் தடையின்றி இயங்கும்படி பார்த்துக்கொள்கிறார்கள்.

பெற்றோர், தங்கள் பிள்ளைகளைத் தமிழ்ப் பள்ளிகளுக்கு அனுப்ப அவர்களை ஊக்கப்படுத்துவதற்காக ஒவ்வொரு வருடமும் ‘தமிழ்ப் பள்ளியே நமது தேர்வு’ என்ற ஓர் ஏற்பாடு அங்கே இருக்கிறது. அதில் தமிழ்ப் பள்ளிகளில் படித்த மாணவர்களின் சாதனைகளை விளக்கிக் கூறுகிறார்கள். தங்கள் பிள்ளைகளை ஆங்கில, சீன வழி பள்ளிகளில் சேர்க்கும் பெற்றோர்களுக்காகவே இது தொடங்கப்பட்டது. ஆனால் இவற்றால் தமிழ்ப் பள்ளிகளில் இணையும் மாணவர்களின் எண்ணிக்கை குறைந்து கொண்டே போவதைத் தடுக்க முடியவில்லை.

மலேசியா பலதரப்பட்ட பண்பாடுகளைக் கொண்ட நாடு. இன்றும் கூட அங்கிருக்கும் தமிழர்களோ சீனர்களோ, மலேசிய உடையை அணிவதைப் பார்க்க முடியாது. ஆனாலும் அனைவரிடமும் கெபாயா எனப்படும் (பெண்கள் உடை) இருக்கும். அதை அவர்கள் நாட்டின் அனைத்துத் தரப்பு மக்களும் கலந்துகொள்ளும் பொது நிகழ்வுகளின்போது பயன்படுத்துவர்.

மலேசியாவின் இன்றைய மொத்த மக்கள் தொகையில் ஏறத்தாழ ஏழு சதவிகிதம் பேர் தமிழர்கள். அங்கு பல்வேறு துறைகளில் முக்கியமான பங்கு வகிக்கின்றனர். கல்வி, அரசியல், பொருளாதாரம், கலாசாரம் ஆகியவற்றில் குறிப்பிடத்தக்க வளர்ச்சியை அடைந்துள்ளனர். ஆனால், இன்னும் சில சமூக, பொருளாதாரச் சவால்கள் நிலவும் நிலையில், தமிழ்ச் சமூகத்திற்கான உரிமைகள் அளித்து முன்னேற்றத்தை உறுதிப்படுத்த மலேசிய அரசின் தொடர் ஆதரவு அவசியம்.

20. தேன்மொழி – செம்மொழி – இருமொழி

சிங்கப்பூர் மீதான தமிழர்களின் ஆர்வம் உண்மையில் 1800களிலேயே தொடங்கிவிட்டது. சிங்கப்பூர் தனிநாடாக உருவான நாளிலிருந்து தமிழர்கள் அங்கு வசித்து வருகின்றனர். அதற்கு முன்னரும்தான். அந்நாட்டின் நான்கு அரசு அலுவல் மொழிகளில் தமிழும் ஒன்று.

கோட்டூர்புரத்தில் இருக்கும் அண்ணா நூற்றாண்டு நூலகம் போன்றே சென்னையில் அண்ணா சாலை, பெருங்குடி, டி.நகர் என அனைத்துப் பகுதிகளிலும் பெரிய நூலகங்கள் இருந்தால் எப்படி இருக்கும். அதுவும் ஒரு நூலகத்தில் எடுக்கும் புத்தகங்களை வேறு ஏதாவது நூலகத்தில் திருப்பிக் கொடுக்கலாம் என்னும் வசதி இருந்தால்? கூடவும், அனைத்தும் நூலகங்களும் மெட்ரோ வழித்தடத்தில் இணைக்கப்பட்டிருந்தால்? இந்த ஏற்பாடு உண்மையில் சிங்கப்பூரில் உள்ளது.

அங்கிருக்கும் தேசிய நூலக ஆணையம் சார்பில் சிங்கப்பூர் முழுவதும் இருபத்தெட்டு நூலகங்கள் அமைக்கப்பட்டிருக்கின்றன. அங்கு உள்ள புத்தகங்களைப் பற்றிய தகவல்களைத் தெரிந்து கொள்வதற்குச் செயலியும் உள்ளது. அங்கு பழம்பெரும் தமிழ் இலக்கியங்கள் முதல் இன்றைய தலைமுறை பிள்ளைகளுக்கான நவீனத் தமிழ்ப் புத்தகங்கள்வரை அனைத்துமே உள்ளன. தமிழகத்தில் அரிதாகவே இருக்கும் கெட்டி அட்டைப் புத்தகங்கள் கூட அங்கு அதிகமான அளவில் கிடைக்கின்றன.

சிங்கப்பூர் பள்ளிகளில் 1834 ஆம் ஆண்டில் இருந்தே தமிழ் கற்பிக்கப்பட்டு வருகிறது. தமிழ்வழிப் பள்ளிகள் திறக்கப்பட்டு இடையில் மூடப்பட்டாலும், பல்வேறு கால கட்டங்களில் பல தரப்பினராலும் மீண்டும் தமிழ்வழிப் பள்ளிகளைத் தொடங்கும் முன்னெடுப்புகள் இருக்கவே செய்தன.

எனினும், போதிய அளவில் திறன்பெற்ற ஆசிரியர்கள், பாடப் புத்தகங்கள் இல்லாததனால், அவை யாவும் நீண்ட நாள் பலனளிக்காமல் போயின. 1873-76 ஆண்டுகளில் ஆங்கிலோ தமிழ்ப் பள்ளிகள் திறக்கப்பட்டன. அதாவது, தமிழ், ஆங்கிலம் இரண்டுமே பிரதான மொழிகள். நாளடைவில் அவை முழுமையாக ஆங்கிலவழிப் பள்ளிகளாக மாறிப்போயின. சிங்கப்பூரின் உமரு புலவர் தமிழ்ப் பள்ளிதான் அங்குச் செயல்பட்ட கடைசி தமிழ் வழிப் பள்ளி. இப்போதும் உமரு புலவர் தமிழ் மையத்தில் தமிழ் வகுப்புகள் நடைபெறுகின்றன.

அந்நாட்டில் பின்பற்றப்படும் இருமொழிக் கொள்கையின்படி, ஆங்கிலம், தாய்மொழி இரண்டையுமே பயிலலாம். பெயரளவில் மட்டுமே தாய்மொழி என்றில்லாமல், இரண்டாம் மொழிக் கல்வி இங்கே மிகுந்த முக்கியத்துவம் கொடுக்கப்படும் ஒன்று.

ஆரம்ப நாள்களில் சிங்கப்பூரில் தமிழ்ப் பள்ளிகளில், மலேசியா - தமிழ்நாட்டிலிருந்து கொண்டுவரப்படும் தமிழ் புத்தகங்கள்தாம் உபயோகப்படுத்தப்பட்டன. 1980களுக்குப் பிறகு, அந்நாட்டின் பாடத்திட்ட அமைப்பிற்கேற்ப உள்நாட்டிலேயே புத்தகங்கள் தயாராகின. 24 மணிநேரமும் இயங்கும் தொலைக்காட்சி அலைவரிசைகள், பண்பலை வரிசை தமிழ் நிகழ்ச்சிகளை ஒலி - ஒளி பரப்பின. தமிழ்நாட்டின் தமிழ்த் திரைப்படங்கள் அங்கும் பிரபலம்.

சிங்கப்பூர் இந்து தமிழர்கள் அங்கே பல கட்டங்களில் வெவ்வேறு விதங்களில் தங்கள் மதத்தைப் பின்பற்றி வருகின்றனர். ஆனால் பொதுப் பண்டிகைகளின்போது அனைவரும் ஒன்றுகூடுவர். மலேசியா தைப்பூசத்துக்கு இணையானது சிங்கப்பூர் தைப்பூசக் கொண்டாட்டங்கள். அச்சமயத்தில் லிட்டில் இந்தியா முழுவதும் தோரணங்களால் அலங்கரிக்கப்பட்டு, திருவிழாவுக்கென கடைகள் போடப்பட்டிருக்கும். தைப்பூச நாளன்று வீதிகளில் ஊர்வலம் செல்லும் அனுமதி உண்டென்றாலும், கோயிலைத் தாண்டிய

பொது இடங்களில் ஒலிபெருக்கிகளில் அதிகச் சத்தத்துடன் பாடல்கள் ஒலிக்கவிடுவதற்குத் தடை இருக்கிறது. சீனப் புத்தாண்டு தினத்தன்று, சீனா டவுனில் இதே கோலாகலம் இருக்கும்.

இப்போது சிங்கை தமிழ்ச் சங்கம் என்னும் பெயரில் செயல்படும் தமிழ்ச் சங்கம் 1932 ஆம் ஆண்டு தொடங்கப்பட்டது. தமிழ்க் கல்வியை அங்கு சாத்தியப்படுத்தியதில் இவர்களுக்குப் பெரும் பங்கு உண்டு. சிங்கை தமிழ்ச் சங்கத்தைப் போலவே மேலும் சில அரசு உதவி பெறும் சங்கங்களும் சிங்கப்பூர் தமிழர்களின் நலனைப் பாதுகாக்க இயங்கிவருகின்றன. சிங்கப்பூர் தமிழ் எழுத்தாளர் சங்கம் போன்று தனியார் தமிழ் அமைப்புகளும் ஏராளம் உள்ளன. அவை அவ்வப்போது இலக்கியக் கூட்டங்களை நடத்துவதிலும், போட்டிகளை அறிவித்து அங்குள்ள தமிழர்களின் படைப்புகளை அங்கீகரிக்கவும் தவறுவதில்லை.

சிங்கப்பூரில் தமிழ் அதிகாரபூர்வ அரசு மொழி. பெயர்ப்பலகைகள், அரசு அறிவிப்புகள், மெட்ரோ ரயில் அறிவிப்புகள் என ரூபாய் நோட்டின் பெயர்வரை அனைத்திலும் தமிழ் இருக்கும். கூடவே மலாய், மாண்டரின், ஆங்கில மொழிகளும். சிங்கப்பூரில் வசித்த இந்தியர்களில் பெரும்பான்மை தமிழர்கள் என்றாலும் இந்தி, தெலுங்கு, மலையாளம் பேசும் மற்ற மாநில மக்களும் இருக்கவே செய்தனர். அங்கு இந்தியர்களின் மொழியாகத் தமிழ் அதிகாரபூர்வமாக்கப்பட்டபோது, பிற மொழி பேசும் இந்தியர்களிடையே சலசலப்பு ஏற்பட்டது. ஆயினும் தமிழர்கள் அதிக எண்ணிக்கையில் பல காலமாக அங்கே வாழ்ந்து வந்ததால் தமிழ் அலுவல் மொழியாகத் தேர்ந்தெடுக்கப்பட்டது.

சிங்கப்பூரின் இன்றைய செழிப்பு ஒரே நாளில் வந்ததில்லை. பல காலமாக அவர்கள் கடைப்பிடித்த ஒழுங்குமுறைகளின் பயன் அது. ஆங்கிலேய அதிகாரி ராபில்ஸ் நவீன சிங்கப்பூரைக் கட்டமைத்ததில் பெரும் பங்காற்றியவர். 1819 ஆம் ஆண்டு வில்லியம் பர்குஹர் என்பவருடன் இணைந்துதான் இப்போதிருக்கும் சிங்கப்பூருக்கான அடித்தளத்தை உருவாக்கினார். அப்பணிகளில் அனைத்து நிலைகளிலும் தமிழர்களின் பங்கு இருந்தது.

நூற்றிருபது சிப்பாய்கள், மாலுமிகள், உதவியாளர்கள், பணியாளர்களுடன் ராபில்ஸ் சிங்கப்பூர் சென்று இறங்கினார். அவருடன் அப்போது இருந்தவர்களில் முக்கியமானவர் நாராயணப்

பிள்ளை என்கிற தமிழர். அவர் சிங்கப்பூர் வந்திறங்கிய போதுதான், அங்கு அடிப்படை வசதிகள் என எதுவுமே இல்லை என்பதையும், தான் செய்ய வேண்டிய பணிகள் அதிகம் இருப்பதையும் உணர்ந்தார். மலேசியாவில் தனக்கு இருக்கும் தெரிந்தவர்களை வைத்து, தீவுக்குத் தேவையான கட்டுமான பொருள்களைக் கொண்டுவந்து சேர்த்தார். தீவின் முதல் செங்கல் சூளையைத் திறந்தவரும், முதல் கோயிலான மாரியம்மன் கோயிலைக் கட்டியதும் அவர்தான். தன்னுடைய அனுபவங்களைக் கொண்டு பல தொழில்களைத் தொடங்கி, தனக்கென்ற அடையாளத்தை ஏற்படுத்திக்கொண்டவர்.

13ஆம் நூற்றாண்டிற்கு முன்பு வரை சிங்கப்பூர் டெமசெக் என்னும் பெயரில்தான் அறியப்பட்டு வந்தது. அதன் பின்னர் சிங்கபுரா ஆனது. இப்போது சிங்கப்பூர். சங் நிலா உத்தமா என்னும் ஸ்ரீவிஜயத்தை (இந்தோனேசியா) சேர்ந்த இளவரசன் அங்கே ஆட்சி புரிந்தான். அவனையடுத்து வந்த சந்ததிகள் ஐந்து தலைமுறைகளுக்கு அத்தீவை ஆண்டனர். அதன் பிறகு சுல்தான்களின் ஆட்சி. பின்னர் தீவு பிரிட்டிஷ் கட்டுப்பாட்டில் வந்தது.

சூலியஸ் என்னும் தமிழ் இஸ்லாமியர்கள்தான் சிங்கப்பூரில் முதன் முதலில் வந்து நிரந்தரமாகத் தங்கிய தமிழர்கள். பத்தொன்பதாம் நூற்றாண்டில் அவர்கள் அப்பகுதியில் பெயர்போனவர்களானார்கள். துறைமுகப் படகுகளை இயக்கும், மற்ற முக்கியமான வேலைகளிலும் இவர்கள்தான் இருந்தனர். 1827 இல் இவர்களுக்கு மசூதி கட்டிக்கொள்ள அரசு சார்பில் நிலம் கொடுக்கப்பட்டது. 1823- 1826 கால கட்டத்தில் ராபில்ஸ் அங்கிருந்த மக்களை அவரவர் ஜாதிய, கலாசாரப் பண்பாட்டின் அடிப்படையில் வேலைகளைப் பிரித்துக் கொடுக்கும் பணிகளைச் செய்யத் தலைவர்களைப் பொறுப்பில் வைத்தார்.

அதன்படி சிங்கப்பூரில் ஐந்து பகுதிகளில் இந்தியர்களின் குடியேற்றம் அதிகம் இருந்தது. அவை, சூலியா வீதி, மார்க்கெட் வீதி, ஹை ஸ்ட்ரீட், செம்பவாங் கடற்படைத் தளம், தஞ்சோங் பகர் துறைமுகப் பகுதி, செராங்கூன் சாலை. 1830 களுக்கு முன்பு வரை சுலியா, மார்க்கெட் வீதிகளில் மட்டுமே பெரும்பான்மை தமிழர்கள் இருந்தனர். சிங்கப்பூர் நதி அருகில் வடக்கு - தெற்கு

பாலங்களை அமைத்தது, புனித ஆண்ட்ரூ கதீட்ரல் தேவாலயம் முதல் அங்கே இந்தியர்கள் தங்கவைக்கப்பட்ட சிறை முதற்கொண்டு அனைத்தையும் கட்டியது தமிழர்கள்தான்.

ஆங்கிலேயர்கள் சிங்கப்பூரில் முதலில் ராணுவ தளத்தையும், பின்னர் செம்பவாங் பகுதியில் கடற்படைத் தளத்தையும் நிறுவினர். கையோடு சாங்கியில் விமானப்படைத் தளத்தையும். அதில் வேலை செய்த இந்தியர்கள் அருகில் உள்ள கிராமங்களில் தங்களுடைய இருப்பிடங்களை அமைத்துக்கொண்டனர். அப்பகுதிகளில் சீனர்கள், மலாய் மக்களைவிட இந்தியர்கள் அதிகம் அப்போதிருந்தனர்.

கால்நடைகள் சார்ந்த அனைத்துச் செயல்பாடுகளுக்கும் செராங்கூன்சாலை பெயர்போனதாக இருந்தது. 1800களில் அங்கு மாட்டு வண்டிகள், குதிரை, ரிக்ஷா, மிதிவண்டிகள்தாம் அப்போது பிரதானப் போக்குவரத்து பயன்பாடுகளாக இருந்தன. 1936 இல் கால்நடை வளர்ப்பு தடை செய்யப்பட்ட பின்னர், சிறு தொழில்கள் அதிகம் நடைபெறும் கடைத் தெருவாக அப்பகுதி உருமாறியது. மக்கள் தொகையும் பல மடங்கு அதிகரித்தது. அதுதான் இப்போது லிட்டில் இந்தியா பகுதியாக இருக்கிறது.

தமிழர்கள் தங்களின் பணியிடங்களுக்கு அருகிலேயே தங்களின் இருப்பிடங்களை அமைத்துக்கொண்டனர். சிறு தொழில் தொடங்க விரும்பியவர்களுக்கு வட்டிக்குக் கடன் கொடுப்பதுதான் செட்டியார்களின் முதன்மைப் பணியாக இருந்தது. ஐரோப்பிய வங்கிகள், நிதி நிறுவனங்கள் அங்கு கால் பதிக்கும் வரை, நிதி நிறுவனங்கள் என்றால் அது தமிழ் செட்டியார்கள் என்பதுதான். அவர்கள் செராங்கூன் சாலையில் தங்களது கடைகளை வைத்திருந்தனர்.

சிங்கப்பூரின் தஞ்சோங் பகர் மாவட்டத்தில் கடையநல்லூர் வீதி என்று பெயர் கொண்ட ஒரு தெரு உள்ளது. அது தமிழகத்தின் கடையநல்லூரைச் சேர்ந்த பல தமிழர்கள் அங்கு வசிப்பதற்கு அடையாளமாக வைக்கப்பட்ட பெயர்தான். அதேபோல, நாகூர் தர்காவும் அங்கு உள்ளது. 1828 இல் கட்டப்பட்ட அந்தத் தர்காவில்தான் தமிழ் இஸ்லாமியர்கள் ஒன்றுகூடுவார்கள். செராங்கூன் சாலை மாரியம்மன் கோயில் 1973ஆம் ஆண்டு அரசு சின்னமாக அறிவிக்கப்பட்டது.

கண்காணி முறையின்படி தொழிலாளர்களாகவும், கண்காணிப்பாளர்களாகவும் தமிழர்கள் சிங்கப்பூருக்கு வந்தனர். சிலர் வணிகத்திற்காகவும், சிறு தொழில் தொடங்குவதற்காகவும் வந்தனர். தமிழ் இஸ்லாமியர்கள் கடை முதலாளிகளாகவும், அலுவலகப் பணிகளிலும் இருந்தனர். இலங்கையிலிருந்து வந்தவர்கள் காலனிய அலுவலகப் பணிகளிலும், ஆசிரியர்களாகவும் இருந்தனர். அவர்களுக்குத் தமிழ் ஆங்கிலம் இரண்டுமே தெரிந்திருந்ததனால், அப்பணிகளில் பெரும்பான்மையாகப் பணியமர்த்தப்பட்டனர்.

ஆங்கிலேயக் காலனியக் காலத்தில் சுமத்ரா தீவில் இருக்கும் இந்தியக் கைதிகளும், இந்தியாவிலிருந்து வரும் கைதிகளும் சிங்கப்பூருக்குத்தான் அனுப்பிவைக்கப்பட்டனர். 1825 முதல் இது தொடங்கியது. அவர்களுடைய தண்டனைக் காலத்துக்குப் பிறகு விடுவிக்கப்பட்டவர்களில் சிலர் சிங்கப்பூரிலேயே தங்கிவிட்டனர். சிங்கப்பூரில் இருந்த அதிகாரிகள் கைதிகளை அதிக கட்டுப்பாடுகள் இல்லாமல் நன்றாகவே நடத்தினர். அவர்களுக்கு விவசாயம், வணிகம் கற்றுக்கொடுக்கப்பட்டு வேலைகளில் அமர்த்தப்பட்டனர்.

ஆனால், நாளடைவில் கைதிகளின் எண்ணிக்கை அதிகமாகவே, இந்தியக் கைதிகளைச் சிங்கப்பூர் கொண்டு வருவதற்கு எதிர்ப்புகள் எழுந்தன. அதனால், கைதிகளின் வரவு நிறுத்தப்பட்டது. சிங்கப்பூருக்கு இந்தியர்களின் நேரடி வருகை குறைந்தாலும், மலேசியாவிலிருந்து ஏராளமான இந்தியர்கள் சிங்கப்பூருக்கு வந்தனர். அதிலும் 1947 - 1957 காலக்கட்டங்களில் வந்தவர்கள் சுமார் நாற்பதாயிரம் பேர். இங்கே இந்தியர்கள் என்பது பெரும்பாலும் தமிழர்களைக் குறிக்கும்.

சிங்கப்பூர் மக்கள் தொகை, சீனர்களைப் பெரும்பான்மையாகக் கொண்டிருந்தது. இருப்பினும் அனைத்து இன மக்களும் அங்கே ஏற்றுக்கொள்ளப்பட்டனர். மலேசியா அப்படியில்லை. அவர்களுக்குப் பூமி புத்திரா என்னும் மண்ணின் மைந்தர்களான மலாய் மக்கள்தாம் முதலில் வருவார்கள். மற்றவர்கள் இரண்டாம்பட்சம்தான். மலேசியாவில் உள்ளதைப் போல இயற்கை வளங்களோ, வாய்ப்புகளோ இல்லாததால், சிங்கப்பூர் தொழில் துறை, தொழில்நுட்பம் சார்த்து கட்டமைப்பை உருவாக்கிக்கொள்ள வேண்டியிருந்தது. மலேசியாவுக்கோ பல தரப்பட்ட வருமான வழி இருந்தது.

மலேசியா, சிங்கப்பூரின் உறவென்பது ஒருவகையில் திருமணமான முதல் நாளிலிருந்தே ஒத்துப்போகாத கணவன் மனைவி உறவைப்போலத்தான். ஆங்கிலேய அரசிடம் இருந்து விடுதலை பெற்று மலாயா கூட்டமைப்பு உருவானது, அதில் ஓர் அங்கமாக 1961 முதல் பேச்சுவர்தை நடத்தப்பட்டு 1963 இல் சிங்கப்பூர் இணைந்தது. பல நிபந்தனைகளுடன், தன்னாட்சி அதிகாரங்களைப் பெற்றுக் கொண்டுதான் ஒப்பந்தம் கையெழுத்தானது. என்றாலும், இரு தலைவர்களுக்கும் இது சுமுகமாக இருக்கப்போவதில்லை என்பதை அப்போதே உணர்ந்திருந்தனர்.

மலாயா கூட்டமைப்பின் ஒரு மாகாணமாக சிங்கப்பூர் இருக்கும். அதன் பாதுகாப்பு, வெளியுறவுத் துறை, போன்றவை கூட்டமைப்பின் பொறுப்பு. கல்வி, தொழிலாளர், அரசாங்க நிர்வாகம் சிங்கப்பூர் அரசின் கட்டுப்பாட்டில் எனப் பிரித்து எழுதிக்கொண்டனர்.

சிங்கப்பூரில் உள்ள மக்களுக்கு சிங்கப்பூர் குடியுரிமை இருக்கும். ஆனால் அவர்கள் பெடெரேஷன் குடிகளாக மாட்டார்கள். அவர்களது பாதுகாப்பினை உறுதிசெய்யும் பொருட்டு, அவர்களை 'நேஷனல்ஸ்' என்ற பிரிவின் கீழ் கொண்டுவரப்பட்டனர். அவர்களுக்கு பெடெரேஷன் குடிமகன்களுக்கு உரிய அனைத்தும் கிடைத்தன.

கூட்டமைப்புத் தலைவர்கள் கஜானாவுக்குப் பொருளாதார ரீதியாக வரவை சிங்கப்பூர் கொண்டு வரவேண்டும் என்கிற எதிர்பார்ப்பு இருந்தது. சபா, சரவாக் பகுதிகளுக்குக் கடன், நிதி உதவிகளை அளிக்கவேண்டும் என்றும் எதிர்பார்த்தனர். சிங்கப்பூர் எத்தனை அதிகம் பண மூட்டைகளைக் கொடுத்துவிடுகிறதோ, எந்த அளவிற்கு பெடரேஷனின் பாரம் குறையும் என்பது தலைவர்களின் எண்ணம். சிங்கப்பூருக்கோ மலேசியாவின் மூலம் பெரிய சந்தை வாய்ப்பு திறக்கும் என்ற நம்பிக்கை.

எதிர்பார்ப்புகள் ஒரு புறமிருக்க, இரு நாடுகளுக்கும் அதன் அரசியல் கட்சித் தலைவர்களுக்கும் இருந்த கொள்கை வேறுபாடுகள், செயல்படும் விதங்களில் வித்தியாசங்கள், குழப்பங்களை அதிகமாக்கின. சிங்கப்பூர் பிரதமர் லீயின் கட்சி வெளிப்படையாக, உள்ளதை உள்ளபடி விமர்சனம் செய்யும் தன்மை கொண்டது. மலேசியக் கட்சியோ அனைத்தையும்

தனிமையில் பேசி முரண்பாடுகளைச் சரி செய்துகொள்ளும் இயல்பைக் கொண்டது. இவ்வளவு ஏன், சிங்கப்பூர் - மலேசியா கூட்டமைப்பின் இணைப்பையே இருவரும் தனித் தனியாகத்தான் அறிவித்தனர். அங்கே ஆரம்பித்தது முதல் சலசலப்பு.

பெப்ரவரி மாதம் 1965 இரு தரப்புக்கும் இடையே கருத்துப் பரிமாற்றமாக ஆரம்பித்தது, சொற்போராக முடிந்தது. அதையடுத்து நடைபெற்ற மலேசியக் கட்சியின் ஆண்டு பொதுக்கூட்டத்தில், லீயை கைது செய்து சிறையில் வைக்கவேண்டும் என்று தீர்மானமே நிறைவேற்றினார்கள். அச்சமயம் மருத்துவ சிகிச்சைக்காக பிரான்சில் இருந்த மலேசியப் பிரதமருக்கு அவரது உதவியாளர் தந்தி ஒன்றை அனுப்பினார். மூத்த அமைச்சர்கள் அனைவரும் ஒப்புக்கொண்டுவிட்டனர். இனி, சிங்கப்பூர் அதன் போக்கில் தனியே போவதுதான் வழி.

பல கட்ட பேச்சுவார்த்தைகளுக்குப் பிறகு இரு நாடுகள் சார்பிலும் அமைச்சர்கள் ஒன்றிணைந்து பிரிவு உடன்படிக்கையைத் தயார்செய்யச் சிங்கப்பூர் தரப்பை சம்மதிக்க வைத்தனர். இந்த விஷயங்கள் எதுவுமே அப்போது பிரிட்டிஷ் உயர் ஆணையருக்குத் தெரிந்திருக்கவில்லை. அவருக்கு விவரம் தெரியவந்ததும் உடனே மலேசியப் பிரதமரைத் தேடிப்பிடித்துப் பேசும்போதுதான், சூழ்நிலை கைமீறிப் போயிருப்பதை உணர்ந்தார்.

உடன்படிக்கை தயாரானதும், அது விமானத்தின் மூலம் சிங்கப்பூர் அனுப்பிவைக்கப்பட்டது. அங்கே அமைச்சர்கள் அனைவரும் கையெழுத்திட்டதும், மலேசியாவின் சட்டசபையில் ஓட்டெடுப்பு நடத்தப்பட்டது. அதில் சிங்கப்பூர் தனி நாடாகப் பிரிந்து போவதாகத் தீர்மானம் நிறைவேறியது. காலத்துக்கும் சேர்ந்து இருப்போம் என்று எடுத்துக்கொண்ட உறுதிமொழி இரண்டே ஆண்டுகள்தாம் நிலைத்தது. பிரிவு ஒப்பந்ததில் இரு தரப்பினரும் கையெழுத்திடும் சம்பிரதாயங்கள் முடிந்ததும், சிங்கப்பூர் ஒரு புதிய குட்டி தனித்தீவு நாடாக உலகத்திற்கு மீண்டும் அறிமுகமானது.

முறையே இரு நாட்டு வானொலி, தொலைக்காட்சிகளில் இந்த அறிவிப்பு வெளியானது. பத்திரிகையாளர்கள் சந்திப்பில், பிரிவு முடிவு இன்றியமையாததன் காரணங்களைக் குறித்து லீ உணர்ச்சி வசப்பட்டு பேசியது இன்றும் பலருக்கும் நினைவிருக்கும்.

பிரிட்டிஷ் ஆட்சியின்போதே தன்னாட்சி அந்தஸ்தைப் பெற்றிருந்தாலும், மலேசியாவுடன் இணைவதுதான் அரசியல், பொருளாதார ஸ்திரத்தன்மையை உறுதிசெய்யும் என்று நம்பியிருந்தார் சிங்கப்பூர் பிரதமர் லீ. திடீரெனத் தனி நாடாகவேண்டிய சூழ்நிலை வந்தபோது, அந்நாட்டுத் தலைவர்கள் உட்பட அனைவருமே உறுதியற்ற நிலையில்தான் இருந்தனர். காலம் தாழ்த்தாமல் சுதாரித்துக்கொள்ளவேண்டிய கட்டாயம் அவர்களுக்கு இருந்தது.

சிங்கப்பூர் பல தரப்பு மக்களையும் அரவணைத்தது. அனைவருக்கும் இடமளித்து, ஒன்றிணைந்த வளர்ச்சியை நோக்கி அவர்கள் பயணம் செய்யத் தொடங்கினர். அவர்களுக்கு இருக்கும் பலங்களைக் கண்டடைந்து கவனம் செலுத்தியதன் விளைவு, இன்று முன்னேறிய நாடுகளில் முக்கியமான இடத்தில் தங்களை நிலைநிறுத்தியிருக்கின்றனர்.

1986 ஆண்டிறுதிக்கு முன்பிருந்தே சிங்கப்பூர் குடியாக இருப்பவர்கள் நாட்டின் முன்னேற்றத்துக்கு அளித்த பங்களிப்பை அங்கீகரிக்கும் வகையில் அவர்களுக்கு ‘முன்னோடிகள்’ என்ற அடையாளத்துடன் பல முன்னுரிமைகள் வழங்கப்பட்டு வருகின்றன. அதேபோன்று இப்போது மூன்றாவது, நான்காவது தலைமுறையினராக இருப்பவர்களுக்கும், அவர்களது முந்தைய தலைமுறை நாட்டிற்குச் செய்த உபகாரத்திற்காக முக்கியத்துவம் தரப்படுகிறது.

இன்று உலகிலேயே மும்முரமாக இயங்கும் துறைமுகங்களில் ஒன்று சிங்கப்பூர். புதுமையும் பண்பாடும் ஒன்றையொன்று மிஞ்சும் தேசம். தமிழர்கள் தொழில்நுட்பம், கலை, அரசியல், மருத்துவம் என அனைத்துத் துறைகளிலும் பொறுப்புகள் வகிக்கிறார்கள். தற்போதைய ஜனாதிபதி தர்மன் சண்முகரத்தினம் கூட இலங்கைத் தமிழ் வம்சாவளியைச் சேர்ந்தவர்தான். இனப்பாகுபாடுகள் இல்லையென்றாலும் தமிழர்கள், தாங்கள் சிறுபான்மையினர் என்பதை அவ்வப்போது உணராமல் இல்லை. எனினும், சிங்கப்பூர் பல இன மக்களை தனது குடிமக்களாக வைத்துக்கொண்டு சுமுகமாக ஆட்சிசெய்வது பாராட்டத்தக்கது.

21. கங்காரு தேசத்தின் சிங்காரத் தமிழர்கள்

சிறிய கண்டமும், உலகிலேயே ஆறாவது பெரிய நாடுமான ஆஸ்திரேலியா 8.56 மில்லியன் சதுர கிலோமீட்டர்கள் பரப்பளவு கொண்டது. ஐரோப்பியர்கள் இத்தீவைக் கண்டடைவதற்கு முன்பு அங்கிருந்த பழங்குடியினர், ஆஸ்திரேலியா அபோர்ஜின்கள் என்றறியப்பட்டனர். அவர்கள் கடற்கரைப் பகுதிகளுக்கு அருகில் வாழ்ந்துவந்தனர். பல இனக்குழுக்களாக இருந்தனர். அவர்களிடையே கிட்டத்தட்ட இருநூற்றைம்பது மொழி வழக்குகள் பயன்பாட்டில் இருந்தன. பதினேழாம் நூற்றாண்டில் டச்சு பயணிகள் தீவை வந்தடைந்தனர். அத்தீவுக்கு அவர்கள் சூட்டிய பெயர் நியூ ஹாலந்து.

அதன் பிறகு அது பிரிட்டிஷ் குடியேற்றமாக ஆனது. 1788 இல் நியூ சவுத் வேல்ஸ் என்னும் பெயரில் அங்கே கைதிகள் தங்கவைக்கப்பட்டனர். பத்தொன்பதாம் நூற்றாண்டில் கூடுதலாக ஐந்து காலனிகள் தன்னாட்சி பொறுப்போடு உருவானது. 1851 ஆம் ஆண்டு தற்போதைய சிட்னி நகருக்குச் சரியாக இருநூற்றுப்பத்து கிலோமீட்டர் தொலைவில் தங்கம் இருப்பு கண்டுபிடிக்கப்பட்டது. அன்று தொடங்கி அடுத்த பல வருடங்களுக்குத் தீரத் தீர அங்குத் தங்கத்தை எடுத்தனர். உலகின் மொத்தத் தங்கத்தில், மூன்றில் ஒரு பங்கு அப்போது ஆஸ்திரேலியாவின் விக்டோரியா பகுதியிலிருந்து மட்டுமே வந்தது. பிறகென்ன, அது பிரிட்டனுக்கு எடுத்துச் சொல்லப்பட்டது.

இரண்டு உலகப்போர்களின் போதும் ஆஸ்திரேலியா நேச நாடுகளுடன் இணைந்து போரைச் சந்தித்தது, அதனால் பெரும் பொருள் சேதமும், உயிரிழப்பும் ஏற்பட்டது. 1901 முதல் ஆஸ்திரேலியாவின் காலனிகள் இணைந்து கூட்டமைப்பை உருவாக்கின. அவை முழுமையாகத் தன்னாட்சி பெற்ற மகாணங்களாக ஆகின. அதன் அரசியலமைப்பு ஐக்கிய ராஜ்ஜியம், அமெரிக்காவின் அம்சங்களைக் கொண்டது. இன்று பல இனத்தவர்கள், பல மொழி பேசும் மக்கள் வாழும் அப்பூமியில் நூற்றுக்கும் அதிகமான மொழிகள் பேசப்படுகின்றன.

தனித்து விடப்பட்ட பழமையானதொரு தீவு என்பதுதான் பல ஆண்டு காலமாக ஆஸ்திரேலியாவைப் பற்றிய பிம்பமாக இருக்கின்றது. ஆனால், நான்காயிரம் வருடங்களுக்கு முன்பே அங்கு இந்தியர்கள் இருந்துள்ளதைச் சில மரபியல் ஆராய்ச்சிகளின் மூலம் கண்டுபிடித்திருக்கிறார்கள். ஆஸ்திரேலியா அபோர்ஜின்களிடம் தமிழர்களின் ஜீன்கள் இருந்ததற்கான ஆய்வுகளும் இருக்கின்றன. அவர்கள் எவ்வழியாக எப்போது தீவை அடைந்தனர் என்பதைப் போன்ற விவரங்கள் இல்லையெனினும், அங்கு இருக்கும் சில தாவரங்கள், நாய் வகைகள், நிச்சயம் இந்தியாவிலிருந்து சென்றிருக்க வேண்டும் என்பது அவர்களது கருத்து.

இதை ஆமோதித்துப் பேசியிருக்கிறார், முனைவர் ராமமூர்த்தி. 2015 ஆம் ஆண்டுக்கான ‘ஆஸ்திரேலியாவின் பெருமை’ விருதை வாங்கியவர். கல்வியில் குறிப்பிடத்தக்க பணிகளைச் செய்ததற்காக இந்த விருதைப் பெறும் முதல் தமிழர் இவர். ஆஸ்திரேலியப் பழங்குடியினரைப் பற்றிப் பேசிய இவர், போதிய மருத்துவ அறிவு இல்லாததால், இவர்களின் ஆயுள்காலம் குறுகியதாக இருந்தது. தமிழர்களுக்கும், ஆஸ்திரேலிய அபோர்ஜின்களுக்கும் நிறையவே ஒற்றுமைகள் இருக்கின்றன. நகரம், மங்கை, முதலை போன்ற வார்த்தை பிரயோகங்களும் ஒன்றாகவே இருக்கின்றது என்கிறார்.

தமிழர்கள் கரும்புத் தோட்டங்களில் தொழிலாளர்களாகவும், தங்கச் சுரங்கங்களில் பணியாளர்களாகவும் ஆஸ்திரேலியாவுக்கு வந்தனர். மேற்கு ஆஸ்திரேலியாவில் முத்துகள் சார்ந்த தொழில்களிலும் ஈடுபட்டனர். 1981 க்கு முன்பு வரை அங்கு தோராயமாக ஆயிரம் தமிழர்கள் இருந்திருப்பார்கள். அன்றிலிருந்து ஆண்டுதோறும் அந்த எண்ணிக்கை அதிகரித்துக்கொண்டுதான் போகிறது.

தமிழர்கள் தாங்கள் குடியேறும் பகுதிகளில் எல்லாம் பண்பாடு, மத நம்பிக்கைகளின் அடையாளங்களைத் தவறாமல் உருவாக்கிவைப்பவர்கள். அதுபோலத்தான் ஆஸ்திரேலியாவிலும் முருகன் கோயில்கள் பல இடங்களிலும் அமைக்கப்பட்டன. 1985 ஆம் ஆண்டு சிட்னி முருகன் கோயில் கட்டப்பட்டது. இப்பணிக்காகவே அங்கு சைவ மன்றம் ஒன்றையும் தொடங்கினர். ஆஸ்திரேலியாவில் இப்போது சிட்னி முருகன் பிரபலம். இரண்டு தேசிய நெடுஞ்சாலைகளுக்கு நடுவில், சாலைப் போக்குவரத்துத் துறையினரிடமிருந்து இடத்தை வாங்கி கோயிலைக் கட்டினார்கள். மெல்போர்ன் முருகன் கோயிலில் வேலுக்குத்தான் பூஜைகளும் வழிபாடுகளும். 1985க்கு முன்பு அங்குப் பெரிதாகப் பொதுவில் தெய்வ வழிபாடுகள் நிகழவில்லை. ஆஸ்திரேலியாவின் பல பெரிய கோயில்களுக்கான முன்னெடுப்புகள் இலங்கைத் தமிழர்களால் எடுக்கப்பட்டவை.

இலங்கையில் போர் தீவிரமடைந்திருந்த சமயம், இலங்கைத் தமிழர்கள் பலரும் இந்தியாவுக்குத் தப்பித்து, அங்கிருந்து படகில் ஆஸ்திரேலியா சென்றனர். அப்படிச் சென்றவர்கள் அரசின் விதிமுறைகளைப் பின்பற்றிச் சில ஆண்டுகள் முகாம்களில் தங்கினர். பின்னர் ப்ரிட்ஜிங் விசாவை பெற்று மேலும் பல வருடக் காத்திருப்புக்குப் பிறகும், குடியுரிமை மறுக்கப்படுவதை எதிர்த்துப் போராட்டம் நடத்தினர்.

குடியுரிமை இல்லாமல், அந்நாட்டில் மருத்துவ வசதிகள் கிடைக்காது. வேலைவாய்ப்பு சவாலான காரியம். இருப்பிடம் கிடைப்பதும் பெரும் பாடு. இத்தனை ஏன்? முறையான அனுமதி இல்லாமல் வேறு இடங்களுக்குச் செல்லவும் முடியாது. இப்படி எந்தவித ஆதரவும் இன்றி, தாக்குப்பிடிக்க முடியாமல், தங்கள் உயிரை மாய்த்துக்கொண்ட தமிழர்களும் உண்டு. இதை எதிர்த்து, 500 க்கும் மேற்பட்டவர்கள் ஒன்றுகூடி ஆர்ப்பாட்டம் நடத்தினர். இந்தத் தமிழர்கள், தங்களுக்காக சிறப்பு அந்தஸ்து எதையும் கேட்கவில்லை. பிழைப்பைத் தேடிக்கொள்வதற்கு ஏதுவாக அடிப்படை உரிமைகளை மட்டுமே அவர்கள் எதிர்பார்க்கிறார்கள்.

இருபதாம் நூற்றாண்டில், ஆஸ்திரேலிய அரசு தங்களது குடிவரவு சட்டத்தில் மாற்றத்தைக் கொண்டு வந்தது. அதற்கு முன்பு வரை ஆசியர்களின் வருகையைத் தவிர்க்க, தேர்ந்தெடுத்துத்தான்

அகதிகளைச் சேர்த்துக்கொண்டனர். அப்போது அங்கு நிறப் பாரபட்சம் இருந்தது. 1970 களில் அது முற்றிலும் நிறுத்தப்பட்டு, மீண்டும் அனைவருக்கும் ஆஸ்திரேலியாவின் கதவுகள் திறக்கப்பட்டன. அதே சமயத்தில்தான், இலங்கை போரில் பாதிக்கப்பட்ட தமிழர்கள் அதிக எண்ணிக்கையில் அங்கு சென்று சேர்ந்தனர்.

ஆண்ட்ரூ சார்ல்டன். நியூ சவுத் வேல்ஸின் எம்பி. அவர் ஜனவரி மாதத்தைத் தமிழ் பாரம்பரிய மாதமாக அறிவித்தார். இது தமிழின் தொன்மையைப் பெருமைப்படுத்துவதற்கும், மற்றவர்களும் அறிந்து அதைப் பாராட்டுவதற்கும் ஏற்ற நிகழ்வாக அமையும் என்றும் பேசினார். அதோடு, ஜனவரியில் இந்தத் தமிழ் பாரம்பரிய மாதத்தைக் கொண்டாடுவது, ஆஸ்திரேலியாவில் கடை நடத்தும் தமிழ் முதலாளிகளுக்கு நல்ல லாபத்தைக் கொடுக்கும். அங்குள்ள தமிழ்க் குடும்பங்கள் பொங்கலைக் கொண்டாட ஆயத்தமாகிக்கொண்டிருப்பார்கள். அச்சமயத்தில் இவ்விழா அமைந்தால் மகிழ்ச்சி இரட்டிப்பு ஆகும் என்றும் கூறினார்.

இரண்டாயிரமாவது ஆண்டுக்குப் பிறகு, தமிழர்கள் அதிக அளவில் அங்கு குடியேறி இருந்தனர். தமிழ்நாட்டிலிருந்து மட்டுமல்ல, இலங்கை, மலேசியா, சிங்கப்பூரில் இருந்த தமிழர்களும் பெரும் எண்ணிக்கையில் ஆஸ்திரேலியாவில் குடியேறினர். அவர்கள் தெற்குப் பகுதியில் அதிகம் வசித்தனர். 2004 ஆம் அண்டுக்குப் பிறகு தமிழ்க் குடும்பங்கள் ஒருவருக்கொருவர் சந்தித்துக் கொள்ள முடிந்தது. அடுத்த வருடமே ஐம்பது குடும்பங்கள் வரை ஒன்று சேர்ந்து பண்டிகைகளை கொண்டாடினர். அப்போது உருவானதுதான் அடிலைட் தமிழ்ச் சங்கம். 2006 ஆம் ஆண்டு முதல் இலங்கை, மலேசியத் தமிழர்களும் இணைந்துகொண்டனர்.

ஆஸ்திரேலியத் தமிழ் தொழில்முறை சங்கம். இது அங்குள்ள தமிழ் தொழில் வல்லுநர்களை இணைத்து, அவர்களின் தொழில் வளர்ச்சிக்கு ஒருவருக்கொருவர் ஆதரவளிக்கும் அமைப்பு. இதன்மூலம், தொழில் மேம்பாட்டுப் பயிற்சி, தொடர்புகள், உலகெங்கும் உள்ள தமிழ்ச் சமூகத்துடன் இணைந்து, தொழில் ரீதியான திறமைகளை வளர்த்துக்கொள்ள உதவுகிறது.

சனிக்கிழமை மதியங்களில் செயல்படும் தமிழ்ப் பள்ளிகள் பல அங்கு உண்டு. அடிப்படைப் பாடம் முதல் உயர்கல்வி

வரையிலான வகுப்புகள் நடக்கும். தன்னார்வத்துடன் வந்து பங்கேற்கும் ஆசிரியர்களும் அதிகம்.

ஆஸ்திரேலியாவில் வசிக்கும் தமிழர்களிடம் நேரடியாகப் பேசியதில் நமக்குத் தெரியவரும் சில விஷயங்கள், தமிழ்க் குடும்பங்களில் பொதுவாகப் பேசப்படும் மொழி தமிழ்தான். ஆனால் பிள்ளைகள் வளர்ந்து பள்ளிகளுக்குச் செல்லத் தொடங்கியதும், நண்பர்களிடம் ஆங்கிலத்தில் உரையாடிப் பழகுகிறார்கள். வீட்டிலும் அதையே தொடர்கிறார்கள். பேச்சுவழக்காக தமிழ்ப் பயன்பாடு குறையத் தொடங்குவது இங்குதான்.

இந்தத் தலைமுறை பிள்ளைகளுக்கு எந்தவொன்றையும் கட்டாயமாகத் திணிப்பது ஒத்துவருவதில்லை. மாறாக, குடும்பத்துப் பெரியவர்கள், பிள்ளைகளுக்குத் தமிழின் மீது ஆர்வத்தை ஏற்படுத்த வேண்டும். இயல்பாகவே அவர்களுக்குத் தமிழ் கற்றுக்கொள்ளும் எண்ணம் உண்டானால், அது நல்ல பலனைத் தரும். அங்குள்ள தமிழ்ப் பிள்ளைகளில் ஐந்து சதவிகிதம் பேராவது தமிழை நன்கு கற்று உயர்நிலைத் தேர்வு வரை செல்வார்கள். மற்ற 95% சதவிகிதம் பேர், தமிழ்ப் பள்ளிகளுக்குச் சென்றால், அங்கு நண்பர்களைச் சந்திப்பதோடு, அங்கு விளையாடி மகிழவும் முடியும் என்பதையும் எதிர்பார்த்துச் செல்பவர்கள்தான். ஆனால் பெரும்பாலானோருக்குத் தமிழ் பேசத் தெரிந்திருக்கிறது.

சிட்னி, மெல்போர்ன் பகுதிகளில் தமிழர்கள் அதிகம் வசிக்கிறார்கள். பிரிஸ்பேனிலும் குறிப்பிடத்தக்க எண்ணிக்கையில் இருக்கின்றனர். சிட்னியின் ஹரீஸ் பூங்கா பகுதி லிட்டில் இந்தியா என்ற பெயரால் அறியப்படுகிறது. அங்கு அதிக அளவில் உள்ள இந்தியக் கடைத் தெருக்களே காரணம். சிட்னியில் பொங்கல் பண்டிகையும், மெல்போர்னில் தமிழ்ப் புத்தாண்டும் விமரிசையாகக் கொண்டாடப்படும் பண்டிகைகள். சிட்னியில் பொங்கல் நாளன்று மொத்தச் சாலையையும் மறைத்து, அலங்கார வளைவுகளை அமைப்பார்கள். அங்குள்ள தமிழ்ச் சங்கங்கள் அரசிடம் அனுமதி வாங்கி இதனைச் செய்வார்கள்.

அன்றைய நாள் முழுவதும் அங்கு போக்குவரத்து நிறுத்தப்படும். பொங்கல் நிகழ்வில், குறைந்தபட்சம் நூறு பொங்கல் பானைகளாவது வைக்கப்படும். அதுவும் சாலையின் மத்தியில் வைத்துப் பொங்கலிட்டுக் கொண்டாடுவார்கள். அதில் ஒவ்வொரு பானையும்

ஒரு தமிழ்ச் சங்கம், தமிழ்ப்பள்ளியின் சார்பில் வைக்கப்படும். இந்த நிகழ்ச்சியில், அப்பகுதி எம்பியும் பங்குகொள்வார். பொட்டு வைத்துக்கொண்டு, ஒரு குத்தாட்டம் போட்டுவிட்டு 'பொங்கலோ பொங்கல்' என்று சொல்லிவிட்டுத்தான் எம்பி நகர்வார். தமிழர்களின் ஓட்டும் முக்கியமல்லவா.

இதுபோக, இந்தியாவிலிருந்து இசைக் கலைஞர்களை வரவழைத்து இசை நிகழ்ச்சிகள், நடனம், பேச்சுப்போட்டிகளும் நடைபெறும். சென்ற சில ஆண்டுகளில் சூப்பர் சிங்கர் புகழ் பாடகர்களும் பங்குபெற்றனர். அவ்வப்போது தமிழ்நாட்டின் பிரபல இசை அமைப்பாளர்கள் அங்கு சென்று பெரிய அளவிலான இசை நிகழ்ச்சிகளை நடத்துவார்கள். இலக்கிய நிகழ்வுகளும், நாடகங்களும் உண்டு. அதற்கும் மக்கள் மத்தியில் வரவேற்பும் இருக்கிறது. ஆஸ்திரேலியத் தமிழர்கள் நடத்தும் இணைய வழி தமிழ் பத்திரிகைகள் அங்கு பிரபலம். தமிழ் நாட்டு சினிமா, அரசியல் செய்திகளுடன், ஆஸ்திரேலியாவின் அனைத்து மாகாண செய்திகளும் அதில் இடம் பெறும்.

இன்று தமிழர்கள் பல துறைகளிலும் தங்கள் பங்களிப்பை அளித்து வந்தாலும், தகவல் தொழில்நுட்பம் சார்ந்து அதிகம் ஈடுபட்டிருக்கிறார்கள். தொழில்முறை பணிகளில் அதிக எண்ணிக்கையில் பொறியாளர்கள் இருக்கிறார்கள். தொழில் நுட்பத்தில் தமிழர்கள் அங்கே வல்லவர்கள். இலங்கைத் தமிழர்களுக்குத் தங்கள் பிள்ளைகளை மருத்துவம் படிக்க வைக்கவேண்டும் என்ற ஆர்வம் அதிக அளவில் இன்றைக்கும் இருக்கின்றது. அங்கு அரசியல் சார்ந்தும், கட்சிப் பணிகளில் பல தமிழர்கள் ஈடுபட்டிருக்கின்றனர். கவுன்சிலர்களாவும் தமிழர்கள் பதவி வகிக்கிறார்கள். இனப்பாகுபாடென்பது அந்நாட்டு மக்களில் சிறிய சதவிகிதத்தினரிடையே இருந்தாலும், பெரும்பான்மை மக்கள் பழகுவதற்கு இனிமையானவர்கள். அரசாங்கமும் பன்முகக் கலாசாரத்தை எப்போதுமே ஆதரித்து வந்திருக்கிறது.

இலங்கைத் தமிழர்களுக்கும், தமிழகத்தில் புயல், இயற்கைச் சீற்றங்களின் போதும் தேவைப்படும் உதவித் தொகையை, ஆஸ்திரேலியாவில் நிகழ்ச்சிகள் நடத்தி நிதி சேகரித்து அனுப்புவார்கள். சங்கங்களின் மூலம் இதற்கான மொய் விருந்துகளும் அவ்வப்போது ஏற்பாடு செய்யப்படும்.

ஆஸ்திரேலியாவில் படித்து வந்த இந்திய மாணவர்களின் மீது 2008 - 2010ஆம் ஆண்டு காலகட்டத்தில் தொடர்ந்து இனவெறித் தாக்குதல்கள் நடத்தப்பட்ட சம்பவங்கள் நினைவிருக்கும். அப்போது அது உலகம் முழுக்க கவனம் பெற்ற செய்தி. பல முனைகளிலிருந்தும் கண்டனங்கள் எழுந்தது. சுதாரித்துக் கொண்ட ஆஸ்திரேலியா அரசு, பல்கலைக்கழகப் பகுதிகளில் பலத்த காவலுக்கு ஏற்பாடு செய்தது. அவ்வப்போது அங்கே ஒரு தரப்பினரால் வெளிநாட்டவர்கள் குடியேறுவதற்கு எதிராகக் கோரிக்கைகள், போராட்டங்கள் நடத்தப்படுவதும் அதிகரித்துவருகின்றன.

22. ஆறு மாதம் குளிர்; ஆயுளுக்கும் தமிழ்!

உலக அளவில் தாய்நாட்டுக்கு வெளியே அதிகத் தமிழர்கள் வசிக்கும் நாடுகளில் முக்கியமானது கனடா. பூமியின் எந்த மூலையில் மக்களுக்குப் பிரச்சினை என்றாலும் முதல் ஆளாக அவர்களை வரவேற்று வாழவைக்கும் நாடு கனடா. 2024ஆம் ஆண்டு கணக்கின்படி, நான்கு கோடிக்கும் சற்றே அதிகமான மக்கள் தொகையைக் கொண்டுள்ளது. அதில், இரண்டரை லட்சம்பேர் தமிழர்கள்.

இலங்கை போரின்போது அடைக்கலம் தேடி வந்த தமிழர்கள், தமிழ்நாட்டிலிருந்து வந்தவர்கள், மலேசியா, சிங்கப்பூர் தமிழர்களும் கனடாவில் உள்ளனர். 1983 ஆம் ஆண்டில் நூற்றைம்பது தமிழர்களே அங்கு இருந்தனர். இன்று டொரொண்டோ நகரம்தான் தெற்காசியாவைத் தாண்டி அதிக அளவில் தமிழர்கள் வசிக்கும் பகுதி.

பரப்பளவில் உலகிலேயே இரண்டாவது பெரிய நாடு. உலக அளவில் அதிகமான ஏரிகளைக் கொண்டது. நீர் நிலைகள், காடுகள், மலைகள் என அளவற்ற இயற்கை வளங்கள். பன்முகக் கலாசாரத்தை ஆதரிக்கும் சூழல் மாணவர்களின் உயர்கல்வி என மக்கள் தயங்காமல் குடியேறுவதற்கு அத்தனை தகுதிகளும் கொண்ட நிலப்பகுதி. என்னவொன்று, வருடத்திற்கு ஆறு மாதங்களுக்குக் குறையாமல் குளிர் இருக்கும். சில பகுதிகளில் உறையும் குளிர் மைனஸ் இருபது டிகிரி வரை செல்லும்.

நாட்டின் அனைத்துப் பகுதிகளிலுமே தமிழர்கள் இருந்தாலும் டொராண்டோ, மாண்ட்ரியல், வான்கூவர், எட்மண்டன், கியூபெக் போன்ற இடங்களில் அதிக எண்ணிக்கையில் வாழ்கின்றனர். டொரொண்டோவில் மொத்த மக்கள் தொகையில் பாதிக்கும் மேற்பட்டோர் தமிழர்கள்தாம். வழிபாட்டுத் தலங்கள், தமிழ்ச் சங்க அலுவலகங்கள், பள்ளிகள் அதிகமிருப்பதும் அங்குதான். தமிழர்கள் ஒன்று சேர்ந்து இடம் வாங்கி அமைத்துக்கொண்ட பல்பொருள் அங்காடி ஒன்றும் அங்கு உள்ளது. அது டொராண்டோவின் ஸ்கார்பராக் பகுதியில் உள்ள மெஜஸ்டிக் சிட்டி.

மெஜஸ்டிக் சிட்டி, தமிழர்களின் பல்பொருள் அங்காடி என்னும் பெயரில்தான் அங்கு அறியப்படுகிறது. நூற்றைம்பதுக்கும் மேற்பட்ட தமிழர் கடைகள் இருக்கின்றன. மால் போன்ற அமைப்பைக் கொண்ட கட்டடத்தில் நகைக் கடைகள், வீட்டு உபயோகப்பொருள்கள், தமிழ் வானொலி நிலையம் என்று தமிழ் குடும்பங்களுக்குத் தேவைப்படும் அனைத்தும் ஓரிடத்தில் கிடைக்கும். அங்குள்ள கடைகளின் பெயர்ப்பலகைகள் தமிழில்தான் இருக்கும். ஒவ்வொரு பகுதிகளுக்கும் இலங்கையில் உள்ள ஊர்களின் பெயர்களை வைத்துள்ளனர்.

மார்க்கம் பகுதியில் உள்ள இரண்டு தெருக்களுக்கு 2013, 2022 ஆம் ஆண்டுகளில் தமிழ் இசை அமைப்பாளர் ஏ.ஆர். ரஹ்மானின் பெயர் வைக்கப்பட்டுள்ளது. 2022 இல் நடைபெற்ற நிகழ்ச்சியில் பங்குகொண்ட ரஹ்மான், தனது பெயர் அமைதி, செழுமையைக் குறிக்கும், கனடா மக்களும் மகிழ்வுடன் செழிப்பாக வாழவேண்டும் எனப் பேசினார். டொரொண்டோ பல்கலைக்கழகத் தமிழ்த் துறைக்கு இசையமைப்பாளர் இமான் பொறுப்பு தூதுவராக உள்ளார். துறைக்குத் தேவைப்படும் நிதி உதவிகளையும் இவர் செய்துள்ளார்.

கனடாவிலும் ஜனவரி மாதம்தான் தமிழர் பாரம்பரிய மாதமாகக் கடைப்பிடிக்கப்படுகிறது. தமிழ்ச் சங்கங்கள் சார்பில் நடைபெறும் விழாக்களில் ஒவ்வொரு வருடமும் தவறாமல் கலந்துகொள்வார் முன்னாள் கனடா பிரதமர் ஜஸ்டின் ட்ரூடோ. இந்தியாவுடன் அவருக்கு ஒத்துப்போகவில்லை என்றாலும், கனடா தமிழர்களுக்கு ஆதரவாகவே செயல்பட்டு வந்தார். குறிப்பாக இலங்கைத் தமிழர்கள் உரிமைகளுக்காகப் பேசிவந்தார். பதவிக்கு வரும் முன்பிருந்தே

அவர் தமிழ் ஆதரவு நிலைப்பாட்டைக் கொண்டவர்தான். தமிழ் விழாக்களில், பாரம்பரிய உடையணிந்து வருவது, கம்பு சுற்றுவது, மக்களுடன் உரையாடி நேரம் செலவிடுவது என அவர் பங்கேற்கும் நிகழ்ச்சிகள் களைகட்டும்.

வாரயிறுதிகளில் தமிழ் வகுப்புகளை நடத்தும் பள்ளிகள் அங்கு உண்டு. 'மனவெளி', 'உயிர்ப்பு' போன்ற குழுக்கள் இசைக் கச்சேரிகளை நடத்துவார்கள். தாய்வீடு குழு சார்பில் வருடம்தோறும் நடைபெறும் தெருக்கூத்து அங்கு நல்ல வரவேற்பைப் பெறும் ஒன்று. இலக்கியம் சார்ந்த தேடல்களைப் பூர்த்தி செய்யும் 'நூலுலகம்' அமைப்பு என அங்கு எப்போதும் ஏதேனும் ஒரு தமிழ் சார்ந்த நிகழ்ச்சி, விழா, கூட்டம் இல்லாமல் இருக்காது.

சுற்றிலும் தமிழ் நண்பர்கள், வீட்டில் சமைத்த உணவு வகைகள், தமிழ்த் திரைப்படங்கள் வெளியிடப்பட்டால், திரையரங்குகளில் முதல் நாள் காட்சி என அக்மார்க் தமிழ்நாட்டுத் தமிழர் வாழ்க்கை வாழக் கிடைத்தாலும், கடும் குளிரைச் சமாளிப்பதும், தினம்தோறும் வீட்டைச் சுற்றி மலையளவில் குவிந்து இருக்கும் பனியை அப்புறப்படுத்துவதும்தான் அங்கு இருக்கும் தமிழர்களுக்கு அவர்கள் பழக்கப்படாத பெரிய சாவல்.

தமிழர்கள் அங்கு அரசியல், விளையாட்டு, தொழில் எனப் பலதுறையிலும் பங்களித்து வருகின்றனர். அமைச்சர்களாக, மக்களவை உறுப்பினர்களாக, கவுன்சிலர்களாக பலர் பொறுப்புகளிலிருந்து வந்திருக்கின்றனர். 2025ல் ஜஸ்டின் ட்ரூடோ பதவி விலகியதும், அடுத்த பிரதமர் யாரென்ற ஆலோசனையின் போது அனிதா ஆனந்த் பெயரும் இருந்தது. கனடாவின் அறிவியல், கண்டுபிடிப்பு, பொருளாதார வளர்ச்சித் துறை அமைச்சராகப் பணியாற்றுகையில் பிரதமர் பதவிக்கான பரிசீலனைப் பட்டியலிலும் இடம்பெற்றார் இந்தத் தமிழர்.

உலகளவில் முன்னணிப் பல்கலைக்கழகங்களில் ஒன்றான டொராண்டோவில், தமிழ்த் துறையைத் தொடங்குவதற்கு மூன்று மில்லியன் டாலர்கள் வரை நிதி சேகரித்துள்ளனர் அங்குள்ள தமிழர்கள். இதன் மூலம் தமிழ் மொழியைத் தொடர்ந்து இளம் தலைமுறையினர் பயில வழி ஏற்பட்டுள்ளது. தமிழை உயர் கல்வியாகக் கற்க விரும்பும் மாணவர்களுக்குச் சிறந்த இடமாக

இது இருக்கும். இந்தியா, மலேஷியா, சிங்கப்பூர் நாடுகளிலிருந்து மாணவர்கள் இந்தப் படிப்பில் இணைய ஆர்வம் காட்டுவார்கள் என்று நம்புவதாகப் பல்கலைக்கழக நிர்வாகிகள் கூறுகின்றனர்.

2024ஆம் ஆண்டு முதலே வெளிநாட்டவர்களுக்கு விசா அனுமதியைக் குறைத்துக்கொண்டுள்ள கனடா அரசின் முடிவும், அங்கு இருக்கும் அரசியல் சூழலும் அங்குள்ள தமிழர்களின் எதிர்காலத்தைப் பாதிக்குமா என்பது குறித்துப் பேசியுள்ள குடியேற்ற ஆலோசகர் இவ்வாறு தெரிவித்துள்ளார்.

கனடாவுக்குத் தமிழர்களின் வருகை பலம்தான். மேலும், இந்தியர்களின் வருகையும் அவசியம். அங்கே பிறப்பு சதவிகிதம் குறைவு, அங்குள்ள பணியிடங்களை நிரப்புவதற்கும், நாட்டுக்கு வரி செலுத்துவதற்கும் ஆள்கள் வேண்டும். எனவே இரு நாடுகளுக்கும் இடையே இருக்கும் விவாதங்கள், விவகாரங்கள் கனடாவில் இருக்கும் இந்தியர்களைப் பாதிக்காது. இந்திய அமைச்சரவையில் இருப்பதைவிட கனடாவில் சீக்கியர்கள் நிறைய பேர் அமைச்சர்களாக உள்ளனர். அவர்கள் அரசியல் ரீதியாகத் தாக்கத்தை ஏற்படுத்தக்கூடியவர்கள். அவர்களை அதிருப்தியாக்கும் வகையில் அங்கு எதையும் செய்ய முடியாது. ஜஸ்டின் பிரதமராக இருந்தபோது, தூதரக அதிகாரிகளைத் திரும்பப் பெறும்வரை நிலை மோசமானது. ஆனாலும் இப்போது அங்கு ஏற்பட்டுள்ள அரசியல் மாற்றத்திற்குப் பிறகு இரு நாடுகளுக்குமான உறவு சீராகும்.

சீக்கியர்கள், தமிழர்கள் அங்கு அதிகமிருப்பதைப்போல பிரெஞ்சு பேசுபவர்களும் கனடாவில் அதிகம். ஆங்கிலேயர்கள் வருவதற்கு முன்பே கனடாவில் குடியேறியவர்கள் பிரெஞ்சு ஆய்வாளர்கள். இப்போதிருக்கும் கியூபெக் நகரைக் குறிக்க கனட்டா *(Kanata)* என்னும் பெயரைப் பயன்படுத்தினர். கிராமம் / குடியிருக்கும் இடம் என்னும் பொருள் கொண்ட அந்தப் பெயர்தான் கனடா ஆனது.

பூர்வீக மக்கள் ஆயிரக்கணக்கான ஆண்டுகளாக வாழ்ந்து வந்த நிலத்தில் வைக்கிங்குகள் வருகை தந்தனர். லாப்ரடோர், நியூ பவுண்ட்லேண்ட் பகுதிகளை அடைந்தனர். சிறுகுறிப்பு, இந்த லாப்ரடார் பகுதியிலிருந்து இறக்குமதியான லாப்ரடோர் ரிட்ரீவர் நாய் வகைகள்தாம் இன்று இந்தியா முழுவதும் அம்மு, பட்டு,

பப்பு என்று பெயர் வைத்து வளர்க்கப்படும் செல்ல நாய்கள். தங்கள் நாட்டில் மீன்பிடித் தொழிலுக்குப் பெரிதும் உதவி வந்தன இவ்வகை நாய்கள்.

கார்டியர் வரைபடங்களில் (1534-1542 க்கு இடையில்) “கனடா” என்ற பெயரைப் பயன்படுத்தினார். 1604, பிரெஞ்சு ஆய்வாளர்கள் கனடாவில் முதல் குடியேற்றத்தை ஏற்படுத்தினர். 1608 இல் க்யூபெக் நகரம் உருவானது. அல்கோன்குயின், மொன்டாக்னைஸ், ஹுரோன் என்னும் பூர்வீகக் குழுக்களுடன் சேர்ந்து செயல்படத் தொடங்கினர். அவர்களுக்கிடையே, ஃபர் ட்ரேட் என்னும் விலங்குத் தோல் வர்த்தகம், அங்கு மிகப் பெரிய அளவில் மேற்கொள்ளப்பட்டது.

மற்ற நாடுகளைப் போலவே, டச்சு, பிரான்ஸ்காரர்கள் ஒரு நிலத்தைக் கண்டடைந்து, அங்குக் குடியேற்றத்தை ஏற்படுத்தி, அதைச் செம்மைப்படுத்தி வைத்ததும், அதைப் போர் தொடுத்து ஆக்கிரமித்துக்கொள்ளும் பணியைச் செய்துவந்த பிரிட்டன், கனடாவுக்கும் வந்தது. அவர்களுக்கிடையேயான அதிகார மோதல் 17, 18 ஆம் நூற்றாண்டுகளில் ஏற்பட்டது. போரில் பிரித்தானியா தரப்பு வெற்றிகண்டது. இன்றும்கூட க்யூபெக் பகுதியில் பிரெஞ்சு மொழி பேசும் மக்கள் அதிகம். அங்கு அது அதிகாரபூர்வ மொழியும்கூட.

கியுபெக்கை மேல் கனடா- கீழ் கனடாவாக 1791 ஆம் ஆண்டின் அரசியலமைப்புச் சட்டம் பிரித்தது (ஒண்டாரியோ & கியுபெக்) இரண்டிலும் சட்டமன்றங்கள் செயல்பாட்டுக்கு வந்தன. 1840 இல் இரண்டு கனடாக்களின் ஒன்றிணைப்பு, காலனியச் சுயாட்சி பொறுப்பு போன்றவை லார்ட் டுர்ஹாமின் அறிக்கையின் மூலம் அமலுக்கு வந்தன. அடுத்த தசாப்தத்தில் மாகாண பிரதிநிதிகள் பிரித்தானிய ஆதரவுடன் கனடாவைப் புதிய தேசமாக உருவாக்குவதற்கான பேச்சுவர்தைகளை நடத்தினார்கள். 1867 ஆம் ஆண்டு ஜூலை முதல் தேதி, குடியேற்றங்கள் ஒரு கூட்டாட்சி அரசாங்கத்துடன் இணைக்கப்பட்டுக் கூட்டமைப்பானது. (டொமினியன் ஆப் கனடா)

உலப்போர்களுக்குப் பிந்தைய கனடா நாடு பலதரப்பட்ட இனமக்களை ஏற்றுக்கொண்டது. உலகம் முழுவதிலிருந்தும் மக்கள் வந்து குடியேறுகின்றனர். 2024ஆம் ஆண்டு மட்டும்

நான்கே முக்கால் லட்சத்திற்கும் மேற்பட்டவர்கள், கனடாவை நிரந்தர வாழ்விடமாகக்கொள்ள வந்தவர்கள். தற்போதைய அமெரிக்காவின் அரசியல் சூழலும் இந்த எண்ணிக்கையை மேலும் அதிகரித்துள்ளது.

அமெரிக்காவின் நியூயார்க்கில் இருக்கும் ரோக்ஸ்ஹாம் சாலையின் வழியாகப் பெருமளவில் தினமும் கனடாவுக்குள் நுழைகிறார்கள். இரு நாடுகளும் ஐந்தாயிரத்து ஐந்நூற்று இருபத்தைந்து மைல்கள் நிலம் கொண்ட எல்லையைப் பகிர்ந்துகொள்கின்றன. உலக அளவில் படைகள் நிறுத்திப் பாதுகாக்கப்படாத நீண்ட எல்லைப்பகுதி இதுதான். ஆனால், அமெரிக்காவின் ஐம்பத்தோராவது மாகாணமாக கனடாவை இணைப்பேன் என்று ட்ரம்ப் தொடர்ந்து பேசி வருவதும், அவர் கனடா மீது சுமத்தியுள்ள வரிகளாலும் (டேரிப் வார்) இரு நாடுகளுக்கிடையேயான விமானப் பயணச் சீட்டு விற்பனை எழுபது சதவிகிதத்திற்கும் மேல் குறைந்துள்ளது.

23. ஆயிரம் வருட பந்தம்

பாரசீக வளைகுடாவின் தெற்குக் கடற்கரையில் அபுதாபி, அஜ்மான், துபாய், ரஸ் அல் கைமா, ஷார்ஜா, புஜைரா, உம் அல் குவைன் என்னும் ஏழு ஷேக்தோம்களே (ஷேக், அரபு குழுத் தலைவர் ஆளும் பகுதி) முன்பு 'ட்ரூசியல் ஸ்டேட்ஸ்' என அறியப்பட்டன. இவற்றுக்கு அப்போதைய பிரித்தானிய ராஜ்ஜியம் கடல்வழி, தரைவழித் தாக்குதல்களிலிருந்து பாதுகாப்பு அளித்து வந்தது. கைமாறாக இந்த ட்ரூசியல் நாடுகள் பிரிட்டனைத் தவிர மற்ற நாடுகளுடன் உறவு பாராட்டுவதில்லை என்றும், அதன் அனுமதி இல்லாமல் பிற நாடுகளுடன் வர்த்தகப் பரிவர்த்தனைகளை நடத்துவதில்லை என்றும் ஒப்பந்தம் இருந்தது. 1859 இல் சூயஸ் கால்வாய் திறக்கப்பட்ட பின்னர், அரேபியத் தீபகற்பம் பிரிட்டனுக்கு முக்கியத்துவம் வாய்ந்த பகுதியாக மாறியது.

அரபு தேசங்களுக்கும் பிரிட்டனின் ராஜ்ஜியத்துக்குக் கட்டுப்பட்டிருந்த இந்தியாவுக்கும் இடையே பெரிய அளவில் வர்த்தகங்கள் நடைபெற்றுக்கொண்டிருந்தன. அப்போதைய பரிவர்த்தனைகளில் இந்திய ரூபாயைத்தான் பயன்படுத்தினார்கள். அவர்களுக்கென்று தனி ரூபாய் / நாணயம் அப்போது இருக்கவில்லை. 1853 முதல் தொடங்கிப் பல ஆண்டுகளுக்கு இந்த ரூபாய்தான் அங்கு புழக்கத்தில் இருந்தது. பின்னர், 1959 ஆம் ஆண்டில் கல்ஃப் பணம் (இந்தியப் பணத்தின் கல்ஃப் பதிப்பு) உபயோகத்திற்கு வந்தது. அதன் பிறகு 1973 ஆம் ஆண்டு

திர்ஹம் என்னும் அதிகாரபூர்வ பணம் அறிமுகமாகும்வரை சவுதி ரியல், பஹ்ரினி தினார் போன்றவை உபயோகத்தில் இருந்தன.

பாலைவனப் பகுதிகளில் கால்நடைகளை மேய்க்கும் மக்கள் பெடவுனின்ஸ். நாடோடிகளான இந்த அரபு பூர்வக்குடிகள் வேட்டை, மீன்பிடித்தல், பேரீச்சை விவசாயம் என்று வாழ்ந்து வந்தனர். 19 ஆம் நூற்றாண்டில் முத்து எடுக்கும் தொழில் அங்கு பிரதானமாக இருந்தது. அங்கிருந்த மக்களும் வெயில் காலங்களில் முத்தெடுப்பதையும், குளிர் காலங்களில் ஈச்ச மரத்திலிருந்து பேரீச்சை எடுக்கும் பணிகளையும் செய்ய இடம்பெயர்ந்து வாழ்ந்து வந்தனர். 1920 இல் வந்த பொருளாதார மந்தநிலையினாலும், ஜப்பானியர்களின் முத்து வர்த்தகம் ஏற்றம் பெற்றிருந்ததாலும், அமீரகத்தில் இந்தத் தொழில் பெரும் சரிவைச் சந்தித்தது.

1930 களில்தான் முதல் முறையாக அமீரக மண்ணில் எண்ணெய் வளங்களைக் கண்டுபிடிப்பதற்கான ஆய்வுகள் தொடங்கின. முப்பது வருடங்களுக்குப் பிறகு, 1962 ஆம் ஆண்டு அபுதாபியிலிருந்து முதன் முதலில் க்ரூட் எண்ணெய் கிடைத்தது. அண்டை தேசத்துக்காரர்கள் எண்ணெய் வள ஆய்வுகளை நடத்துவதைப் பார்த்து ஆர்வமாகி, மேற்கத்திய நிறுவனங்களிடம் எண்ணெய் வள ஆய்வு- அகழ்வுப் பணிகளைக் கொடுத்தார்கள். பூமிக்கு 8755 அடியாழத்தில் அபுதாபியின் உம் ஷரீஃப் நிலப்பகுதியில் எண்ணெய் வளம் முதல் முறையாகக் கண்டெடுக்கப்பட்டது. அப்பகுதியில் 1962 ஆம் ஆண்டிலிருந்து எண்ணெய் உற்பத்தி தொடங்கியது. 1967ஆம் ஆண்டிலிருந்து ஐக்கிய அரபு அமீரகம், பெட்ரோலியம் ஏற்றுமதி செய்யும் நாடுகளின் அமைப்பில் இணைந்தது.

எண்ணெய் வருமானம் நிலையாக வரத் தொடங்கியதும், அபுதாபியின் மன்னரான சையது பின் சுல்தான் அல் நஹ்யான், தனது பிராந்திய முன்னேற்றப் பணிகளை முடுக்கிவிட்டார். அவரது காலத்தில் எண்ணெய் வருமானத்தைக் கொண்டு அடிப்படைக் கட்டமைப்பு வசதிகள் செய்யப்பட்டன. பள்ளிகள், சாலைகள், மருத்துவமனைகள் என அனைத்தும் அங்கு அப்போதுதான் வந்தன. பின்னாளில், ஐக்கிய அரபு அமீரகம் தேசமாக உருவானபோது, அதன் முதல் தலைவராகப் பொறுப்பேற்றார். அமீரகத்தின் ‘வாலித் அல் உம்மா’ (தேசத் தந்தை போன்றவர்) இவர்தான்.

ஷேக்கின் முக்கியமான குறிக்கோள்களில் ஒன்று எண்ணெய் வருமானத்தை வைத்து, ட்ரூசியல் நாடுகளின் முன்னேற்றத்திற்குக் கொடுத்துவரும் நிதியை அதிகரிப்பதுதான். அப்போது ட்ரூசியல் நாடுகளிலேயே அபுதாபிதான் அதிக நிதியை அளித்து வந்தது.

குறைந்துபோன முத்து வியாபார வருமானங்களை, கப்பல் தொழில்களின் வருமானம் கொண்டு ஈடுசெய்தார் துபாயின் ஷேக் ரஷீத் பின் அல் மக்தூம். 1969 இல் துபாய் தனது எண்ணெய் உற்பத்தியைத் தொடங்கியதும், ஷேக் ரஷீத் தனது கவனத்தை மக்களின் வாழ்வாதாரத்தை உயர்த்துவதற்காகச் செலவிட்டார்.

ட்ரூசியல் நாடுகளுக்கான பாதுகாப்பை விலக்கிக்கொள்வதாக 1968 ஆம் ஆண்டு பிரிட்டன் அறிவித்தது. அப்போது ஷேக் சையது அந்த நாடுகளை இணைத்து ஒருங்கிணைக்க வேண்டும் என்ற எண்ணம் கொண்டார். துபாயின் ஷேக் உடன் பேச்சுவார்த்தை நடத்தி அதற்கான பணிகளைச் செய்தார். ஏழு எமிரேட்டுகளும் ஒன்றுகூடித்தான் இன்றைய ஐக்கிய அரபு எமிரேட்ஸ் ஆக, ஒரு நாடாக ஆனது. அபுதாபி அதன் தலைநகரமானது.

முதல் கட்டமாக டிசம்பர் 2, 1971 இல் ஆறு எமிரேட்டுகளுக்கு இடையேதான் ஒப்பந்தம் கையெழுத்தானது. அடுத்த ஆண்டு ரஸ் அல் கைமா ஏழாவது எமிரேட்டாக கூட்டமைப்பில் இணைந்தது. கத்தார், பஹ்ரின் தனி நாடுகள் ஆயின.

அபுதாபி தேசிய எண்ணெய் நிறுவனம் 1971 இல் தொடங்கப்பட்டது. ஒட்டுமொத்த அமீரகத்தின் முக்கிய நிறுவனமாக அது இருந்தது. அபுதாபி எண்ணெய் நிறுவனம் மட்டுமல்லாமல், பெரும்பாலான நிறுவனங்களில் தமிழர்களின் பங்களிப்பு இருந்து வந்துள்ளது.

ஐக்கிய அமீரகத்தில்தான் தனிநபர் வருமானம் அதிகம் இருப்பதாக 1975ஆம் ஆண்டு உலக வங்கி அறிவித்தது. அடுத்த பத்து ஆண்டுகளில் நிலைமை மாறி, 1986 ஆம் ஆண்டு பெடரல் தேசிய கவுன்சில் அமீரகத்தில் இருக்கும் பொருளாதார மந்தநிலையை உறுதிசெய்தது. எண்ணெய் விலை வீழ்ச்சியைத் தொடர்ந்து, அரசாங்கம் தனது முதலீடுகளை விரிவு படுத்தவேண்டும் என்ற அறிவுரையும் வழங்கியது. அன்றிலிருந்து சுற்றுலா, முதலீடுகள், தொழில் சார்ந்து கவனம் செலுத்தி மிகக் குறுகிய காலத்தில் நிறை வளர்ச்சியைக் கண்டனர். எண்ணெய் வள நாடுகள் என

அறியப்படும் இவர்களது பொருளாதாரத்தில் தற்போதைய எண்ணெய் வருமானத்தின் பங்கு ஒற்றை இலக்க சதவிகிதத்தில்தான் இருக்கிறது.

ஆயிரம் ஆண்டுகளுக்கும் மேலாகவே அரேபிய மண்ணில் தமிழர்கள் வணிகம் - வர்த்தகம் செய்து வருகிறார்கள் என்றாலும், இரு பகுதிகளுக்குமான நவீனக் கால வரலாறு என்பது 1970 களில் எண்ணெய் வளக் கண்டுபிடிப்புகளுக்குப் பிறகு நிகழ்ந்தது.

ஐக்கிய அரபு எமிரேட்சுக்கு ‘அமீரகம்’ என்ற தமிழ்ச் சொல் பயன்பாட்டை முதலில் கொண்டுவந்தவர் அங்கு வசிக்கும் ஆசிப் மீரான் என்பவர்தான். இருபத்தைந்து ஆண்டு காலமாக அங்கு வசிக்கும் அவர், பல வானொலி தொலைக்காட்சி நிகழ்ச்சிகளைத் தொகுத்து வழங்கியுள்ளார். அந்நிகழ்ச்சிகளில் அவர் பயன்படுத்தத் தொடங்கிய பெயர்தான் இப்போது அமீரகம் என வழக்கத்தில் உள்ளது.

1975 ஆம் ஆண்டு ஐந்தாயிரம் பேர் என்றிருந்த தமிழர்களின் எண்ணிக்கை தற்போது நான்கு மில்லியன்களைக் கடந்துள்ளது. 2022 ஆம் ஆண்டு மட்டும் நூறு பில்லியன் அமெரிக்க டாலர்களை, வெளிநாடுகளில் வேலை செய்யும் இந்தியர்கள் தங்கள் குடும்பத்திற்கு அனுப்பி வைத்துள்ளனர். அதில் பெரும் பங்கு வளைகுடா நாடுகளிலிருந்து வருவது. அமீரகத்தில் இருக்கும் தமிழர்களில் எண்பது சதவிகிதம்பேர் கட்டுமான நிறுவனங்களிலும், துப்புரவுத் தொழிலாளர்களாகவும், பதினைந்து சதவிகிதம்பேர் அலுவலக அதிகாரிகளாகவும், கணக்காளர், கடை உதவியாளர் பணிகளிலும் இருக்கின்றனர். ஐந்து சதவிகிதம் பேர் தொழிலதிபர்களாக உள்ளனர்.

ஒரு வேலைநாள் காலையில் பரப்பரப்பாகக் கோப்புகளை சரிபார்த்து, மதிய உணவைக் கட்டிக்கொண்டு காரில் அலுவலகத்திற்குப் புறப்படும்போது, வானொலியில் தமிழ்ப் பாடல்கள் ஒலிப்பதைக் கேட்டுக்கொண்டே போகமுடிந்தால்? இங்கல்ல, அமீரகத்தில். அங்கு தமிழ் எஃப்எம், ரேடியோ கில்லி என இரண்டு தமிழ்ப் பண்பலைகள் உள்ளன. அதுபோக இங்கிருக்கும் தினத்தந்தி தமிழ் நாளிதழும் அங்கு வெளிவருகிறது.

அமீரகத்தில் தமிழர் பண்டிகைகள் சிறப்பாகவே கொண்டாடப்படுகின்றன. அரசு சார்பில் தீபாவளி பொங்கலுக்கு

விடுமுறை அறிவிப்பதில்லை எனினும், கொண்டாட்டங்களுக்குத் தடையில்லை. பட்டாசு வெடிப்பதற்கு மட்டும் கட்டுப்பாடுகள் உண்டு. தமிழ்நாட்டிலிருந்து மூன்று மணி நேர விமானப் பயணத் தொலைவே என்பதால், தமிழ்நாட்டில் இருக்கும் ஆடை அணிகலன்கள், பண்டிகைப் பொருள்கள் என அனைத்தும் அமீரகத்தில் கிடைக்கும்.

தமிழ்ச் சங்கங்கள் அமீரகம் முழுவதும் பரவலாகவே இயங்கிவந்தன. 2013 ஆம் ஆண்டுக்குப் பிறகு, அங்கு அரசால் அங்கீகரிக்கப்பட்ட தமிழ்ச் சங்கங்கள் மட்டுமே இயங்க அனுமதி என்ற விதிக்குப் பிறகு அதன் செயல்பாடுகள் பெரிதும் குறைத்துக் கொள்ளப்பட்டன. அங்கீகாரம் பெற்று இயங்கும் சில சங்கங்களும் உள்ளன. வணிக ரீதியிலான இசை, உரையாடல் நிகழ்ச்சிகளை அவர்கள் நடத்துகிறார்கள். சினிமா இசை வெளியீட்டு விழாக்களையும் ஏற்பாடு செய்து தருகிறார்கள். அனைத்துமே முறையான அனுமதியுடன். எந்தவிதத் தொந்தரவுகளும் இல்லாதபட்சத்தில் அதிகாரபூர்வமற்ற நட்பு வட்டாரக் கூட்டங்களை, அரசு சில சமயங்களில் கண்டுகொள்வதில்லை.

பெரும்பாலான பள்ளிகளில் மூன்று மொழிகள் கற்றுக் கொடுக்கப்படுகின்றன. எந்தப் பள்ளியானாலும் அரபி மொழி கட்டாயம். அதோடு ஆங்கிலமும். மூன்றாவது மொழியாக அங்கே இந்தி, பிரெஞ்சு, மலையாளம், உருது ஆகியவற்றில் ஒன்றைத் தேர்வு செய்துகொள்ளலாம். இந்தியப் பள்ளிகளில் பெரும்பாலும் மலையாளம் கற்றுக்கொடுக்கும் பள்ளிகளே அதிகம். தமிழ், பாடமாக இருக்கும் பள்ளிகள் சொற்ப அளவிலேயே உள்ளன. இதைத் தவிர்த்துத் தனியார் பள்ளிகள், தன்னார்வ அமைப்புகள் நடத்தும் வாரயிறுதி தமிழ் வகுப்புகளும் உண்டு. அமீரக அரசு சார்பில் தமிழ்ப் பள்ளிகளுக்கு எந்த நிதி உதவியும் வழங்கப்படுவதில்லை. ஆனால் தமிழ் கற்றுக்கொடுக்க எந்தத் தடையும் இல்லை.

தற்போது சமூக வலைதளப் பயன்பாடு அதிகரித்திருப்பதனால், அங்கிருக்கும் தமிழர்கள் பண்டிகைகளைக் கொண்டாடி அதைப் பதிவேற்றுவதில் ஆர்வம் காட்டுகின்றனர். 1990 முதல் 2010 கால கட்டங்களில் அமீரகம் வந்தவர்களுக்கு அந்தச் சமூகக்கடமை இல்லாததனால், அவர்கள் தங்கள் வேலைகளில் அதிகக் கவனம் செலுத்தினர்.

அமீரகம் முடியாட்சி என்பதால் அங்குள்ள தமிழர்கள் அரசியல் நிலைப்பாடு எடுப்பதற்குப் பெரிதாக எதுவுமில்லை. ஆனால் சமூகப் பங்களிப்பு அதிகம் இருக்கிறது. அரசாங்கம் அங்கீகரிக்கும் ஆர்வலர்கள் நடத்தும் ரத்த தானம், சமூக சேவை முகாம்களில் தங்கள் பங்கினைத் தமிழர்கள் அளித்துவருகின்றனர். தமிழ் தொழில்முனைவோர், தொழில்முறை வேலையில் இருப்பவர்களை ஆதரிக்கும் சங்கம் உள்ளது. அரசாங்க அனுமதி பெற்று இயங்கி வரும் இது, தமிழர் அமீரகத்தில் தங்களுக்கேற்ற புதிய வாய்ப்புகளை, தொழில் தொடர்புகளை உருவாக்கிக்கொள்ள வழிவகுக்கும்.

அமீரகம், அங்கு வசிப்பவர்களுக்குப் பாதுகாப்பான தேசம்தான். எளிதில் குடியுரிமை பெற முடியாது எனினும், அங்கு வசிப்பதில், தொழில் நடத்துவதில், வேலை செய்வதில் எந்தச் சிக்கலும் இல்லை. அங்குக் கட்டட, துப்புரவுப் பணியாளர்களாக இருப்பவர்களுக்குத்தான் சில சாவல்கள் இருக்கும்.

குறைந்த ஊதியம், நீண்ட பணி நேரம் என அவர்களின் வாழ்க்கை சுலபமாக இருக்காது. கோடைக்காலங்களில் தகிக்கும் வெப்பத்தில் பணி செய்யமுடியாமல் அவர்கள் அவதிப்படுகிறார்கள். சிலருக்கு மூக்கில் ரத்தம்கூட வரும். வெயில் காலங்களில் பணியாளர்களுக்கு, மதிய வேளைகளில் ஓய்வும், அவ்வப்போது பருகுவதற்குப் பானங்களும் தரவேண்டும் என நிறுவனங்களுக்கு அறிவுறுத்தப்பட்டுள்ளது. அதோடு அங்கு வருடக் கணக்கில் வேலை செய்துவிட்டு அவர்கள் நாடு திரும்பும்போது, சேமிப்பு என்று பெரிய எண்ணிக்கை எதுவும் கையில் வைத்திருக்க மாட்டார்கள். இதற்கு ஓர் உபாயமாகக் கேரளா அரசாங்கம் காப்பீட்டுத் திட்டத்தைச் செயல்படுத்திவருகிறது.

அமீரகத்தில் வேலை செய்யும்போதே, குறிப்பிட்ட தொகையைக் கேரளா அரசுக்குச் செலுத்தி வரவேண்டும். எப்போதாவது அவர்கள் நாடு திரும்ப வேண்டும் என நிலை வரும்போது, அவர்கள் ஊருக்கு வந்து தொழில் தொடங்க அந்த நிதி உதவியாக இருக்கும். மேலும் அமீரகத்தில் பணி செய்யும்போது ஏதேனும் விபத்து நேர்ந்தால் சிகிச்சை பெறுவதற்கும், உயிரிழப்பு ஏற்படும் பட்சத்தில். உடலைத் தாயகம் கொண்டு வரவும் அது உபயோகப்படும்.

தமிழ்நாடு அரசும், வெளிநாட்டில் இருக்கும் தமிழர்களுக்குக் காப்பீட்டுத் திட்டத்தை அறிமுகம் செய்து செயல்படுத்தி வருகிறது. ஆனால் இதைப் பற்றி அறிந்து அதை உபயோகித்துக் கொள்பவர்கள் வெகு சிலரே. இதுகுறித்து அங்கிருக்கும் தமிழர்கள், குறிப்பாகத் தொழிலாளர்கள் அறிந்துகொள்வது அவசியம்.

ஐக்கிய அரபு அமீரகத்தில் கிட்டத்தட்ட 158 நாடுகளைச் சேர்ந்த மக்கள் வசித்து வருகின்றனர். அனைவருக்கும் அவரவர் நம்பிக்கைகளைக் கொண்டு சுமுகமாக வாழ உரிமை உண்டு. ஆனால், அங்கே பன்னிரண்டு சதவிகிதமே உள்ள தங்கள் குடிமக்களுக்கு முக்கியத்துவம் அளிக்கும் வகையில், பணியிடங்களில் அவர்களுக்கு முன்னுரிமை அளித்து வருகின்றது அமீரக அரசு. இதனை 'எமிரிடைசேஷன்' என்கின்றனர். ஐம்பது பேர் கொண்ட ஊழியர்கள் வேலை பார்க்கும் இடத்தினில் ஓர் அமீரகக் குடியாவது (எமிரிடி) இருக்க வேண்டும். கிட்டத்தட்ட இட ஒதுக்கீட்டைப் போலத்தான். அதுபோக மற்ற நாட்டு மக்களிலும் அனைவருக்கும் வாய்ப்புக் கிடைக்கும் வகையில் விதிகளை அமைத்துள்ளனர். பத்துப் பேர் பணியாற்றும் இடத்தில் ஒரு வெளிநாட்டவராவது இருக்க வேண்டும் என்பது விதி. ஒன்பது இந்தியர்கள் என்றால், ஒரு பாகிஸ்தான் அல்லது இலங்கையைச் சேர்ந்தவரை அவர்கள் பணியமர்த்தியிருக்க வேண்டும்.

முன்பெல்லாம் வியாழன், வெள்ளிக்கிழமைகள், அங்கு விடுமுறை தினங்களாக இருந்தன. மேற்கு நாடுகள், அது சார்ந்த நிறுவனங்கள் இயங்கும் பகுதிகளில் சனி, ஞாயிறுகளில் விடுமுறை தினங்களாக இருக்கும். அதனால், இவர்களுக்கு வாரம் நன்கு நாள்கள் வரை சந்தை இல்லாமல், வியாபாரம் நடைபெறாது என்கிற நிலை இருந்தது. மக்களின் தொழில், வேலை தடைபடக்கூடாதென்று, அவர்களது கடுமையான சட்டதிட்டத்தைச் சிறிது மாற்றி வெள்ளிக்கிழமை தொழுகை நேரத்தை மட்டும் விடுத்து மற்ற நேரங்களில் இப்போதெல்லாம் கடைகள் செயல்படுகின்றன. துபாய் போன்ற இடங்களில் சனி, ஞாயிறு விடுமுறை. ஷார்ஜாவில் வெள்ளி, சனி, ஞாயிறு விடுமுறை. ஒவ்வொரு பகுதிகளும் அந்தப் பகுதியை ஆள்பவரின் உத்தரவுகளின்படி விடுமுறை தினம் இருக்கும்.

ஏறத்தாழ எண்பது சதவிகிதத்திற்கும் மேல் பாலை நிலப்பகுதியைக் கொண்ட அமீரகம்தான் இன்று உலகிலேயே அதிக உயரம் கொண்ட கட்டடம், உலகிலேயே பெரிய ஷாப்பிங் மால், உலகிலேயே பெரிய ஏழு நட்சத்திர விடுதி என வளர்ந்து நிற்கிறது. கடற்கரையைத் தாண்டி, இவர்கள் கடலிலேயே தீவை உருவாக்கி மாளிகைகளை எழுப்பியுள்ளனர். ஒரு காலத்தில் ஒட்டகங்கள் மட்டுமே சுற்றித் திரிந்த மண்ணில் இன்றைக்கு இல்லாத சூப்பர் கார்களே இல்லை. ஏழு எமிரேட்டுகளும் சம அளவில் வளர்ச்சியைக் காணவில்லை எனினும், அடிப்படைக் கட்டமைப்புகளிலும், பொதுப் போக்குவரத்திலும் தன்நிறைவு அடைந்துள்ளன. அவர்கள் கண்டுபிடிப்புகளும், கடின உழைப்புக்கும் முக்கியத்துவம் அளித்ததன் பலன் அது.

★★★

இந்நூல் தமிழர்கள் இடம்பெயர்ந்து, வேறிடத்தில் குடியேறிய கதை மட்டுமல்ல. தொலைதூர தீவுகளில் காலசாரச் சூத்திரங்களை நெய்ததிலிருந்து, உலக நகரங்களில் புதுமைகளை முன்னெடுத்தது வரை, தமிழர்களுக்குப் பங்கு உண்டு. தலைமுறைகளைத் தாண்டி, எல்லைகளைக் கடந்து தங்கள் தடங்களை அவர்கள் எதிர்காலத்திலும் பதிப்பார்கள். இனம், தேசியம் என்கிற கோடுகளை வைத்து, நம்மைப் பிரிப்பதைவிட, அதை முன்னிறுத்தி நம்மை ஒன்றிணைப்பது மிகப் பெரியது. அயல்நாட்டுத் தமிழர்கள், இன்னொரு தேசத்தவர்கள் என்றிலாமல், தமிழை ஆதரமாகக் கொண்டு வாழும் உலகின் குடிமக்கள் தமிழர்கள். ஆதலால் தமிழர்களுக்கு யாதும் ஊரே, யாவரும் கேளிர்.

உதவிய நூல்கள் - ஆய்வுக்கட்டுரைகள்

1. A History of Modern Oman, Jeremy, Jones & Nicholas Ridout, Cambridge University Press, 2015
2. Stories of the Indian Immigrant Communities in Germany, Why Move?, Amrita Datta, Palgrave Macmillan, 2023
3. Annotated Bibliography for Tamil studies conducted by Germans. In Tamil Nadu during the 18th and 19th centuries, A virtual digital archives project compiled by Prof. C.S. Mohanavelu, University Grants Commission, New Delhi, May 2010
4. The Gulf in world history, Arabia at the global crossroads, edited by Allen James, Edinburgh University Press, 2018
5. Indology, Indomania & Orientalism, Ancient India's rebirth in modern Germany, Douglas, T. MC Getchin, Rosemont publishing & printing corp, 2009
6. Indian Tamils in South Africa & their struggles towards Racism, Jayanthi Ramasamy, Centre for African studies, New Delhi
7. Tamil Heritage in Pietermaritzburg by Allen Diesel, Natal Society foundation, 2015
8. Ethnic Groups of Indians in South Africa, S.D. Mistry, Johannesberg, S.A. Medical Journal
9. A documentary history of Indian South Africans, edited by Surendra Bhana, Bridalal Pachal
10. The South African Gandhi (Streecher- Bearer of Empire) Aswin Desai & Goolam Vahed

11. Origin and the spread of the Tamils, Prof., V.R. Ramachandra Dikishithar, University of Madras, The Adayar library, 1947

12. Internal Frontiers, African Nationalism & Indian Diaspora in twentieth centure South Africa, Jon soske, Ohio University Press, 2017

13. The revenge of history, Indian indenture & its afterlife in South Africa, Goolam Vahed, Aswin Desai

14. Inside Indian Indenture, A South African story, 1860 - 1914, Ashwin Desai & Goolam Vahed, HRSC Press, 2010

15. India Moving, A history of migration, Chimnay Tumbe, Penguin Books, 2018

16. Tamils in Mauritius by T. Ammigan, 1989, Proag Printing

17. The Indian Caribbean, Migration & Identity in the diaspora, Lomarsh Roophaine, University Press of Mississippi / Jackson, 2018

18. Coolies, Containment & Resistance, The Indentured System in British Guiana, Meleisa ONO- George

19. Indentured & Post Indentured experiences of women in the Indian diaspora, editor Amba PANDE, Springer Nature Singapore, 2020

20. Women in the Indian Diaspora, Historical narratives & contemporaray challenges, edited by Amba Pande, Springer Nature Singapore, 2018

21. Indian Skilled Migration & Development, To Europe & Back, Gabriela Tejada, Uttam Bhattacharya, Binod Khadia, Christiane Kuptsch, Springer India, 2014

22. The New Immigrants, Indian Americans, Padma Rangaswamy, Robert D. Johnston, Infobase publishing, 2007

23. Sailors, Slaves & Immigrants, Bondage in the Indian Ocean world (1750- 1914) Alessandro Stanziani, Palgrave Macmilan, 2014

24. New Homelands, Hindu communities in Mauritius, Guyana, Trinidad, South Africa, Fiji, East Africa by Paul Younger, Oxford Univeristy Press, 2010

25. India's low skilled migration to the middle east - Policies, politics, challenges, edited by Irudaya Rajan, Prem Saxena, Palgrave Macmillan, 2019

26. Global hindu diaspora, Historical & contemporary perspectives, edited by Hiralal Kalpana, Routledge Taylor & Francis group, 2018

27. The Hindu diaspora, comparative patterns, Steven Vertevoc, Routledge, 2000

28. Little India Diaspora, Time, Ethnolinguistic belonging in Hindu Mauritus, Patrick Eisenlohr, University of California Press, 2006

29. Linguistic Rivalairies, Tamil Migrants & Anglo Franco conflicts, Sonia N. Das

30. Life on the outside, The Tamil diaspora & long distance nationalism, Oivind Fuglervd, 1999, Pluto press

31. Superdiverse Diaspora, Everyday Identification of Tamil Migrants in Britain. Demelza Jonces, Palgrave Macmillan, 2020

32. Slaves, Freedmen & Indentured laborers in colonial Mauritius. Richard. B.Allen, Cambridge University Press, 1999

33. From Indians in Trinidad to Indo - Trinidadians, The making of a Girmitiya Diaspora. N. Jayaram, Springer Nature Singapore, 2022

34. Gender negotiations among Indians in Trinidad (1917 - 1947) Patricia Mohammed, Palgrave, 2002

35. Race relations in colonial Trinidad, 1870- 1900, Bridget Bremerton, Cambridge University Press, 1979

36. The still cry, personal accounts of East Indians in Trinidad & Tobago during indentureship (1845- 1917) Noor Kumar Mahabir, Calaloux publications, 1985

37. The history of Slavery in Mauritius & the Seychelles, 1810 - 1875, moses D.E. Nevlia, Associated University Press, 1981

38. India beyond India, Dilemmas of belonging, edited by Elfriede Hermann & Antonie Fiehse Gottingen University press, 2018

39. Tracing an Indian Diaspora, Contexts, Memories, Representations, edited by Parvati Raghuram, Ajaya kumar sahoo

40. The Fiji Indians, Challenges to European dominance 1920 - 1946, K.L Gillion, Australian National University Press, Canberra, 1977

41. Broken Waves - A history of Fiji islands in the 20th century, Brij V.lal, University of Hawaii Press, 1992

42. Bitter Sweet, The Indo Fijian experience, edited by Brij.V.Lal, Pandanus Books, 2004

43. Early Interactions between South & Southeast asia, reflections on cross cultural exchange, edited by Pirre- yves- Manguin, A- manie, Geoff Wade, ISEAS publishing, Singapore, 2011

44. Nagapattinam to Suvarnadwipa - Reflections on the chola naval expeditions to South east asia, edited by Hermann Kulke, k. Kesavapany, vijay Sakhuja, Institute of South Asian studies, 2009

45. The History of Ayuthhya, Siam in the early modern world, Chris Baher, Pasuk Phonepaichit, Cambridge University Press, 2017

46. Tamil diasporas across Bay of Bengal, Amith SS, The American historical review, 2009

47. British India, White Australia, Overseas Indians, Intercolonial relations and the empire, Kama Maclean, UNSW Press book, 2020

48. India- Thailand cultural interactions, Glimpses from the past to present, edited by Lipi Ghosh, Springer Nature Singapore, 2017

49. Rising India and Indian Communities in East Asia, edited by K. Kesavapany, A.Mani, P.Ramasamy, ISEAS publications, 2008

50. Indian Communities in South East Asia, edited by K.S. Sandher, A.Mani, ISEAS publications, 1993

51. Remembering Burma, Tamil Migrants & Memories, Stephanie Ramamurthy, 1994

52. Constructing the Indian Immigrant to colonial Burma, 1885-1948, Rajashree Mazmuder, 2013

53. Crossing the Bay of Bengal - The furies of Native and the fortunes of migrants, Sunil S. Amrith, Harvard University Press, 2013

54. Further India- the story of exploration from the earliest times in Burma, Malaya, Siam & Indochina by Hugh Clifford, Frederick A. Stokes company, 1904

55. Burma and India - some aspects of intercultural life under colonisation, Aung San Suu Kyi, Indian Institute of Advanced study, Shimla, 2013

56. The origins of Ancient Vietnam, Nam C.Kim, Oxford University Press, 2015

57. The Politics of Expansion, The Chola conquest of Sri Lanka & Sri Vijaiya, George W. Spencer

58. Vietnamese Engagement with Tamil Migrants in Colonial Cochinchina, Natasha Pairandeau

59. Saigon: A History, Nghia M. VO, Mc Farland & company inc publishers

60. The Indianized states of South East Asia by G. Godes, edited by Walter F. Vella, East West Center press

61. Sailing to Swvarnabhumi, Cultural routes & Maritime landscapes, Himanshu Prabha Ray, Susan Mishra, ASEM - India centre, 2019

62. Indian as French citizens in colonial Indochina, 1858- 1940, Natasha Pairaudeau, 2009

63. The Pallavas of Kanchi, The great rulers & patron of architecture, N. N. Sahu

64. Ancient Khmer empire, Lawerence Palmer Briggs, American Philosophical Society, 1999

65. Indian cultural influence in Cambodia, Bijan Raj Chatterji

66. Lost selves and lonely persons - experiences of illness & wellbeing among Tamil refugees in Norway, Anne Sigfrid Gronseth, Carolina Academic Press, 2010

67. Communal Proactive Coping strategies among Tamil Refugees in Norway; A case study in a naturalistic setting, Indentured Journal of mental health system, 2011

68. Imperial Burdens, Counter colonialism in former French India by William F.S. Miles, Lynne Richner Publishers, inc, 1995

69. Tracing the New Indian Diaspora, edited by Om Prakash Durivedi

70. Indology & Aryanaism, knowledge of India in Nazi Germany

71. The Hindu Community in Muscat- Creating homes in the diaspora, Sandhya Rao, Mehta, James Onely, 2015, Journal of Arabian Studies

72. Indians in Armenia 130 B.C. - 300 A.D., J. Kennedy, Cambridge University Press.

ராஜ்ஸ்ரீ செல்வராஜ், உணவுத் தொழில்நுட்பவியலில் முதுகலைப் பட்டம் பெற்றவர். 'வென்ற கதை' என்னும் தலைப்பில் தொழில், சினிமா, மருத்துவம், கலை எனப் பல்வேறு துறைகளைச் சேர்ந்த பிரபலங்களை இவர் எடுத்த பேட்டி, தொகுப்பு நூலாக வெளிவந்துள்ளது. மெட்ராஸ் பேப்பர் இணைய இதழில் உலக அரசியல், சமூகம், அறிவியல் சார்ந்த தலைப்புகளில் நூற்றுக்கும் மேற்பட்ட இவரது கட்டுரைகள் வெளியாகியிருக்கின்றன. தொடர்ந்து விகடன் இணையதளத்தில் பயணக் கட்டுரைகள் எழுதிவருகிறார்.

www.ingramcontent.com/pod-product-compliance
Lightning Source LLC
LaVergne TN
LVHW100823051026
849519LV00006B/2168